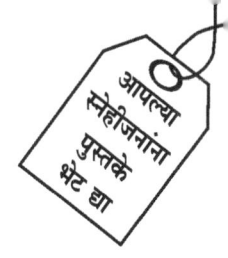

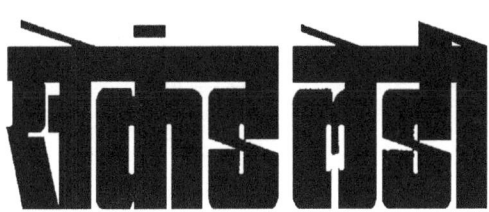

सेकंड लेडी

लेखक
आयर्विंग वॅलेस

अनुवाद
रवींद्र गुर्जर

D9900521

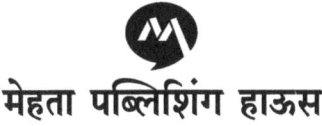

मेहता पब्लिशिंग हाऊस

IRVING WALLACE
यांच्या
'THE SECOND LADY' चा
स्वैर अनुवाद

सेकंड लेडी / अनुवादित कादंबरी

© David Wallechinsky

अनुवाद   : रवींद्र गुर्जर

मराठी अनुवादाचे व प्रकाशनाचे हक्क मेहता पब्लिशिंग हाऊस, पुणे.

प्रकाशक   : सुनील अनिल मेहता, मेहता पब्लिशिंग हाऊस,
              १९४१, सदाशिव पेठ, माडीवाले कॉलनी, पुणे – ४११०३०.

अक्षरजुळणी : पीसी-नेट, नारायण पेठ, पुणे – ४११०३०.

मुखपृष्ठ   : चंद्रमोहन कुलकर्णी

प्रकानशकाल : १९८४ / जानेवारी, १९९९ / जानेवारी, २००२ /
              मार्च, २००६ / एप्रिल, २००९ / डिसेंबर, २०१२ /
              पुनर्मुद्रण : ऑक्टोबर, २०१८

P Book ISBN 9788177662641
E Book ISBN 9789353171698
E Books available on : play.google.com/store/books
                        www.amazon.in/b?node=15513892031

१

पत्रकार परिषद संपत आली आणि तिनं सोफ्यावर मान टेकून, हसतमुखानं समाधानाचा सुस्कारा सोडला.

अमेरिकन राष्ट्राध्यक्षांच्या व्हाईट हाऊस या निवासस्थानातील ती पिवळी गोल खोली, या पत्रकारांना द्यावयाच्या मुलाखतीसाठी सज्ज करण्यात आली होती. जुनं अवजड फर्निचर बाजूला ठेवून, त्या जागी मांडलेल्या घडीच्या खुर्च्यांवर पंचवीस-तीस पत्रकार तास दीड तास वेगवेगळे प्रश्न विचारून तिला भंडावून सोडत होते; मोठ्या खिडकीतून येणाऱ्या प्रकाशात तिच्या चेहऱ्याचे हावभाव टिपत होते. तिच्या एका बाजूस तिची वृत्तपत्रांसाठी खास नेमलेली चिटणीस नोरा ज्युडसन व दुसऱ्या बाजूस तिचे सर्व कार्यक्रम ठरवणारे चिटणीस व मित्र लॉरेल एरकिन्स बसले होते. त्यांच्या सान्निध्यामुळे जरी तिला बराच धीर आला होता, तरी दीड तास साऱ्या प्रश्नांचा भडिमार मात्र तिनंच सहन केला होता.

राष्ट्राध्यक्षांची पत्नी म्हणून गेली अडीच वर्ष वावरताना व अमेरिकेची पहिली स्त्री म्हणून मानसन्मान स्वीकारताना तिनं फक्त बारीकशा चारच मुलाखती दिल्या होत्या. पण गेले काही दिवस स्वत: राष्ट्राध्यक्षांनी तिला सार्वजनिक जीवनात अधिक भाग घेऊन, वृत्तपत्रांना नियमित मुलाखती देण्याचं सुचवलं होतं. नंतर तर त्याचा आग्रह धरला होता. त्यामुळे अमेरिकेसारख्या प्रगत देशातील निम्म्या म्हणजे सर्व स्त्री-मतदारांमध्ये त्यांची प्रतिमा उजळेल व पुढच्या निवडणुकीमध्ये त्याचा फार फायदा होईल, असं त्यांनी सांगितलं होतं. त्यानुसारच आज 'पत्रकारांची खास भेट' ठरविण्यात आली होती. आणि खरोखर गेला दीड तास पत्रकारांनी तिला भंडावून सोडलं होतं.

'तुम्ही सध्या डाएटिंग करता का? काय खाता?'

'तुम्ही पुन्हा टेनिस खेळायला सुरुवात करणार का?'

'तुमच्या यजमानांच्या पुढच्या निवडणुकीत तुम्ही स्वत: प्रचार करणार का?'

'पत्नी म्हणून राष्ट्राध्यक्ष तुमच्याशी खाजगी सल्लामसलत करतात का, केली तर कोणत्या विषयावर?'

'सध्याच्या स्त्रियांच्या नवीन फॅशन्ससंबंधी तुमचं मत काय? अजूनही लंडन मधील लाडबरी या शिंप्याकडून कपडे शिवून घेता का?' असे एक ना हजार प्रश्न विचारले गेले होते.

मधेच उठून टेक्सासच्या एका महिलेनं जोरात विचारलं, 'लंडनला होणाऱ्या शिखर परिषदेला अध्यक्षांबरोबर जाण्याआधी तुम्ही मॉस्कोच्या आंतरराष्ट्रीय महिला परिषदेला हजर राहणार का?'

'होय!' तिनं शांतपणे उत्तर दिलं.

'अमेरिकेतील स्त्रियांना पुरुषांच्याबरोबर समान हक्क मिळावेत म्हणून जी कायद्यात दुरुस्ती होत आहे त्यासंबंधी व गर्भपातासंबंधी आपलं काय मत आहे?' त्या बाईनं जरा उत्तेजित स्वरात विचारलं.

तिच्या सेक्रेटरीनं हलकेच खाकरून चुळबुळ केली, पण तिकडे दुर्लक्ष करून तिनं खंबीरपणे उत्तर दिलं.

'मी राष्ट्राध्यक्षांची पत्नी झाले तरी समान हक्कांविषयी माझ्या मतांमध्ये तिळभरसुद्धा फरक पडलेला नाही. उलट मी त्यांचा मला मिळालेल्या स्थानावरून अधिक प्रचार करीन. दररोज मला अधिकाधिक पाठिंबा मिळत आहे. गर्भपाताविषयी म्हणाल तर त्यावर कुठलंही कायदेशीर बंधन असू नये. ती बाब संपूर्ण वैयक्तिक असावी, अशी माझी धारणा आहे.'

तिच्या सेक्रेटरीनं समाधानाचा सुस्कारा सोडला.

'तुम्ही तुमची ही मतं मॉस्कोच्या परिषदेत मांडणार का?' त्या पत्रकार बाईनं विचारलं.

'होय! मांडणार एवढंच नव्हे तर त्याबाबत अमेरिकन स्त्री व इतर देशांतील स्त्रिया यांचा तौलानिक अभ्यास करणार आहे. शिवाय परत आल्यावर सैन्यात व इतरत्र काम करणाऱ्या अमेरिकन स्त्रियांच्या परिस्थितीचा मी जो अभ्यास केला आहे त्यासंबंधी पण बोलणार आहे.'

'मॉस्कोमध्ये तुम्ही तीन दिवस राहाणार असं समजतं; तर परिषदेव्यतिरिक्त आपले कार्यक्रम काय आहेत?' दुसऱ्या एका बाईनं विचारलं.

'मी मॉस्कोला प्रथमच जातेय्, त्यामुळं तिथं काही रमणीय स्थळं पाहण्याचा प्रयत्न करणार आहे. पण माझे इतर कार्यक्रम माझी सेक्रेटरी नोरा ज्युडसन सांगेल'... असं म्हणून तिनं नोरा ज्युडसनकडे पाहिलं. नोरा तत्परतेनं, आकर्षकपणे

उभी राहिली आणि कार्यक्रमाचा तपशील सांगू लागली.

तिच्याकडे कौतुकानं पाहात अमेरिकन अध्यक्षांची पत्नी-अमेरिकेची पहिल्या मानाची स्त्री-बिली ब्रॅडफोर्ड हिनं पाठीमागे सोफ्यावर रेलून सुस्कारा सोडला. तिनं गडद हिरव्या रंगाच्या स्कर्टवर फिका हिरवा स्वेटर घातला होता. केस मागे वळवून, त्यावर रेशमी रिबीन बांधून पाठीमागे मोकळे सोडले होते. तरी काही बटा चेहऱ्यावर येतच होत्या. त्या, मागे वळून बघताना तिनं आपल्या लांबसडक बोटांनी विशिष्ट लकबीनं मागे सारल्या. तिची ही लकब तरुण अमेरिकन स्त्रियांना फार आवडली होती. फॅशन म्हणून त्याचं अनुकरणही होऊ लागलं होतं. असे विशिष्ट लकबीनं केस मागे सारताना काहींनी तिचे भराभर फोटो काढले. त्या फोटोंनी त्या पत्रांचा खप वाढणार होता.

तिची सेक्रेटरी माहिती देत असताना तिला सबंध दिवसाच्या कार्यक्रमांची आठवण झाली. सकाळी स्वत:चं सारं आवरून तिनं पत्रव्यवहार केला होता. तिची धाकटी बहीण किट व मॅलबू इथे राहणारे तिचे वडील यांना समक्ष पत्र लिहून लंडनहून परत आल्यावर त्यांना लॉस एंजल्स इथे भेटायला बोलवलं होतं. त्यांच्या समवेत एक दिवस घालवण्याची इच्छा तिनं व्यक्त केली होती. इतर पत्र तोंडानं सांगून सह्या करीतोपर्यंत दोन-अडीच तास गेले होते. नंतर सिनेटमधील प्रसिद्ध व्यक्ती व त्यांच्या बायकांसमवेत जेवण, नंतर अपंग चित्रकारांच्या स्पर्धेत पहिलं बक्षीस मिळवणाऱ्या वेगवेगळ्या गटांतील स्पर्धकांचा सत्कार; नंतर लंडनहून खास बोलावलेल्या तिच्या शिंप्याबरोबर मॉस्को व लंडनमध्ये घालावयाच्या वेगवेगळ्या पोशाखांसंबंधी चर्चा व निश्चिती. नंतर तिचं आत्मचरित्र लिहिणाऱ्या गे पार्कर नावाच्या लेखकाबरोबर चर्चा. त्यानंतर मुलींच्या स्काऊटमधील पलटणीबरोबर गुलाबाचं प्रदर्शन आणि बक्षीस-समारंभ असे अनेक कार्यक्रम... ह्या प्रत्येक कार्यक्रमाच्या वेळी तिला आकर्षक, उत्साही अन् टवटवीत राहाणंच प्राप्त होतं. अमेरिकन राष्ट्राध्यक्षांची पत्नी भोंगळ, दमलेली दिसली तर त्याचे परिणाम त्यांच्या लोकप्रियतेवर होणार होते.

... आणि त्यानंतरची ही पत्रकार परिषद! ती आता संपत आली होती. बिली खरीखुरी दमली होती. पण तसं दाखवून चालणार नव्हतं. परिषद संपली अन् तिनं घाईनं उठत सर्वांना हसतमुखानं निरोप दिला. तिच्या लोभस व्यक्तिमत्त्वावर पत्रकार खूष होते. त्यांनी निरोप देताना आणखी फोटो काढले.

पत्रकार गेले, आणि तिच्या चेहऱ्यावर असलेलं हास्य लोपलं. ती करत असलेल्या नाटकाची तालीम जवळजवळ संपत आली होती. ती एकट्यानंच कॉरीडॉरमध्ये गेली आणि खाली जाण्यासाठी लिफ्टमध्ये शिरली.

अमेरिकेतील व्हाईट हाऊसची हुबेहूब नक्कल म्हणून गुप्तपणे बांधलेल्या मॉस्कोमधील घराच्या पश्चिम भागातील खोलीत ती जेव्हा शिरली, त्या वेळी तिच्या अपेक्षेप्रमाणे तिथे पाच लोक बसले होते. एक होता जनरल इव्हॉन पेट्रॉव्ह, रशियन हेरखात्याचा - केजीबीचा प्रमुख, त्याच्या पाठीमागे कर्नल झुक, त्याच्याजवळ तिचा प्रियकर व केजीबीमध्ये काम करणारा पेट्रॉव्हचा सहाय्यक अॅलेक्स राझीन. आणखी दोघांना तिनं ओळखलं नाही. खोलीत सिगारेटचा धूर कोंडला होता. ते सारे लोक तिनं आताच ज्या गोल पिवळ्या हॉलमध्ये पत्रकार परिषद दिली ती खोली टीव्हीच्या पडद्यावर न्याहळत होते.

तिला पाहून पेट्रॉव्ह उठला व तिच्याजवळ जाऊन खांद्यावर हात ठेवत उत्साहानं म्हणाला—

'वा, उत्तम! व्हेरा व्हाविलोवा! अप्रतिम! ! तुझ्या वागण्यात बारीकशी सुद्धा चूक शोधून सापडणार नाही. तुझं मनःपूर्वक अभिनंदन!'

व्हेरा व्हाविलोवा हे ऐकून स्तब्ध उभी राहिली आणि म्हणाली, 'आपल्या अभिनंदनाबद्दल आभारी आहे.'

जनरल पेट्रॉव्ह मान हलवत म्हणाला, 'ही शेवटची रंगीत तालीम झाली. तुझी तयारी आहे ना?'

'मी तयार आहे,' व्हेरा म्हणाली.

'फारच छान!' जनरल पेट्रॉव्ह म्हणाला, 'मला आता क्रेमलिन इथं मुख्य प्रधानांना भेटून सारं सांगितलं पाहिजे.'

त्यांना त्या नकली व्हाईट हाऊसच्या कंपौंडमधून बाहेर पडून मोटारीत बसताना तिनं पाहिलं. नंतर दूरवर दिसणाऱ्या मॉस्कोमधील दिव्यांकडे दृष्टी टाकली.

तीन वर्षांच्या कठोर मेहनतीनंतर आता फक्त तीनच दिवस उरले होते.

ती स्वतःशीच समाधानानं हसली. खरोखरच ती तयार होती...

∎

२

जॉर्जटाऊनमधील आपल्या घरातून गाडी बाहेर काढताना गे पार्कर अगदी त्रासून गेला होता. हवा अतिशय उष्ण व दमट झाली होती. त्यामुळे शर्ट अंगाला चिकटून बसत होता. आज दुपारी दीड वाजता जॉर्ज किल्डे या वॉशिंग्टनमधील 'लॉस एंजल्स टाईम्स' प्रमुखाशी त्याची मुलाखत ठरली होती. त्यासाठी पार्कर निघाला होता. मॅडिसन हॉटेलमध्ये जेवता जेवताच ती मुलाखत होणार होती. आजवर तीन वेळा मुलाखत ठरली, पण तिन्ही वेळा जॉर्ज किल्डे यांना आयत्या वेळी महत्त्वाची कामं निघाल्यामुळे मुलाखत पुढे ढकलण्यात आली होती. म्हणून निघतानाच फोनवरून त्यानं खात्री करून घेतली. पण ह्या घाणेरड्या हवेत मुलाखतीला रंग येणार नाही, असं त्याला आतून वाटत होतं.

गे पार्करची तशी जॉर्ज किल्डे यांच्याशी फारशी ओळख नव्हती. तो राष्ट्राध्यक्षांची भाषणं लिहायचं काम करताना त्यांची एक-दोनदा गाठ पडली होती इतकंच. पण जॉर्ज किल्डे यांची ख्याती तो ऐकून होता. एक अत्यंत निर्भीड व स्पष्टवक्ता पत्रकार म्हणून लोक त्यांना ओळखत. ते लिहीत असलेल्या कुठल्याही प्रकरणाच्या बारीक सारीक तपशीलांची त्यांची माहिती अगदी काटेकोर व अचूक असे.

जॉर्ज किल्डे व राष्ट्राध्यक्षांची पत्नी, बिली ब्रॅडफोर्ड यांचा कधी संपर्क आला असेल अशी त्याला पुसटशीसुद्धा शंका नव्हती. पण एक दिवस राष्ट्राध्यक्षांच्या पत्नीचं-बिलीचं-आत्मचरित्र लिहिण्यासाठी (दररोज अर्धातास ते एक तास संभाषण करून) माहिती घेत असताना स्वत: बिलीनंच तो विषय काढला. तिनं जर्नालिझमची पदवी घेतल्यानंतर प्रथम वडिलांच्या कंपनीत जाहिरात-खात्यात नोकरी केली. मग बारीक सारीक वर्तमानपत्रांची कामं करून बिली ब्रॅडफोर्ड कादंबरी लिहिण्यासाठी लॉस एंजल्सला आली. अर्धी झालेली कादंबरी तिनं आवडली नाही म्हणून फाडून टाकली.

‘आणि मग तुम्ही लॉस एंजल्स टाईम्समध्ये नोकरी धरलीत ना?’ पार्करनं बिलीला विचारलं.

‘नाही. ती माझी पहिली नोकरी नव्हती. मी सँटा मोनिका या एका बारीकशा वर्तमानपत्रात प्रथम रिपोर्टरची नोकरी केली. त्या वेळी अफू, चरस वगैरे व्यसनं लागलेल्या लोकांना सुधारण्यासाठी जो आश्रम व रुग्णालय चालवलं होतं, त्यावर रिपोर्ट लिहावयाचा ठरविला. पूर्वी एका वार्ताहरानं ज्याप्रमाणं वेड्यांच्या हॉस्पिटलमध्ये स्वत: एक वेडा म्हणून प्रवेश करून, तेथील सर्व गैरव्यवस्थेचे वाभाडे काढले त्याप्रमाणे मी पण व्यसन लागलेली मुलगी म्हणून त्या रुग्णालयात प्रवेश मिळवला. तिथं काही दिवस राहून मग माझा लेख मी प्रसिद्ध केला. अर्थात ते वर्तमानपत्र छोटंसं असल्यानं त्याची काही फार प्रसिद्धी झाली नाही. पण माझ्या वडिलांना तो लेख आवडून त्यांनी तो ‘लॉस एंजल्स टाईम्स’ च्या संपादकांकडे पाठविला. माझ्या वडिलांच्या प्रसिद्धीमुळे त्यांनी माझी मुलाखत घेऊन नेमणूक केली.’ बिली ब्रॅडफोर्ड म्हणाली.

‘तिथं तुम्ही प्रथमच चांगलं नांव मिळवलं ना?’ पार्करनं विचारलं.

‘छे! छे! मला प्रथम जे काम देण्यात आलं ते लिहिलं तसंच पाठवलं असतं तर मला डच्चूच मिळाला असता. पण, जॉर्ज किल्डेंमुळे मी वाचले. पण त्याचा तपशील तुम्ही जॉर्ज किल्डेंकडूनच विचारून घ्या. सध्या ते वॉशिंग्टन मध्येच आहेत,’ बिली हसत म्हणाली.

...आणि म्हणून जॉर्ज किल्डेंशी भेट ठरविण्यात आली. हॉटेलमध्ये पोचल्यावर त्यानं जॉर्ज किल्डेंना गाठलं. प्रथम औपचारिक संभाषण झाल्यावर मुख्य विषयासंबंधी बोलणं सुरू झालं; त्याच वेळी जेवणही मागविलं. गे पार्करनं जॉर्ज किल्डेंकडून तपशीलवार माहिती घेण्याचं ठरविलं होतं. कारण बिली ब्रॅडफोर्डनं त्याला असं सांगितलं होतं की तिला आठवत नसलेल्या तिच्या पत्रकार जीवनाविषयीची बरीच माहिती जार्ज सांगू शकतील. कारण एक तर त्यांची स्मरणशक्ती चांगली होती; शिवाय दुसऱ्याला मदत करण्यास ते तत्पर असत.

‘तुम्ही बिली ब्रॅडफोर्डना त्यांच्या पहिल्याच कामगिरीत काय मदत केलीत त्याचा तपशील मला हवा आहे.’ पार्कर घास घेताना जॉर्जकडे पहात उत्सुकतेनं म्हणाला.

‘तशी मी फार मदत केली नाही. त्यांच्याकडे मॅनेजिंग डायरेक्टरनं एका मोठ्या व्यक्तीची मुलाखत घेऊन त्याच्या कार्याची माहिती देणारा लेख तयार करण्याची कामगिरी दिली होती. डॉ. जोनास साल्क ह्या डॉक्टरनं पोलिओची लस शोधून काढली-त्यांची मुलाखत घ्यायची होती. मुलाखत चांगली झाली. डॉ. साल्क यांनी बिलीला लेखनास उपयोगी पडेल अशी माहितीपत्रकंही दिली. बिलीनं ती पत्रकं

घेतली आणि लेखाचा आराखडा न करता किंवा त्यासंबंधी विचारही न करता लेख बनवून तो माझ्याजवळ दिला आणि संपादकांकडे द्यायला सांगितलं. पण मी तो लेख वाचल्यावर मला आढळलं की तो अगदीच खालच्या दर्जाचा झाला आहे. नको त्या गोष्टींना त्यामध्ये अकारण महत्त्व देण्यात आलं होतं,' जॉर्ज म्हणाले.

'म्हणून तुम्ही तो लेख स्टीव्ह वुड्स या गृहस्थांकडून परत लिहून घेतला ना?' पार्करनं विचारलं.

'तसं मी बिलीला सांगितलं, पण प्रत्यक्षात त्या नावाची व्यक्तीच अस्तित्त्वात नाही. असती तर मी दिला नसता, कारण नंतर कोणीतरी संपादकांना तो लेख किती गचाळ होता हे सांगून बिलीचा अपमान होणं, मला प्रशस्त वाटलं नसतं. वुड्स हे अस्तित्त्वात नसलेल्या व्यक्तीचं नाव जरी सांगितलं तरी प्रत्यक्षात मीच तो लेख पुन्हा लिहून काढला.'

'हे तर आश्चर्यच आहे! कारण तो लेख स्टीव्ह वुड्स यांनी लिहिला असंच बिली मनात धरून आहेत,' गे पार्कर म्हणाला, 'त्यांनी आणखी कुठल्या मोठ्या व्यक्तींच्या मुलाखती घेतल्या, याचीही मला माहिती हवी आहे.'

'प्रथम कोणाची घेतली ते सांगितलं. सर्वांत शेवटी त्यांनी कॅलिफोर्नियाचे त्या वेळचे सिनेटर अॅन्ड्रयू ब्रॅडफोर्ड यांची मुलाखत घेतली. त्याच वेळेपासून त्यांचं सूत जमायला लागलं. मध्यंतरीच्या काळात...'

जॉर्ज किल्डे बोलत असताना हॉटेलमधील एक सेवक तातडीनं त्यांच्या टेबलापाशी आला व म्हणाला,

'तुमच्यापैकी कोणी गे पार्कर आहे का?'

गे पार्कर उभा राहिला आणि त्यानं मान डोलावली. त्या नोकरानं सांगितलं, 'तुमच्यासाठी व्हाईट हाऊसमधून फोन आला आहे.' पार्कर उठला. त्यानं फोन घेतला. फोन राष्ट्रपतींची पत्नी बिली ब्रॅडफोर्ड यांची सचिव नोरा ज्युडसन हिनं केला होता.

'तुला शोधायला मला बराच वेळ लागला. बिली ब्रॅडफोर्डना तुला ताबडतोब भेटायचं आहे,' नोरा सांगत होती.

'पण मी तर चार वाजता भेटणारच आहे. आत्मचरित्राविषयी माहिती द्यायला!' पार्कर म्हणाला.

'उद्या दुपारी मॉस्कोला निघायचं असल्यानं दुपारी चारची बैठक त्यांनी रद्द केली आहे. पण त्यांचं तुझ्याशी दुसरंच महत्त्वाचं काम असावं. तेव्हा पंधरा मिनिटांत ये,' नोरानं बजावलं.

पार्कर पुन्हा जेवणाच्या टेबलापाशी गेला. तो जॉर्जला म्हणाला, 'मला तातडीच्या कामासाठी व्हाईट हाऊसवर बोलवण्यात आलं आहे. आपण पुन्हा भेटू शकू का?

कारण बिली यांच्या वर्तमानपत्राच्या कामगिरीविषयी मला तुमच्याकडून बरीच माहिती घ्यायची आहे.'

'तुम्ही म्हणाल तेव्हा मी तयार आहे,' असं म्हणून जॉर्ज उठले. ऊन व उकाडा असूनही त्यानं चालतच जायचं ठरवलं. हॉटेलच्या आरशात आपलं रुबाबदार व खंबीर व्यक्तिमत्त्व पाहून त्याला बरं वाटलं. खरं तर तो मनानं तसा दुबळा आणि जीवनाविषयी अनिश्चितता असलेला एक पुरुष होता.

गे पार्करला 'तू लेखक होशील', असं कोणी सांगितलं असतं तर त्यावर त्याचा अजिबात विश्वास बसला नसता. त्याचे वडील राज्यशास्त्राचे प्रोफेसर होते आणि आई मानसशास्त्रज्ञ होती. तो स्वत: इतिहास घेऊन ग्रॅज्युएट झाल्यावर काय करायचं असा प्रश्न समोर असताना, त्याच्या मिलिटरी हेरखात्यातील मित्रानं, सैन्यात दाखल झालास तर त्या खात्यात प्रवेश मिळवून देईन, अशी हमी घेतली तेव्हा साहसी व वैचित्र्यपूर्ण जीवन घालवण्याची आवड असल्यानं त्यानं प्रथम ती नोकरी स्वीकारली. पण व्हिएतनाममध्ये काम करत असताना तेथील निरपराध नागरिकांची हत्या बघून त्याला लवकरच त्या नोकरीची किळस आली. नंतर पहिली संधी मिळताच त्यानं ती नोकरी सोडली.

मिलिटरी हेरखात्यातील सर्टिफिकेटवर त्याला एका खाजगी डिटेक्टिव्ह एजन्सीमध्ये नोकरी मिळाली. प्रथम त्याला जरा गंमत वाटली. पण नंतर पती किंवा पत्नी यांच्यावर नजर ठेवणे, हरवलेली मुलं शोधणे व बारीक सारीक अफरातफरीचे खाजगी कंपन्यांतील गुन्हे शोधून काढणे, ह्याचा त्याला लवकरच कंटाळा आला. पैसे तर फारच तुटपुंजे मिळत होते. त्याच्या उत्पन्नाला जोड म्हणून त्यांने मिळालेल्या अनुभवांवर बरेच लेख लिहिले. त्यापैकी तीन-चार छापूनही आले. तरीसुद्धा भविष्याची चिंता होतीच.

त्याच वेळी न्यूयॉर्क येथील असोसिएटेड प्रेसची 'रिपोर्टर पाहिजे' अशी जाहिरात त्याच्या वाचनात आली. म्हणून छापलेल्या लेखांच्या प्रती जोडून त्यानं अर्ज केला. त्याला ती जागा मिळाली व वॉशिंग्टनमध्ये घडणाऱ्या घटनांचं समीक्षण करण्याची त्याच्यावर जबाबदारी टाकण्यात आली. अजूनही प्राप्ती फारच कमी होती... घरून मदत घ्यावी लागे.

त्याचं हे समीक्षण एक गृहस्थ रसिकपणे वाचत असत. दरम्यान अँड्र्यू ब्रॅड-फोर्ड या सिनेटरना डेमोक्रॅटिक पक्षाचं अध्यक्षपदासाठी तिकीट मिळालं. त्यांचे ते नजीकचे सहकारी होते. त्यांच्या प्रचार मोहिमेत उपयोगी पडेल, असं ब्रॅडफोर्ड यांचं खेळकरपणे लिहिलेलं, प्रशस्ती करणारं एक छोटंसं चरित्र लवकरच लिहून त्यांना पाहिजे होतं. शिवाय प्रचार मोहिमेचे वृत्तान्त लिहून ते वर्तमानपत्रांना देण्यासाठी त्यांनी पार्करला विचारणा केली. ही नोकरी जरी तात्पुरत्या स्वरूपाची होती, तरी

पगार मोठा असल्यामुळे पार्करनं ती स्वीकारली. गरिबीत राहण्याचा त्याला अगदी वीट आला होता.

त्यानं चरित्र लिहिण्यासाठी फार मेहनत घेतली. ते प्रचार-सभांमधून प्रकाशकाच्या अपेक्षेहून कितीतरी जास्त खपलं. चरित्र लिहीत असताना त्यानं तीन वेळा अॅन्ड्र्यू ब्रॅडफोर्ड यांची समक्ष गाठभेट घेतली होती. त्यांपैकी दोन वेळा त्यांच्या बरोबर त्यांची पत्नी बिली ब्रॅडफोर्ड होती.

अॅन्ड्र्यू ब्रॅडफोर्ड अध्यक्ष म्हणून निवडून आल्यावर पार्कर पुन्हा बेकार झाला. पण ही बेकारी फार काळ टिकली नाही. एक दिवस त्याची आठवण होऊन ब्रॅडफोर्ड यांनी त्याला बोलावून घेतलं आणि त्यांची भाषणं लिहिणाऱ्या तीन सचिवांपैकी एक जागा त्याला दिली. त्याची दोन वर्षं फार सुखात गेली. जगातील सर्वोच्च अधिकारपदाजवळ घडणाऱ्या घटना त्याला बघता येत होत्या. कामात आनंदही होता.

पण अध्यक्ष ब्रॅडफोर्ड यांना त्यांच्या मित्रांनी सल्ला दिला की त्यांची पत्नी बिली हिनंही अमेरिकेत एक सौंदर्यवान, बुद्धिमान स्त्री म्हणून स्वत:ची एक वेगळीच प्रतिमा निर्माण केली होती, तिचंही आत्मचरित्र प्रसिद्ध झाल्यास पुढच्या निवडणुकीत त्याचा फार चांगला उपयोग होईल. अध्यक्षांनाही ते पटलं. बिली ब्रॅडफोर्ड हिला तिची अमेरिकेतील पहिल्या मानाच्या स्त्रीची जबाबदारी सांभाळून आत्मचरित्र लिहिणं शक्यच नव्हतं. म्हणून ती जबाबदारी पुन्हा गे पार्करवर सोपवण्यात आली. प्रथम त्यानं आवडीचं काम सोडून हे काम स्वीकारण्यास नकार द्यायचं ठरवलं होतं. पण प्रकाशकानं पाच लाख डॉलर्स देण्याचं कबूल केल्यावर तो तयार झाला. गेल्या चार-पाच महिन्यांत त्यानं खूप खटपट करून बिली ब्रॅडफोर्डच्या जीवनाची सर्व माहिती मिळवली होती. आता ती तपासणं आणि काही घटनांवर चर्चा करण्यासाठी तो अध्यक्षांच्या पत्नीला वेळ असेल त्याप्रमाणे दररोज तास-अर्धा तास तिच्याबरोबर चर्चेला बसत असे.

त्याला तिचं व्यक्तिमत्त्व फार आवडलं. बिली सौंदर्यवान होतीच पण तिचा खिलाडूपणा, विचारांची स्पष्टता व वागण्यातील गोडवा यानं तो आपल्या कामात फार रमला होता. त्याचा आनंद वाढायला आणखी एक कारण होतं. बिली ब्रॅडफोर्डनं तिची सचिव कु. नोरा हिच्या शेजारचीच खोली त्याला ऑफिससाठी दिली होती. इतक्या वर्षांच्या वैराण आयुष्यात नोराच्या सान्निध्यात त्याला प्रथमच स्त्री-सहवासाचं सौख्य अनुभवायला मिळत होतं. तिनं जरी त्याच्याशी अगदी अलिप्तपणाची वागणूक ठेवली असली आणि त्याला ती थोडंही जवळ येऊ देत नसली तरी एक सुंदर, कुशल, तीव्र बुद्धिमान स्त्रीचा साधा सहवाससुद्धा त्याला सुखी करत होता.

तो घाईगर्दीनं व्हाईट हाऊसवर पोचला, तेव्हा नोरा ज्युडसन त्याची वाटच

पाहात होती. 'आज बिली ब्रॅडफोर्डना आत्मचरित्रासंबंधी बोलायला वेळ नाही का?' त्यानं विचारलं.

'छे! छे! आजच लाडबरी लंडनहून कपड्यांची पार्सल घेऊन फायनल फिटिंग पाहण्यासाठी आले आहेत. फ्रेंच राजदूताबरोबर त्यांना नॅशनल गॅलरीला भेट द्यावयाची आहे. मॉस्को भेटीमध्ये आवश्यक असलेली शाही रीतिरिवाजांची माहिती घेण्यासाठी तास-दीड तास वेळ काढायचा आहे. उद्या दुपारी निघेपर्यंत तिचे सर्व कार्यक्रम बांधलेले आहेत. आत्ताच तिची पत्रकार परिषद आटोपली. ती पिवळ्या गोल हॉलच्या पाठीमागच्या खोलीत आहे, चल,' असं म्हणून नोरा गे पार्करसह आत जाण्यास निघाली.

'हॅलो मिसेस ब्रॅडफोर्ड !' आत येऊन अभिवादन करत पार्कर म्हणाला.

'अरेच्या ! मी तुला परवापासून दोनदा सांगितलं की, तू मला मिसेस ब्रॅडफोर्ड म्हणून हाक मारू नकोस! अरे माझ्या आयुष्यातला प्रत्येक क्षण मी तुझ्यासमोर उघडा करते आहे आणि अजूनही तू मला मिसेस ब्रॅडफोर्ड म्हणतोस! तू मला बिली म्हणूनच हाक मार.' अध्यक्षांची पत्नी हसत म्हणाली.

'बरं आहे! हॅलो बिली! असं म्हणत पार्करनं पुन्हा अभिवादन केलं आणि तो हसला.

'मी तुला अशासाठी बोलावलं की लंडनची परिषद संपेपर्यंत आपली बैठक होईल असं मला वाटत नाही. पुस्तक तर लवकर तयार व्हायला हवं; म्हणून मी एक तोड काढली आहे. तू आमच्याबरोबर मॉस्कोला का येत नाहीस? प्रवासात मला रशियाविषयी वाचन करायचं आहेच. पण वेळ मिळेल त्या वेळी आपण चर्चा करू!' बिली मोकळेपणानं म्हणाली.

'आलो असतो, पण तयारी, पासपोर्ट वगैरे,' पार्कर अडखळत म्हणाला.

'हे बघ, मला माहीत आहे-तू पूर्वी हेरखात्यात होतास, तेव्हा आकस्मिक बेत करणं तुला काही नवीन नाही. बाकी पासपोर्ट वगैरेंची व्यवस्था नोरा करील आणि प्रवासाचा तपशीलही देईल,' बिलीनं त्याला समजावलं. 'खरंच आपण काल कुठपर्यंत आलो?'

'कालच्या चर्चेमध्ये तुम्ही कॉलेजच्या तिसऱ्या वर्षांत एका वाङ्मयीन सहलीबरोबर इंग्लंडला गेलात, त्यासंबंधी बोलत होतो,' पार्कर म्हणाला.

हे ऐकून बिलीचा चेहरा उतरला. 'होय,' ती म्हणाली, 'त्याच सहलीमध्ये मला जेनेट ही लहान मुलांसाठी कादंबरी लिहिणारी माझी जिवा-भावाची मैत्रीण भेटली. मला खरं तर तिला लंडनच्या मुक्कामात भेटायचं होतं, पण ती कालच कॅन्सरनं वारली. ब्रिटिश परराष्ट्रमंत्र्यांनी खाजगी चिठ्ठी लिहून मला सकाळीच हे कळविलं. मी तिच्याकडे लंडनला राहिले होते. ती माझ्यापेक्षा दहा वर्षांनी मोठी असली तरी मनानं

आम्ही फार जवळ होतो. जेनेट आता नाही याचं दु:ख मला सतत होईल.'

नोरानं थोडीशी चुळबुळ केली व म्हटलं, 'बिली, आपल्याला उशीर होतोय.' त्याच वेळी दारावर टकटक झालं. नोरानं तत्परतेनं दरवाजा उघडला. लंडनचे लाडबरी कपड्यांची खोकी घेऊन आत शिरले. त्यांची एक स्त्री-नोकर पुढे होऊन खोकी उघडत होती.

नोरा आणि पार्कर कॉरिडॉरमध्ये आले. 'तुझ्याबरोबर सहा-सात दिवस राहायला मिळणार याचा मला आनंद होतो आहे,' पार्कर नोराकडे पाहात म्हणाला.

'मी तर सतत कामात असणार! मला तुझ्याशी बोलायलासुद्धा फुरसत होणार नाही,' नोरा कडवटपणे म्हणाली.

'नोरा, तू माझ्याशी अशी तुसडेपणानं का वागतेस?' पार्कर दुखावल्यासारखा म्हणाला.

'कारण तू माझ्या पहिल्या नवऱ्यासारखाच पुरुष जातीचा आहेस म्हणून!' नोरानं खडसावलं, आणि ती हलकेच हसली.

मॉस्कोमध्ये तेव्हा मध्यरात्रीला पाच मिनिटं कमी होती. क्रेमलिनच्या जवळच असणाऱ्या एका चौकातील मोठ्या दगडी इमारतीच्या तिसऱ्या मजल्यावर केजीबी या रशियन हेरखात्याचा प्रमुख जनरल पेट्रॉव्ह बसला होता. त्याचं ऑफिस सुंदर सजवलेलं होतं. त्याच्यासमोरच लेनिनचा मोठा फोटो लावला होता. समोरच्या टेबलावर सहा वेगवेगळे टेलिफोन्स होते. त्यांच्यावरून त्याला रशियाचे सर्व सत्ताधारी लोक व त्यांचे सहा सहाय्यक यांच्याशी ताबडतोब संपर्क साधता येत असे. त्याचप्रमाणे हाय-फ्रीक्वेन्सी कनेक्शननं जगातील सर्व वकिलातींशी पण त्वरित बोलता येई.

काही मिनिटांपूर्वी वॉशिंग्टन येथील त्याच्या हेरानं सांकेतिक भाषेत पाठविलेली माहिती त्याच्या हातातल्या कागदावर होती. तो तिकडेच पाहून विचार करत होता. अमेरिकन अध्यक्षांची पत्नी मॉस्को येथील आंतरराष्ट्रीय महिला परिषदेला येईल, त्यावेळी त्यांच्याबरोबर येणाऱ्या माणसांच्या यादीत एक नाव अगदी शेवटच्या क्षणी घालण्यात आलं होतं- ते म्हणजे 'गे पार्कर.'

त्याचं संशयी मन एकदम सावध झालं. त्यानं आखलेल्या योजनेत थोडासुद्धा अनपेक्षित बदल झाला म्हणजे त्याचं मन एकदम जागृत होई. केजीबीसारख्या जगभर पाळंमुळं असलेल्या हेर संघटनेचा प्रमुख होण्यास त्याला हा गुण फार उपयोगी पडला होता. 'कोण आहे हा गे पार्कर?' त्यानं काही मिनिटं विचार केला.

नंतर एका मोठ्या शेल्फकडे जाऊन 'पी' हे अक्षराचं बटण दाबलं. त्याबरोबर एक खण उघडला गेला. त्यानं त्या खणातून 'गे पार्कर' चा नंबर शोधला. तो नंबर खालच्या मजल्यावर असलेल्या कॉम्प्युटर सेन्टरला कळविल्याबरोबर त्यांना सर्व माहिती मिळाली. संपूर्ण बारीक सारीक तपशीलासह...

'...लष्करी हेर खाते... खाजगी डिटेक्टिव्ह... वर्तमानपत्रात नोकरी... प्रेसिडेंटच्या चरित्राचा लेखक... भाषणांचा लेखक... सध्या प्रेसिडेंटच्या पत्नीला आत्मचरित्रासाठी मदत... साध्या सवयी... लफडी नाहीत...'

'कशाला बरं हा येत असावा?केवळ सोबत म्हणून? का अमेरिकन गुप्तहेर खात्यानं नवीन भरती केलेला हेर म्हणून?'

जनरल पेट्रॉव्हनं त्याचा सहाय्यक कर्नल झुक याला पार्करवर सक्त नजर ठेवण्याच्या सूचना दिल्या. रात्री एक वाजता तो अन्य विचारात गढला. त्याला गेल्या कित्येक वर्षांत शांत झोप माहीत नव्हती. मध्यरात्रीची ही वेळ चिंतनास, नवीन योजना सुचण्यास, जुन्यांचा आढावा घेण्यास फार सोयीची होती. मरणानंतर भरपूर झोप काढता येणार होती...

व्हेरा व्हाविलोवाची संध्याकाळची तालीम पाहून तो मनातून फार प्रसन्न झाला होता. व्हेराचं बिली ब्रॅडफोर्डमध्ये केलेलं रूपांतर इतकं अप्रतिम झालं होतं की कोण, कोण आहे हे ओळखणं अशक्य होतं. मानवी इतिहासात हा चमत्कार गणला जाणार होता.

त्या चमत्कारामागे गेली तीन वर्षे केलेली अनेक लोकांची तपश्चर्या होती. त्याचा सहाय्यक ॲलेक्स राझीन याचा त्यात फार मोठा वाटा होता. अमेरिकन अध्यक्षांच्या पत्नीला बदली करून तिच्या जागी रशियातील हेर खात्याची एक स्त्री पत्नी म्हणून पाठविणे, ही जगातील हेरखात्यात एक अभूतपूर्व व अत्यंत खळबळजनक घटना ठरणार होती. ती यशस्वी झाली तर... नव्हे ती होणारच होती... तर जगाच्या इतिहासात एक अतुलनीय घटना ठरणार होती. दुर्दैव एवढंच की इतिहासालाच काय पण सध्याच्या जिवंत लोकांपैकी अगदी फारच थोड्यांना ही घटना माहीत होती. त्यात भाग घेणारे लोक, रशियाचे पंतप्रधान व पॉलिट ब्यूरोचे काही सदस्य, एवढ्यांनाच काय घडत आहे व काय घडणार आहे, हे माहीत होतं. ह्या साऱ्या अभूतपूर्व कटाची मूळ कल्पना, प्रेरणा त्याचीच होती. अशा अनेक असंभाव्य योजना सुचवून त्या शांतपणे, काटेकोरपणे अंमलात आणल्यानंच तो केजीबीचा प्रमुख झाला होता. ह्या योजनेच्या यशस्वितेनंतर रशियातील सर्वांत मानाची 'सोव्हिएट युनियनचा वीर' ही पदवी त्याला निश्चित मिळणार, अशी त्याची खात्री होती.

कुठल्याही योजनेचा मुळापासून सतत फेरविचार करणे, ही त्याची मध्यरात्रीची

एक सवय होती. या सवयीमुळेच त्याच्या अनेक योजनांतील कच्चे दुवे दुरुस्त होत-योजना यशस्वी होत. आजही या योजनेचा त्यानं प्रथमपासून विचार करण्यास सुरुवात केली.

तीन वर्षांपूर्वी केजीबीचा प्रत्येक शहरातील कारभार व कार्यालयांची तपासणी करताना तो कीव्ह शहरी आला होता. दिवसभराच्या कामाच्या रगाड्यातून मोकळं झाल्यावर तो व्होडका घेऊन स्त्री-सुखासाठी आतुर झाला होता. पण त्याला जेव्हा सांगण्यात आलं की, रात्री 'तीन बहिणी' या चेकॉव्हच्या नाटकाची तिकिटं त्याच्या पार्टीसाठी राखून ठेवण्यात आली आहेत- तेव्हा प्रथम त्याला राग आला. त्याला तसा नाटकांचा तिटकाराच होता. पण नाटक नावाजलेलं होतं आणि तेथील ज्या केजीबी प्रमुखानं हा नाटकाचा बेत आखला होता तो एक प्रथितयश व मोठा नाणावलेला अधिकारी होता. असल्या क्षुल्लक गोष्टीत त्याला दुखवून चालणार नव्हतं. म्हणून तो नाटकाला जाण्यास तयार झाला.

केजीबीच्या रक्षकांसह जाताना, थिएटरच्या त्या भव्य इमारतीच्या प्रवेशद्वाराशी त्याला जरा गर्दी दिसली. रक्षकांना सोडून तो लोकांमध्ये मिसळला आणि गर्दीचं कारण शोधू लागला. गर्दीच्या मध्यभागी एक सुंदर, तरतरीत व सोनेरी आखूड केसांची मुलगी हसतमुखानं सह्या देत होती. ती नॉडिक वंशाची व अमेरिकन वाटत होती. कदाचित् सहलीसाठी आली असावी. त्या तरुणीचा चेहरा त्याला पाहिल्यासारखा वाटला; पण ओळख पटेना... ती कोण हे लक्षातच येत नव्हतं.

ह्या विचारातच त्यानं मद्याचे तीनचार ग्लास रिचवले. नंतर त्याच्यासाठी खास राखून ठेवलेल्या बाल्कनीतील आरामशीर सीटवर तो येऊन बसला. नाटक सुरू झालं. नाटकातील एका जुगाऱ्याच्या तीन बहिणींपैकी सर्वांत छोटी बहीण म्हणून मघाशी पाहिलेली तरुणी स्टेजवर आली. तिनं जरी मेकअप् केला होता तरी त्यानं तिला ओळखलं. म्हणजे ती अमेरिकेहून पर्यटनासाठी आलेली तरुणी नव्हती, तर ती एक रशियन नटी होती. त्याच्या हातात नाटकाची जी पत्रिका देण्यात आली होती त्यात त्यानं पाहिलं. त्या नटीचं नाव होतं व्हेरा व्हाविलोवा ... व्हेरा व्हाविलोवा...

नंतर नाटक सुरू होतं तरी त्याच्या मनात खळबळ उडाली होती. हिला आपण कुठे पाहिलं? ...ही ओळखीची का वाटते? बराच वेळ विचार केल्यावर त्याला एकदम आठवलं. अमेरिकन अध्यक्षांची निवडणूक होत असताना त्या निवडणुकीतील प्रचार साहित्याचा त्यानं बराच अभ्यास केला होता. श्रीमान ॲन्ड्र्यू ब्रॅडफोर्ड यांच्या पत्नीचे फोटो प्रचार-पत्रिकेत त्यानं अनेक वेळा पाहिले होते. निश्चित तीच; बिली ब्रॅडफोर्ड! त्याच्या मनानं त्या चेहऱ्याची ओळख पटवल्यावर तो एका नव्या जाणीवेनं व्हेराकडे पाहू लागला. त्याचं नाटकातील लक्ष उडालं. सारं चित्त बिली ब्रॅडफोर्डचे फोटो व प्रत्यक्षातील व्हेराचं बोलणं-चालणं, अंगलट यांवर केंद्रित झालं...

...नियतीनं हा एक विलक्षण खेळ खेळला होता. केसांची लांबी आणि वळणं, साधारण अंगलट सोडली तर समोरील नटी ही बिली ब्रॅडफोर्डच होती. तो आपल्या कल्पनातरंगात रंगून जाऊन व्हेराची पाहणी करत असतानाच नाटक संपलं.

नाटक संपल्यानंतर जनरल इव्हॉन पेट्रॉव्हनं तिला भेटण्याची इच्छा दर्शविली. नाटक कंपनीच्या मॅनेजरनं मोठ्या अदबीनं त्याला स्टेजमागच्या रंगपटात नेलं. तिथं नाटकातली पात्रं आपला पोषाख उतरवत होती. ती आलेल्या पाहुण्यांकडे आदरानं पाहू लागली. पण त्यांच्याकडे लक्ष न देता पेट्रॉव्ह सरळ व्हेरा व्हाविलोवा होती त्या जागी गेला. तो नम्र आवाजात तिला म्हणाला,

'मला तुमच्या कामाबद्दल तुमचं अभिनंदन करायचं आहे.'

'तुमच्या कौतुकाबद्दल मी ऋणी आहे,' व्हेरा विनयानं म्हणाली.

'माफ करा! पण तुम्ही कधी अमेरिकेत होता का? नीट आठवून सांगा,' जनरल इव्हॉन उत्सुकतेनं म्हणाला.

'अमेरिकेत? छे, छे! कधीच नाही.' व्हेरा उत्तरली.

'मग तुमचे कोणी नातेवाईक अमेरिकेत आहेत का? बहीण वगैरे?' पेट्रॉव्हनं पुन्हा विचारलं.

'छे! अहो, माझे आईवडील युक्रेन प्रांतातील. कीव्हपासून चौदा मैलांवर असलेल्या ब्रोव्हारी गावी आम्ही राहतो. अमेरिका तर सोडाच पण अजून मॉस्को पर्यंतसुद्धा ते आलेले नाहीत. माझ्या आजीनं बराच प्रवास केला होता. त्यानंतर कुटुंबात मीच थोडा प्रवास करू शकले. माझं शिक्षण मॉस्कोत झालं,' व्हेरा म्हणाली.

'आश्चर्य आहे! तुम्हाला इंग्लिश बोलता येतं का?' पेट्रॉव्हनं विचारलं.

'हो, हो! जनरल, मी उत्तम इंग्रजी बोलू शकते. मला फ्रेंचही येतं. फक्त माझं इंग्रजी अमेरिकन उच्चारातील आहे. शेपकिन नाट्यशाळेत माझं इंग्रजी शिक्षण झालं. माझ्या शिक्षकांचं शिक्षण अमेरिकेत झालं होतं. मी एक हजार तास बोलण्याचा सराव केला आहे. माझ्या शिक्षकांच्या मते माझं इंग्रजी इतकं उत्तम आहे की ते बोलू लागल्यावर मी रशियन आहे हे ओळखताच येत नाही,' व्हेरा स्मितपूर्वक म्हणाली.

'खरंच, फार छान!' पेट्रॉव्ह म्हणाला. तिच्या ह्या सांगण्यामुळे आपणास आनंद का होत आहे, हे मात्र त्याला समजतं नव्हतं.

दोन तासांनंतर विमानानं मॉस्कोला जाताना त्याच्या डोळ्यासमोर बिली ब्रॅडफोर्ड व व्हेरा व्हाविलोवा यांचे चेहरे एक झाल्यासारखे दिसले- आणि त्याच क्षणी त्याला एक अद्‌भुत योजना स्फुरली.

त्यासाठी अजून दोन महिने वाट पाहायला हवी, त्यानं स्वत:ला बजावलं. दोन महिन्यांनी होणाऱ्या नोव्हेंबरमधील अमेरिकेच्या अध्यक्षीय निवडणुकीत ॲन्ड्र्यू

ब्रॅडफोर्ड हे अध्यक्ष म्हणून निवडले गेले तर बिली ब्रॅडफोर्ड ही अमेरिकेची प्रथम क्रमांकाची स्त्री म्हणून व्हाईट हाऊसमध्ये जाणार होती. मग व्हेराच्या व त्यांच्या साम्यातून काही योजना निर्माण होणार होती. पण दोन महिन्यांनी असलेल्या निवडणुकीपर्यंत थांबणं आवश्यक होतं.

त्याला इतर कामं फार असल्यानं त्यानं त्याच्या सहाय्यकांपैकी ॲलेक्स याला बोलावलं होतं. सहा वर्षांपूर्वी, फक्त अमेरिकेच्या सर्व राजकारण, समाजजीवन, खेळ, प्रासंगिक घटना यांची तपशीलवार माहिती (लष्करी तयारी संबंधीच्या माहितीव्यतिरिक्त) समजावून घेण्यासाठी केजीबीच्या मुख्य कार्यालयात एक स्वतंत्र खातं उघडण्यात आलं होतं. त्या खात्यातील बहुतेकांचा जन्म अमेरिकेत व काही शिक्षण तिथेच होऊन त्यांना नंतर रशियात आणण्यात आलं होतं. त्या खात्याचा प्रमुख ॲलेक्स राझीन हा होता. छत्तीस वर्षांच्या या आकर्षक तरुणानं गेली बारा वर्षं केजीबीमध्ये निष्ठेनं काम केलं आणि त्याच्या गुणांचं चीज होऊन जनरल पेट्रॉव्हचा सहाय्यक म्हणून त्यानं बढती मिळवली होती. तो तीव्र बुद्धीचा होता. त्याला बोलावून जनरल पेट्रॉव्हनं अमेरिकन निवडणुकीची संपूर्ण माहिती गोळा करायला सांगितली. रोजच्या रोज अहवाल देण्यासही बजावलं. ही कामगिरी राझीनच्या आवडीची होती. पेट्रॉव्हचा जरी आपल्या सहाय्यकावर विश्वास होता तरी, अमेरिकेतील निवडणुकीमध्ये इतकं लक्ष घालण्याचं काय कारण आहे, हे तो कोणाजवळ बोलला नाही.

अमेरिकन अध्यक्षीय निवडणुकीविषयी त्याला वाटणारी उत्सुकता एक दिवशी इतकी अनावर झाली की त्यानं ॲलेक्स राझीनला बोलावून श्री. अँड्र्यू ब्रॅडफोर्ड यांच्या प्रतिस्पर्ध्याविषयी केजीबीच्या हस्तकांकरवी काही कंड्या उठवून त्यांची लोकप्रियता कमी करण्याच्या योजनेबद्दल विचार केला. पण राझीननं या योजनेला विरोध केला. त्या कंड्या रशियन हस्तकांकरवी उठवल्या जात आहेत, हे जर कोणी शोधून काढलं असतं (आणि शक्यता बरीच होती) तर बरोबर विरुद्ध परिणाम झाला असता. राझीनचा हा विचार पटल्यानं जनरल स्वस्थ निरीक्षण करीत राहिला होता. पण मनातून मात्र तो अधीर, अस्वस्थ झाला होता.

इलेक्शनचा निर्णय लागून अँड्र्यू ब्रॅडफोर्ड अध्यक्ष म्हणून निवडून आल्याचं त्यानं जेव्हा ऐकलं, त्या वेळी त्याची ही अधीरता व अस्थिरता एकदाची संपली. त्याला एक अंतरीचं समाधान प्राप्त झालं... आता बिली ब्रॅडफोर्ड अमेरिकेच्या अध्यक्षांची पत्नी म्हणून व्हाईट हाऊसमध्ये जाणार होती आणि निसर्गाच्या एका विलक्षण योगायोगानं, तिच्यासारखी हुबेहूब दिसणारी एक स्त्री रशियाजवळ होती.

मनात येणाऱ्या स्वैर, बेबंद विचारांना आळा घालून शांतपणे काही प्रत्यक्षात आणण्याची योजना आखायला हवी होती.

यातील कल्पनेचा भाग किती व त्याची शक्यता किती, ह्याचा जेव्हा तो विचार करू लागला तेव्हा त्याला आयतंच उत्तर सापडलं. एखाद्या जागतिक संकटाच्या वेळी किंवा अमेरिका आणि रशिया यांच्यामधील संभाव्य भयानक संघर्षाच्या वेळी काही काळ जर अमेरिकन अध्यक्षांच्या पत्नीला दूर ठेवून त्या जागी रशियातील त्या युक्रेनियन तरुणीला तो ठेवू शकला, तरी खुद्द अध्यक्षांची अत्यंत महत्त्वाची गुपिते जाणून घेण्याचा राजरस्ता रशियन हेरखात्याला मिळणार होता. अशा तऱ्हेनं खास अध्यक्षांच्या शयनगृहातून गुपिते समजल्यास रशियाचा कल्पनातीत फायदा होणार होता. जागतिक राजकारणावरही त्यामुळे परिणाम घडून येण्याची शक्यता होती.

उद्देश व ध्येय निश्चित झालं होतं. सुरुवात कशी करायची हाच प्रश्न होता. या प्रश्नाचे त्यानं तीन विभाग केले. १) अशा तऱ्हेने अमेरिकेच्या अध्यक्षांच्या पत्नीसारखी दुसरी स्त्री घडविणे शक्य आहे का? २) शक्य झाल्यास ती कशी व किती दिवस अध्यक्षांना फसवू शकेल? ३) ह्या कामगिरीला पार्टी, सेक्रेटरी, पंतप्रधान यांची संमती मिळू शकेल का?

त्यानं सर्वांत पहिला प्रश्न सोडवायचं ठरवलं. व्हेरा व्हाविलोवा हिला मॉस्कोला येऊन त्याला भेटण्याचा ताबडतोब हुकूम दिला.

त्यानं तिच्या भेटीच्या वेळी ॲलेक्स राझीन यालाही आपल्याजवळ बसवून घेतलं आणि व्हेराला खोलीत बोलावलं. ती आत येत असताना तिच्यामधील व बिलीमधील विलक्षण साम्य पाहून त्याला पुन्हा एकदा आश्चर्य वाटलं. पण तो राझीनचा चेहरा निरखीत होता. कारण त्याच्याप्रमाणेच ॲलेक्स राझीनसुद्धा बिली ब्रॅडफोर्डची छायाचित्रे पाहत असे. व्हेरा ते बसलेल्या दालनात आली आणि तिनं दोघांनाही अभिवादन केलं. राझीनच्या चेहऱ्यावरही आश्चर्याचे भाव उमटले, हे पाहून पेट्रॉव्हला आनंद झाला. आपले विचार बरोबर आहेत याची त्याला खात्री पटली. या दोघांना आत्ताच मनातील योजना सांगायची का नाही याबद्दल त्यानं विचार केला. एवढ्यात सांगू नये अशा निर्णयाप्रत तो आला. मात्र काहीतरी अन्य लटकं कारण सांगणं आवश्यक होतं.

'मॉस्कोमध्ये तुझं स्वागत असो!' पेट्रॉव्ह व्हेराकडे पाहात म्हणाला, 'तुला आपल्या पहिल्या भेटीची आठवण असेलच! बस ना!'

'वा! आपली पहिली भेट व अभिनंदन मी कसं विसरेन?' व्हेरा बसत म्हणाली.

'तुला इथं का बोलावण्यात आलं आहे हे सांगतो. तू कधी बिली ब्रॅडफोर्ड या महिलेचं नाव ऐकलं आहेस?' पेट्रॉव्हनं विचारलं.

'नाही,' व्हेरा म्हणाली.

'लवकरच तू ऐकशील. ती पुढील महिन्यातच अमेरिकेतील एक प्रसिद्ध अशी स्त्री होईल. ती अमेरिकन अध्यक्षांची पत्नी म्हणून पुढील महिन्यात व्हाईट हाऊसमध्ये

राहायला जाईल,' पेट्रॉव्ह म्हणाला.

व्हेरा शांतपणे ऐकत राहिली. पेट्रॉव्ह पुढे म्हणाला, 'मी तुला त्या दिवशी रंगपटात भेटायला आलो आणि तुला मॉस्कोमध्ये बोलावून घेतलं, याचं कारण तुम्हा दोघींमध्ये फार विलक्षण साम्य आहे. ह्या सारखेपणाचा रशियन सरकारला उपयोग होण्यासारखा आहे. स्पष्टच सांगायचं तर आम्ही बिली ब्रॅडफोर्डच्या जीवनावर एक चित्रपट काढायचं ठरवलं आहे. वार्तापट समज. आणि तिचं काम तू करावंस अशी आमची इच्छा आहे.'

'मला हे काम स्वीकारणं फार सन्मानाचं वाटेल,' व्हेरा उत्साहानं म्हणाली.

'तुला हे काम स्वीकारायचं असेल तर आणखी काही जबाबदारी तुझ्यावर पडेल. ती अशी की तू आता जे काम करत आहेस, ज्या लोकांत वावरते आहेस त्या सर्वांना सोडावं लागेल, आणि इथं येऊन राहावं लागेल. ह्या कामासाठी तुला पूर्वीचं सारं विसरून सर्वस्वी हीच भूमिका इथं जगावी लागेल,' पेट्रॉव्ह थोडं गंभीर होत म्हणाला.

'हे सर्व मी कबूल केलं तरी मला प्रथम मी ज्या डायरेक्टरच्या हाताखाली काम करते...'

'त्याची तू काळजी करू नकोस,' तिला मधेच अडवत पेट्रॉव्ह म्हणाला. 'तुला आतापर्यंत जो सर्वांत जास्त पगार मिळाला असेल, त्याच्या चौपट पगार देण्यात येईल. आणि मॉस्कोमध्ये तुझी राहण्याची उत्तम सोय केली जाईल. तिथला तुझा सर्व खर्च सरकार करील.'

'केवळ बिली ब्रॅडफोर्डचं काम करण्यासाठी?' व्हेरा पुटपुटली, 'हा चित्रपट कुठे दाखवला जाईल?'

'त्याची तू काळजी करू नकोस! हळूहळू तुला आणखी काही गोष्टी सांगण्यात येतील. बरं एक सांग, तुझं लग्न झालं आहे का तू एखाद्या प्रियकराबरोबर राहते आहेस?' पेट्रॉव्हनं विचारलं.

'प्रियकर किंवा पती ह्यापैकी कोणीच नाही!' व्हेरा हसत म्हणाली.

'फारच छान! कारण ही योजना फार गुप्त आहे. म्हणजे सध्यातरी. तू इथे का राहत आहेस व काय करत आहेस याची तुझ्या जवळच्या नातेवाईकांनासुद्धा माहिती होता कामा नये. थोडक्यात, तुला सर्वांशी संबंध तोडावे लागतील. त्याच्या बदल्यात मी तुला आश्वासन देतो की ही योजना पुरी झाल्यावर तुला सोव्हिएट युनियनमधील एक उत्तम अभिनेत्री बनवण्यात येईल. बोल, विचार करून उत्तर दे. तयार आहेस का?' पेट्रॉव्ह गंभीरपणे म्हणाला. क्षणभर शांतता पसरली. कोणीच बोललं नाही.

'मला निर्णयाचं स्वातंत्र्य आहे का?' व्हेरानं विचारलं.

'हो!' पेट्रॉव्ह म्हणाला.

'मग माझा होकार आहे. माझ्या देशासाठी काहीही करण्याची माझी तयारी आहे,' व्हेरा उत्तेजित स्वरात म्हणाली.

पेट्रॉव्ह टेबलावर बोटं वाजवून आवाज करीत विचारात गढून गेला.

'उत्तम!' तो थोड्या वेळानं म्हणाला, 'तू आता काही वेळ पलिकडच्या खोलीत जा. राझीन तुला थोड्या वेळानं पुढील सूचना देईल,' पेट्रॉव्ह म्हणाला.

व्हेरा उठून बाहेर गेली. थोड्या वेळानं पेट्रॉव्ह राझीनकडे वळून म्हणाला, 'राझीन तुला काय वाटतं?'

'कोणाविषयी? तिच्याबद्दल म्हणाल तर ती जवळजवळ बिलीसारखीच दिसते, पण काही बदल करायला पाहिजेत. मुख्य म्हणजे केस अजून भरपूर लांब हवेत. तिच्या हनुवटीवर असणारी ती जखमेची खूण घालवायला हवी. आणि नाक थोडं अपरं करायला हवं. हे बदल केल्यावर ती दुसरी बिली ब्रॅडफोर्डच होईल,' राझीन म्हणाला.

'मी सांगितलेल्या चित्रपटाच्या योजनेवर ती विश्वास ठेवील का?'

'शक्यता बरीच आहे,' राझीन म्हणाला.

'तुझा विश्वास बसला का?' पेट्रॉव्हनं विचारलं.

'फिल्म योजनेसंबंधी मी जरा साशंकच आहे. मी गेली बारा वर्ष केजीबीत काम करत आहे.' राझीन उत्तरला.

पेट्रॉव्ह हसला. थोड्या वेळानं म्हणाला, 'राझीन, मीच ही योजना अजून पक्की ठरविली नसली, तरी तिची सुरुवात करीत आहे. माझ्या हाताखाली तूच या योजनेचा मुख्य अधिकारी म्हणून काम पाहायचं आहे. तू असं कर-तिच्या घरी व कामाच्या ठिकाणी, सरकारी महत्त्वाच्या कामासाठी तिला ठेवून घेतल्याचं कळव. तिच्या राहण्याची उत्तम व्यवस्था कर. तिच्यासाठी युनिव्हर्सिटीजवळचा बंगलाच घे ना! तिच्या राहण्याची कायम सोय करण्यासाठी लवकरच एक बंगला काही आठवड्यात बांधण्यात येईल. पण आजपासून ती फारशी कोणाच्या दृष्टीस पडणार नाही याची व्यवस्था कर. उद्या आपण भेटू तेव्हा व्हेरा व्हाविलोवाला बिली बनवण्याच्या कामास सुरुवात करू.'

प्रथम राझीननं न्यूयॉर्क व वॉशिंग्टनमधील त्याच्या हस्तकांकरवी बिली ब्रॅडफोर्डचे सर्व फोटो मागविले. त्यावरून पायाच्या घोट्यापासून केसांपर्यंत तिची मापं घेण्यात आली. टेलिव्हिजनवरील चित्रपट आणून तिच्या हालचालींच्या तऱ्हा, विशिष्ट सवयी नोंदण्याचा अभ्यास करण्यास सुरुवात झाली. तिच्या भाषणाच्या व संभाषणाच्या टेप्स ताबडतोब जमा झाल्या; आणि तिची शब्दयोजना, बोलण्याच्या लकबींची प्रत्येक छटा नोंदण्यास प्रारंभ झाला.

ॲलेक्स राझीनची ही तयारी होत असताना पेट्रॉव्ह एका वेगळ्या योजनेला आकार देत होता.

मॉस्कोपासून पंधरा किलोमीटरवर असणाऱ्या विमानतळाच्या रस्त्याला लागून असलेल्या जंगलाच्या मागे पाच एकर जागा ताब्यात घेण्यात आली. तिथे जाण्यासाठी नवीन रस्ता बांधण्यात आला. त्या पाच एकर जागेवर सिनेमाचा सेट उभारतात त्याप्रमाणे स्वस्त वस्तू वापरून अंतर्बाह्य हुबेहूब अमेरिकन राष्ट्राध्यक्षांचं निवासस्थान, व्हाईट हाऊस बनवण्यात आलं. त्या पाठीमागच्या जागेत एक बारीकशी बंगली बांधून त्यात एक सिनेमागृह बांधण्यात आलं. व्हाईट हाऊसमधील तांबडी खोली, अध्यक्षांचं भोजनगृह, शय्यागृह, लिंकन यांचं शय्यागृह, पिवळी गोल खोली-सारं सारं पडद्यापासून गालिच्यापर्यंत तिथल्याप्रमाणे बनवण्यात आलं. ते बनल्यावर व्हेरा त्या घरात राहावयास गेली. व्हाईट हाऊसच्या भोवती शंभर मीटरवर लाकडी कंपौंड बांधून कोणालाही आतलं काही दिसणार नाही आणि कोणी आत प्रवेश करणार नाही अशी व्यवस्था करण्यात आली. हे सारं पूर्ण होईपर्यंत ॲलेक्स राझीननं त्याचं काम पुरं केलं होतं.

बिली ब्रॅडफोर्डची शारीरिक मापं मोठी आकर्षक होती. उंची पाच फूट सहा इंच, छाती चौतीस इंच, पोट तेवीस व नितंब चौतीस इंच. वजन एकशे दहा पौंड.

व्हाईट हाऊसचा सेट पूर्ण झाल्यावर राझीन व्हेराला म्हणाला, 'उद्या तू तुझ्या नवीन निवासस्थानात राहायला सकाळी आठ वाजता जाण्याची तयारी ठेव. नंतर चित्रपटाच्या शूटिंगला सुरुवात करू.'

'म्हणजे खरोखर चित्रपट होणार आहे तर!' व्हेरानं थोडंसं खिजवल्यासारखं विचारलं.

गेल्या काही आठवड्यांच्या सहवासानं तो तिच्यावर मोहित झाला होता. पण व्यावसायिक अलिप्तता ठेवत तो म्हणाला, 'तसंच समज. आणि आता तू तारका बनणार!'

चार आठवड्यांनंतर जेव्हा फिल्म पुरी झाली तेव्हा जनरल पेट्रॉव्हनं पंतप्रधानांना दुसऱ्या दिवशी क्रेमलिनच्या सिनेमागृहात अर्धा तास वेळ ठेवून महत्त्वाच्या कामासाठी भेटण्याची 'अपॉइंटमेन्ट' घेतली.

पंतप्रधान नेहमी सावधपणे व न गोंधळता बोलत. त्यांनी म्हटलं, 'सिनेमागृहात? मला सिनेमा बघायला वेळ नाही.'

'पण ही फारच महत्त्वाची बाब आहे,' पेट्रॉव्ह थोडा अजीजीनं म्हणाला.

'मी तर सकाळी आणि दुपारी अगदी पूर्ण गडबडीत आहे,' पंतप्रधान नाराजीनं म्हणाले.

'मग संध्याकाळी?' पेट्रॉव्हनं उत्सुकतेनं विचारलं.

संध्याकाळी पंतप्रधानांबरोबर पॉलिट ब्यूरोचे सभासद जेवायला येणार होते. पण पेट्रॉव्हनं त्यांनाही घेऊन यायला सांगितल्यावर दुसरे दिवशी संध्याकाळी साडेसात वाजता सिनेमागृहात सर्वांनी भेटायचं ठरलं.

दुसऱ्या दिवशी सात अठ्ठावीसला पेट्रॉव्ह व अॅलेक्स राझीन क्रेमलिनच्या सिनेमागृहात दाखल झाले. अॅलेक्सनं मशीनजवळ थांबून ऑपरेटरला महत्त्वाच्या सूचना दिल्या. सात चौतीसला आलेल्या पंतप्रधान व पॉलिट ब्यूरोच्या सभासदांचं स्वागत करण्यात पेट्रॉव्ह गुंतला. पंतप्रधानांनी बसता बसता पेट्रॉव्हकडे पाहात विचारलं, 'ठीक, आम्ही इथे तर आलो, काय काम आहे असं महत्त्वाचं?'

'आपल्या कल्पनेतसुद्धा येणार नाही अशी एक योजना आखण्याचा आमचा विचार आहे,' पेट्रॉव्ह नम्रतेनं म्हणाला, 'ती यशस्वी झाली तर इतिहासावर त्याचा फार मोठा परिणाम होईल. आपण प्रथम दोन फिल्मस् पाहा. मग आपण योजनेबद्दल बोलू.'

सिनेमागृहात अंधार झाला आणि पडद्यावर अमेरिकेच्या व्हाईट हाऊसचं चित्र दिसू लागलं. नंतर आतल्या खोल्या दिसू लागल्यावर, लिंकनच्या शय्यागृहात, अत्यंत सुंदर कपड्यात आकर्षक रीतीनं वाचत बसलेली अध्यक्षांची पत्नी बिली ब्रॅडफोर्ड दिसू लागली. नंतर काही लोक त्या खोलीत आले आणि त्यांच्याबरोबर ती हसत खेळत, संभाषण करत, इतर स्त्रियांशी सलगीनं थट्टा-विनोद करत, सर्व व्हाईट हाऊसच्या दालनात फिरताना दाखवण्यात आली.

'ही तर नुकतीच अमेरिकन टेलिव्हिजनवर दाखवण्यात आलेली फिल्म आहे. अमेरिकेची पहिली स्त्री बिली ब्रॅडफोर्ड, प्रतिष्ठित पण कुतूहल असणाऱ्या पाहुण्यांना फिरून व्हाईट हाऊस दाखवताना ती घेतलेली आहे. आमचे गुप्तहेर खात्याचे प्रमुख फिल्म डिस्ट्रिब्यूटरचा उद्योग कधीपासून करू लागले?' पंतप्रधानांनी चेष्टेनं विचारलं. ब्यूरोचे सर्व सभासद हसले.

'थांबा, आणखी एक फिल्म पाहा, मग आपण बोलू.' पेट्रॉव्ह पण हसत म्हणाला. त्याचबरोबर सिनेमागृहात पुन्हा अंधार झाला.

पुन्हा व्हाईट हाऊसमधील लिंकनचं शय्यागृह दिसू लागलं. लोक आले; वाचत बसलेली बिली ब्रॅडफोर्ड उठली. पाहुण्यांचं स्वागत करून तिनं व्हाईट हाऊसमधील दालनं, त्यांतील चित्रं, पुतळे, त्यांचं महत्त्व पाहुण्यांना समजावून सांगण्यास सुरुवात केली. पहिलीच फिल्म पुन्हा दाखवण्यात येत होती. पंतप्रधान जरा चिडल्यासारखे झाले.

'पेट्रॉव्ह, तुला वेड लागलं आहे का? एकच फिल्म दुसऱ्यांदा दाखवून आमचा वेळ का घालवतो आहेस? दुसऱ्या कोणीही असं केलं असतं तर मी त्याला वेड्याच्या हॉस्पिटलमध्ये टाकलं असतं!' ते म्हणाले, 'तुला ह्या वागणुकीचा

खुलासा करावा लागेल.'

'थांबा! मी खुलासा करतो,' पेट्रॉव्ह म्हणाला.

'मला तो ताबडतोब पाहिजे,' पंतप्रधान चिडून म्हणाले.

तेवढ्यात फिल्म संपली. पेट्रॉव्ह पंतप्रधानांजवळ सरकून हलकेच म्हणाला, 'कॉम्रेड किरचेन्को! तुम्ही एकच फिल्म दोनदा पाहिलीत अशी तुमची खात्री आहे ना?'

'मी काय आंधळा आहे अशी तुझी समजूत आहे का?' पंतप्रधान रागानं म्हणाले.

'पहिल्या आणि दुसऱ्या फिल्ममध्ये अमेरिकेची पहिली स्त्रीच होती अशी तुमची खात्री आहे? वाटल्यास पुन्हा दाखवतो,' पेट्रॉव्ह म्हणाला.

'पुन्हा दाखवण्याची जरुरी नाही. दोन्ही फिल्म्समध्ये अमेरिकन अध्यक्षांची पत्नी बिली ब्रॅडफोर्डच आहे. तीच फिल्म पुन्हा दाखवण्यात आली आहे,' पंतप्रधान जवळजवळ ओरडले.

'माफ करा, पण तुम्ही चूक करत आहात. पहिल्या फिल्ममध्ये खरोखरच बिली ब्रॅडफोर्ड आहे व ती अमेरिकन टेलिव्हिजनवर दाखवण्यात आलेली फिल्म आहे. पण दुसऱ्या फिल्ममधील स्त्री मात्र बिली ब्रॅडफोर्ड नाही. ती एक रशियन नटी, व्हेरा व्हाविलोवा आहे. आणि ती फिल्म मॉस्कोजवळ उभारलेल्या व्हाईट हाऊसमध्ये चित्रित करण्यात आली आहे,' पेट्रॉव्ह शांतपणे म्हणाला.

पंतप्रधान, पॉलिट ब्युरोचे सभासद यांना बसलेला धक्का आणि आश्चर्य यांच्यातून ते बराच वेळ सावरले नाहीत. शेवटी थोड्या वेळानं ते पेट्रॉव्हकडे वळून म्हणाले, 'तू आमची थट्टा करत आहेस!'

'मी सत्य तेच सांगतो आहे. दुसऱ्या फिल्ममधील स्त्री ही खरोखरच रशियन नटी व्हेरा व्हाविलोवा आहे. आणि ती जे घर दाखवत आहे, ती रशियात उभारविलेली व्हाईट हाऊसची प्रतिकृती आहे,' पेट्रॉव्ह म्हणाला, 'माझा सहकारी राझीन तुम्हाला खात्री देऊ शकेल.'

पॉलिट ब्युरोचे एक सदस्य गॅरेनिन म्हणाले, 'विलक्षण आहे!'

पंतप्रधान म्हणाले, 'हे अशक्य वाटतं, पण तुझ्यावर विश्वास ठेवायला हवा. तुझी या पाठीमागे काय योजना आहे? हे सारं कशासाठी?'

'माझी योजना फार धाडसाची व फसवणूक करण्याची आहे. पुढील काही वर्षांत आपला अमेरिकेशी संघर्ष होणं अटळ आहे. कदाचित तो कोरियावरून होईल किंवा इराणवरून होईल. त्या वेळी एक त्यांना किंवा आपल्याला, कोणाला तरी माघार घ्यावी लागेल किंवा हे नाही घडलं तर युद्ध भडकेल. आपण सर्वच हे जाणतो. अशा आणीबाणीच्या, निकडीच्या वेळी आपला विजय निश्चित करण्यासाठी

आपण आता जे पाहिलं ते आपल्या हातातील सर्वांत मोठं शस्त्र होऊ शकेल.' पेट्रॉव्ह शांतपणे तथापि एक एक शब्द खंबीरपणे उच्चारत बोलत होता. 'आपण रशियातील ही हुबेहूब बिली ब्रॅडफोर्डसारखी दिसणारी स्त्री जर बिलीऐवजी व्हाईटहाऊसमध्ये बदली करून ठेवली-वाटल्यास काही काळापुरतीच म्हणा-तर अमेरिकेचा अध्यक्ष आपल्याविरुद्ध ज्या योजना आखील, त्या, अशी अभूतपूर्व हेरगिरी करून आपण समजावून घेऊ शकू. त्यांचे प्रत्येक बेत, शत्रूच्या गुप्त हालचाली आपणास आधी कळतील. आपल्या विजयाची निश्चिती होईल.'

बराच वेळ सर्वत्र शांतता पसरली.

शेवटी पंतप्रधान हलक्या आवाजात सर्वांना म्हणाले, 'पण प्रत्यक्षात असं घडू शकेल का?'

'ही जबाबदारी ती नटी पार पाडेल का याचीच तुम्हाला शंका आहे ना?' पेट्रॉव्हनं विचारलं.

'हो!' पंतप्रधान म्हणाले.

'तिला संधी दिली तर ती अवश्य पार पाडील, अशी माझी खात्री आणि विश्वास आहे. ही योजना मला कशी स्फुरली व आम्ही काय काय केलं ते सांगतो,' पेट्रॉव्ह म्हणाला. पुढे कुठलाही अडथळा न येता तो पाऊण तास सर्व माहिती देत राहिला. वेळेचं भान कोणालाच राहिलं नाही. शेवटी पेट्रॉव्ह म्हणाला, 'माझं सर्व सांगून झालं. आता पुढील मार्गदर्शन तुम्ही करा.'

'मी काय मार्गदर्शन करणार? असं काम करू शकणारी एक स्त्री आपल्या जवळ आहे, एवढंच मी आता ओळखतो. पण दहा-पंधरा मिनिटांच्या फिल्ममध्ये काम करणे ही एक गोष्ट आणि सतत दोन किंवा तीन आठवडे एक भूमिका वठवणे ही वेगळी गोष्ट. फिल्म करताना वागणं चुकलं तर बदलता येतं. पण प्रत्यक्ष व्यवहारात थोडीशी चूक झाली तरी दुरुस्त कशी करणार?' पंतप्रधान दबलेल्या आवाजात म्हणाले.

'कॉम्रेड किरचेन्को, सबंध चित्रीकरण करताना तिनं एकही चूक होऊ दिली नाही. बारीकशीसुद्धा चूक आम्हाला आढळली नाही. तिचा आत्मविश्वास मोठा आहे. काही मिनिटंच नव्हे तर काही आठवडे जरी तिला बिली ब्रॅडफोर्डची भूमिका करावी लागली, तरी ती सहज करू शकेल,' पेट्रॉव्ह धाडस करून म्हणाला, 'तिच्याबद्दलचा माझा हा विश्वास अनाठायी नाही. माझ्या आत्तापर्यंतच्या नोकरीची बाजी लावायला माझी तयारी आहे.'

पंतप्रधानांनी शांतपणे केजीबी प्रमुखाकडे पाहून निरीक्षण केलं. 'तिच्या हातून चूक झाली तर तुझ्या गळ्याला फास लागेल, हे लक्षात असू दे,' ते म्हणाले.

'मी ते ओळखून आहे,' पेट्रॉव्ह म्हणाला.

'कदाचित ही फसवेगिरी उघडकीस आली तर तुझं राष्ट्र, सारा समाज यांना धोका पोचण्याची शक्यता आहे,' पंतप्रधान सावधगिरी दाखवत म्हणाले.

'तेही मला माहीत आहे,' पेट्रॉव्ह म्हणाला.

'तरीही तू ह्या योजनेचा पाठपुरावा करतोस?' पंतप्रधानांनी विचारलं.

'मी पाठपुरावा या परमविश्वासावर करतो की, तिच्या हातून चूक होणार नाही, ह्याची मला खात्री आहे. ती जो आपला फायदा करून देईल, तितका फायदा दुसऱ्या कोणत्याही मार्गानं होणार नाही. त्यांच्या योजना, खलबतं, गुपितं, सारं आपल्यासमोर उघड होईल. धोका आहे हे निश्चित; पण शेवटी सर्वच महत्त्वाच्या ऐतिहासिक गोष्टी प्रथम धोकादायकच वाटतात.' पेट्रॉव्ह म्हणाला.

'एका बारीकशा चुकीनं सर्व जगात आपली नाचक्की होईल आणि युद्धाच्या काठावर आपल्याला ओढलं जाईल,' पंतप्रधान पुन्हा म्हणाले.

'दुसऱ्या तऱ्हेनं विचार केला त्यांचे बेत आपल्याला समजल्यानं होणारं युद्ध आपण टाळूही शकू, शिवाय असं करण्यात सोव्हिएट रशियाचा अमेरिकेवर वरचष्मा होईल,' पेट्रॉव्ह म्हणाला. पंतप्रधान विचारात गढून गेल्यासारखे दिसले. त्यांच्या कानाशी लागत गॅरेनिन म्हणाले, 'ही एक दुर्मिळ संधी आहे.'

त्यांच्या या सल्ल्याकडे दुर्लक्ष करून पंतप्रधान म्हणाले, 'पेट्रॉव्ह, तू तुमची बाजू पटवून देण्यात पटाईत आहेस. तुम्हाला माझ्याकडून काय पाहिजे?'

'ही योजना पुढे चालविण्यास तुमची परवानगी. अर्थात कुठल्याही क्षणी, अगदी शेवटच्या क्षणीसुद्धा ही योजना रद्द करण्याचे सर्वाधिकार तुम्हाला आहेतच. या योजनेसाठी लागणाऱ्या अवाढव्य खर्चाला तुमची मंजुरी हवी,' पेट्रॉव्ह विजयाचा आनंद मोठ्या प्रयासानं दाबत म्हणाला.

'दोन्ही गोष्टींना मी मान्यता दिली आहे,' पंतप्रधान निश्चयानं म्हणाले.

हे सारं तीन वर्षांपूर्वी घडलं होतं. आपल्या डेस्कमागे विचार करत बसलेला पेट्रॉव्ह वर्तमानकाळात आला. उद्यापासून योजनेला खरी सुरुवात होणार होती. त्याच्या घड्याळानं रात्रीचा एक वाजल्याचं सांगितलं. आता फक्त बहात्तर तास उरले होते...

तो उठला. थोडी विश्रांती घ्यावी म्हणून तो शेजारच्या दालनात गेला. आपल्या मनाला विश्रांती मिळणार नाही, हे त्याला समजत होतं. त्याच्या या एका आवडत्या धाडसी योजनेला आकार देण्यासाठी त्यानं एक विद्यापीठ तीन वर्ष चालवलं होतं. विद्यार्थिनी एकच होती. ती म्हणजे व्हेरा व्हाविलोवा. अभ्यासाचा विषय होता-बिली ब्रॅडफोर्ड. मुख्य शिकवणारा ॲलेक्स राझीन. इतर अनेक बारीक-सारीक शिक्षक होते, पण ते दुय्यम होते. तीन वर्षांच्या कठोर परिश्रमानंतर त्यांची विद्यार्थिनी

बाहेरच्या जगात उत्तम वावरून, दिलेल्या भूमिकेत यशस्वी होते का नाही, याची परीक्षा आता लवकरच होणार होती. इतक्या वर्षांत अनेक बिकट प्रसंगांना तोंड देऊनसुद्धा पेट्रॉव्हला आज अस्वस्थता वाटत होती. त्याच्या सारखाच रात्री जागणारा अॅलेक्स राझीन या वेळी त्याच्या ऑफिसमध्ये असेल का?

वर चवथ्या मजल्यावर आपल्या हिरव्या मोठ्या ऑफिसमध्ये काम आटोपून, अवाढव्य टेबलावर ब्रीफकेसचं झाकण लावताना अॅलेक्स विचारात गढला होता. आपल्याला उशीर होईल असं त्यानं व्हेराला सांगितलं होतं. आणि 'कितीही उशीर झाला तरी मी तुझ्यासाठी वाट पाहत जागी राहीन,' असं व्हेरानं पण त्याला सांगितलं होतं. आपल्या कामानंतर तिच्याबरोबर रात्र काढण्याच्या विचारानं निघताना त्याचे हात कापत होते. पुढील तीन-चार आठवड्यांत हीच एक रात्र त्यांची दोघांची अशी मिळणार होती.

त्याच्या मनावर फार मोठा ताण आला होता. व्हेराला शिकवण्यात, तिला बिली ब्रॅडफोर्ड म्हणून तयार करण्यात त्याचाच प्रमुख वाटा होता. मानवी संबंधांचा विचार केला तरी तिचं यश-अपयश हे आता त्याचंच होतं. तो त्रयस्थपणे पाहूच शकत नव्हता. कारण गेल्या तीन-चार वर्षांच्या काळात तो तिच्यावर जिवापाड प्रेम करू लागला होता. ह्या नवीन निर्माण झालेल्या संबंधानं एक मोठी जबाबदारी आणि ओझं त्याच्यावर येऊन पडलं होतं. तिची भूमिका शंभर टक्के बिनचूक झालीच पाहिजे; ती सुरक्षित राहिली पाहिजे, ह्या जबाबदारीच्या जाणीवेनं त्याच्या अंगातून भयाच्या लाटा येत होत्या.

दारावर टकटक करून जनरल पेट्रॉव्ह राझीनच्या ऑफिसमध्ये आला. व्हेराच्या गेल्या वेळच्या तालमीतील काही गोष्टींसंबंधी व पुढील योजनेसंबंधी त्यानं राझीनशी चर्चा करण्याची इच्छा प्रदर्शित केली. राझीनचं शरीर व्हेराशी होणाऱ्या मीलनासाठी उत्सुक झालं होतं. तरीही त्या योजनेवर पुन:पुन्हा विचार करणं म्हणजे व्हेरा सुरक्षित राहावी म्हणूनच प्रयत्न करणं आहे, ह्या विचारानं अॅलेक्स राझीन तयार झाला. तिला समजा झोप लागली तरी तिच्या सुरक्षेचा जो विचार होईल, तो आपण तिला उठवून सांगितल्यावर तिची आपण किती आटोकाट काळजी घेत आहोत, या विचारानं ती आनंदी होऊन तिच्या मीलनातील गोडी वाढेल, असं त्याला वाटलं.

'तू फार दमला नाहीस ना?' पेट्रॉव्ह आत येऊन बसत म्हणाला.

'ह्या कामासाठी आपल्याला दमून चालणार नाही,' राझीन म्हणाला. 'आपल्या तयारीमध्ये थोडीशीसुद्धा चूक राहू नये, म्हणून कितीही वेळा फेरविचार करावा लागला तरी माझी तयारी आहे.'

अॅलेक्सनं कपाटातून फाईल्स काढण्यास प्रारंभ केला, तेव्हा जनरल पेट्रॉव्ह म्हणाला, 'आपली योजना अगदी बिनचूक आहे. पण ती आपल्यातून नाहीशी

होण्याच्या आधी मला पुन:पुन्हा का विचार करावासा वाटतो, हेच समजत नाही.'

'आपल्यातून नाहीशी होण्याच्या अगोदर', हे शब्द ऐकल्याबरोबर राझीनच्या अंगातून भीतीची एक भावना जोरात उठली. मोठ्या प्रयासानं ती दाबून त्यानं एक मोठी फाईल कपाटातून काढून टेबलावर ठेवली. फाईलवर लिहिलं होतं: 'दुसऱ्या पत्नीची योजना.'

'पंतप्रधानांनी परवानगी दिल्यापासून, दर आठवड्याची प्रगती, आपण पाठवलेले अहवाल, मागवलेली व आलेली माहिती, सर्व बारीक-सारीक गोष्टी याच्यात आहेत,' ॲलेक्स म्हणाला.

'मी फक्त महत्त्वाच्या गोष्टी पाहतो. तुझ्याजवळ पेय आहे ना?' पेट्रोव्हनं विचारलं.

'हो, आहे ना. पण बर्फ नाही,' ॲलेक्स म्हणाला.

'बर्फानं पेय पातळ होतं!' असं म्हणत पेट्रॉव्हनं आपल्यासाठी आणि राझीनसाठी दोन ग्लास तयार केले. 'मला वाटतं आपण व्हाईट हाऊसची प्रतिकृती करण्यापासून सुरुवात केली. नंतर ते सबंधच बांधावं लागलं,' पेट्रॉव्ह म्हणाला.

'आपण जो खर्च कमी होण्यासाठी काही खोल्या कमी करण्याचा निर्णय घेतला त्याची काळजी वाटते. तिथे गेल्यावर तिचा गोंधळ होऊ नये, म्हणजे झालं,' राझीन म्हणाला.

'मी घराचा प्लॅन लक्षात ठेवीन, खोल्या बांधायची जरुरी नाही, असं तीच म्हणाली होती. आठवतं?' पेट्रॉव्ह म्हणाला.

त्यांचे वास्तुशास्त्रज्ञ व घर बांधणारे लोक यांनी सर्व व्हाईट हाऊस उभं करण्याच्या खर्चाचा अंदाज फार अवाढव्य सांगितला होता. म्हणून काही काटछाट करण्यात आली होती. त्याला उद्देशून तो बोलत होता. त्याच्या चेहऱ्याकडे पाहात पेट्रॉव्ह पुढे म्हणाला, 'पण वॉशिंग्टनमध्ये आपल्या हस्तकांची संख्या, ब्रॅडफोर्ड यांच्या जीवनाचा प्रत्येक क्षण टिपण्यासाठी दुप्पट केली आहे.'

त्या हस्तकांनी खरोखर अत्यंत महत्त्वाची अशी भरपूर माहिती मॉस्कोला पाठविली होती. बिली ब्रॅडफोर्ड हिच्या संभाषणाच्या, भाषणांच्या असंख्य टेप्स् व्हेराचं अमेरिकन-इंग्लिश बिलीसारखं करण्यासाठी पाठवण्यात आल्या. तिच्या प्रत्येक नवीन पोषाखाची प्रतिकृती मॉस्कोमध्ये बनवली जात होती. त्या कपड्यांचा तिला सराव व्हावा, हा हेतू. बिली ब्रॅडफोर्डच्या हालचालींच्या फिल्म्स्, व्हेरानं आपल्या हालचाली, चेहऱ्याचे हावभाव व वागण्याची व वावरण्याची तऱ्हा आत्मसात करावी, म्हणून सतत पुरवल्या जात होत्या. बिली संभाषणात कुठले शब्द कसे वापरते, कुठल्या म्हणी वापरते, कुठल्या तऱ्हेचे संदर्भ अधिक देते, तिच्या आवाजाला धार केव्हा येते, हे आत्मसात करण्यासाठी दररोज टेप्सचा ओघ

मॉस्कोकडे रवाना होत होता.

अमेरिकन अध्यक्षांच्या पत्नीच्या शरीरातील बारीक-सारीक बदलांचा मागोवा घेण्यात येत होता. एखादी नवी केशरचना, चेहेऱ्यावर दिसणारी तुरळक आठी, वजनात होणारे बारीकसे बदल, हे सारं टिपून त्याप्रमाणे व्हेरामध्ये बदल करण्यात येत होते. तिच्या शरीराची सामान्य लोकांना गुप्त असणारी माहिती पण मिळवण्यात आली होती. विमा कंपनीवर घाला घालून, तिच्या अंगात काही गुप्त विकार किंवा जखमा आहेत का, याची माहिती मिळवण्यात आली होती. व्हाईट हाऊसचे डॉक्टर, रेक्स कमिंग्ज यांच्या कागदपत्रांची गुप्त फोटो-कॉपी काढून तिची दातांची ठेवण, त्यातील दोष आणि सर्व अवयवांचे एक्सरेज्चे फोटो पण मिळवण्यात आले होते.

एवढी सर्व तयारी होऊनही पेट्रॉव्ह आणि राझीन अस्वस्थ होते. कपडे घातलेल्या बिलीसारखी व्हेराला बनवून सामान्य लोकांना फसवता येईल, पण ज्या लोकांसमोर तिला नग्न व्हावं लागतं, त्यांना कसं फसवता येईल? नग्न बिली कशी दिसते? तिच्या झाकलेल्या अंगावर काही खुणा आहेत का? काही समजत नव्हतं. राझीनला आठवलं होतं. पुढे ओनॅसिस झालेल्या जॅकेलिन केनेडीनं एकदा इटलीमध्ये खाजगी भेटीत नग्नपणे समुद्रकिनाऱ्यावर जलविहार केला होता. एका इटालियन फोटोग्राफरनं तिच्या सबंध देहाचे फोटो घेतले. नग्नपणे आंघोळ करताना तिचे नखशिखान्त फोटो घेतले होते. तिचे घोटीव असणारे बारीक स्तन; बारीक कमर आणि गोल नितंब, तिच्या योनीवर असणारे दाट केस, मांडीवरचा योनीशेजारील बारीक तीळ-सारं सारं टिपलं. तिच्या नग्न शरीराचा एक बारीकसा कण देखील असा नव्हता की जो फोटोत आला नव्हता.

मियामी येथील समुद्रकिनाऱ्यावर मॅलिबू गावी बिली केव्हा केव्हा जलविहारासाठी जाते, अशा अफवा अमेरिकेत पसरल्या होत्या. म्हणून या किनाऱ्यावर लक्ष ठेवता येईल, असं लांबवर एक घर बांधण्यात आलं. त्या घरात एका फोटोग्राफरला राहायला सांगण्यात आलं होतं. त्यानं तीन-चार महिने वास्तव्य केलं. पण त्याच्या प्रयत्नाला यश आलं नाही. एक दिवस अचानक त्याचं भाग्य उजळलं. इटलीचे परराष्ट्र मंत्री अमेरिकेत असताना त्यांच्याबरोबर त्यांच्या सिसिली बेटावर असणाऱ्या खाजगी घरात बिली ब्रॅडफोर्ड एक आठवड्याच्या सुट्टीसाठी गेली. त्या घराला लागूनच त्या घरमालकाचा तटबंदी केलेला खाजगी किनारा, समुद्रालगतच होता. तिथे पोहण्याची सोय होती. या वास्तव्यातील तिसऱ्याच दिवशी सकाळी चांगला सूर्यप्रकाश पडला होता आणि सकाळचं कोवळं ऊन अंगावर घेत जलविहार व सूर्यस्नानाचा आनंद मिळावा म्हणून बिली एक पातळ झगा घालून त्या खाजगी किनाऱ्यावर आली. तिनं हलकेच गाऊन काढला आणि ती संपूर्ण नग्न झाली.

वेगवेगळ्या पोझेस घेऊन ती सूर्यस्नान करू लागली. लांबवर समुद्रात एका मासेमारी बोटीवर बसवलेल्या शक्तिमान दुर्बिणीच्या एका रशियन कॅमेऱ्यानं ते सर्व टिपलं... बिली ब्रॅडफोर्डचे नग्नपणातील सर्व पोझेसचे फोटो केजीबीच्या ताब्यात आले. त्या फोटोंच्या, माणसाच्या आकृतिएवढ्या मोठमोठ्या प्रती काढण्यात आल्या.

त्या फोटोंजवळ तेवढ्याच आकाराचे व्हेराचे फोटो ठेवून राझीन सूक्ष्मदर्शक भिंगातून तपासणी करत होता. दोघींचे स्तन मोठाले व गोल होते. पण स्तनांच्या बोंडांचा आकार व तेथील व्हेराच्या स्तनांचा घाट बदलावयास हवा होता. बेंबी व पोटाचा आकार यात काहीच फरक नव्हता. बिलीच्या मांडीवरच्या बाजूला, पोटावर उजव्या बाजूला एक बारीकशी खूण होती. व्हेराला तशी नव्हती. योनीच्या वरच्या बाजूला असणाऱ्या केसांचा त्रिकोण हा बिली ब्रॅडफोर्डचा बराच मोठा; तिची योनी झाकणारे केस पण मोठे व जाड होते. व्हेराचे केस पातळ व तुरळक होते. राझीननं ताबडतोब तज्ज्ञ डॉक्टरांना बोलावून हा फरक दाखवला. व्हेराच्या केसांत आणखी नव्या केसांची लागवड करून त्यांचा मोठा त्रिकोण करण्यात आला. पोटावरची खूण ऑपरेशनची होती. त्यासाठी ऑपरेशन करणं आवश्यक होतं. पण त्याला मात्र व्हेरानं नकार दिला. आपलं नितळ पोट आहे तसंच ठेवण्याबद्दल तिनं हट्ट धरला.

पेट्रॉव्हनं इतके दिवस या योजनेचा मूळ उद्देश काय आहे हे राझीन आणि व्हेरापासून गुप्त ठेवलं होतं. पण तिनं ऑपरेशनला नकार देताच त्याची परिस्थिती अवघड झाली. मूळ उद्देश गुप्त ठेवून व्हेराचं संपूर्ण सहकार्य मिळवणं अशक्य आहे, याची त्याला जाणीव झाली.

एक दिवस त्यानं राझीन आणि व्हेराला त्यांच्या नकली व्हाईट हाऊसमध्ये मुद्दाम गाठून विचारलं :

'हे कुठल्या उद्देशानं चालू आहे, याचा काही अंदाज तुम्ही केला आहे का?'

'मी तर्कानं ओळखलं आहे, पण मला त्यासंबंधी काही बोलायचं नाही. अर्थात केवळ चित्रपट बनविणं हा केजीबीचा उद्देश नाही, हे नक्की,' राझीन व्हेराकडे वळून म्हणाला.

पेट्रॉव्हनं राझीन आणि व्हेराकडे एकदा शांतपणे दृष्टिक्षेप टाकून अंदाज घेतला. त्याला राझीनची काळजी नव्हती. तो केजीबीचा गेली बारा वर्ष एकनिष्ठ सेवक व त्याचा सहकारी होता. उलट व्हेरा नवीन होती. पण तिला विश्वासात घेतल्याशिवाय पुढची योजना शक्य नव्हती. त्यामुळे त्यानं गेल्या दोन-अडीच वर्षांतील सर्व घटनांचा उलगडा होईल, अशी समग्र माहिती आणि केजीबीचा उद्देश व्हेराला सांगितला. काहीही लपवलं नाही. सर्व सांगून झाल्यावर ती काहीतरी प्रतिक्रिया व्यक्त करील अशी त्याची अपेक्षा होती. पण ती अगदी स्वस्थ, निर्विकार बसून राहिली.

शांततेचा भंग करत जनरल पेट्रॉव्हनं उत्सुकतेनं व्हेराला विचारलं, 'मग ही योजना स्वीकारून यात भाग घ्यायची तुझी तयारी आहे ना?'

व्हेरा शांतपणे विचारपूर्वक म्हणाली, 'माझी तयारी आहे. इतकी मोठी, मानाची आणि विलक्षण चैतन्यमय भूमिका मला कधीच मिळणार नाही.' आणि ती ऑपरेशनलाही तयार झाली.

व्हेरा ऑपरेशन होऊन बरी होण्याच्या आधी अमेरिकेतून बिलीच्या दातांचे व जबड्यांचे एक्स-रे मॉस्कोत दाखल झाले. ते रशियातील उत्तम डेंटिस्टला दाखवण्यात आले. दोन्ही कवळ्या तपासल्यावर त्यानं आश्चर्य व्यक्त केलं. फक्त कवळी सुरू होते तेथील दोन दातांमध्ये थोडासा फरक होता. बाकी आकार, उंची इ. दोघींच्याही दातांची सारखी होती. या दोन दातांमध्ये असलेल्या बारीकशा फरकाकडे दुर्लक्ष करायचं ठरलं पण एक्स-रेचे फोटो तपासल्यानंतर बिलीचे तीन दात जबड्यामध्ये ड्रिलिंग करून नकली बसवल्याचं आढळून आलं. त्याबाबत डेंटिस्टला विचारता त्यानं व्हेराचे नैसर्गिक दात काढून त्याठिकाणी नकली बसवता येतील असं सांगितलं. ते पण ऑपरेशन करायचं ठरलं. कारण हा फार ढोबळ फरक होता. अमेरिकेतील व्हाईट हाऊसच्या दंतवैद्यांच्या तो अगदी सहज लक्षात येण्यासारखा होता.

प्रथम राझीन व्हेराजवळ ही गोष्ट कशी सांगावी, ह्या विवंचनेत होता. पण शेवटी धीर करून त्यानं दातांचा हा फरक व्हेराच्या कानावर घातला. व्हेरा काहीही कुरकुर न करता दात बदलून घेण्यास तयार झाली.

...जनरल पेट्रॉव्ह, 'दुसऱ्या पत्नीची योजना' ही फाईल चाळत असताना त्याच्यासमोर बसलेल्या राझीनच्या मनात या साऱ्या आठवणी गर्दी करीत होत्या. त्याला जाणवलं की आता व्हेरा ही एक सोव्हिएट नागरिक राहिली नसून ती जवळ जवळ पूर्णपणे अमेरिकेची पहिली स्त्री झाली होती.

कारण गेली दोन वर्ष तिला फक्त इंग्रजीतूनच बोलण्याचा, विचार करण्याचा सराव देण्यात आला होता. रशियन भाषेतील एक शब्दसुद्धा तोंडातून बाहेर काढण्यास बंदी होती. अमेरिकन कपडेच फक्त घालण्यास देण्यात येत होते. न्याहारीच्या वेळी टोमॅटो ज्यूस आणि साखरविरहित कडधान्ये अमेरिकेहून आणून देण्यात येत होती. दररोज वाचावयास न्यूयॉर्क टाईम्स व वॉशिंग्टन पोस्ट ही वर्तमानपत्रे, अमेरिकेत गाजलेल्या कादंबऱ्या, नाटकं, लेख ह्यांशिवाय काहीच देण्यात येत नव्हतं. करमणुकीसाठी तिनं टेलिव्हिजन पाहिला तर त्यावर अमेरिकन बातम्या, विनोदी चित्रे व अमेरिकन चित्रपट व्हिडीओ टेपद्वारे दाखविण्यात येत.

स्वत: व्हेरा एक बुद्धिमान व मेहनत घेणारी मुलगी होती. बिली ब्रॅडफोर्डविषयी येणारी प्रत्येक माहिती ती आत्मसात करीत होती. तिची स्मरणशक्ती असाधारण

होती. बिलीनं प्राथमिक शाळेत, हायस्कूल व कॉलेजमध्ये जे अध्ययन केलं तो सारा अभ्यास तिनं थोडक्या दिवसात आटोपला. बिलीनं दिलेल्या परीक्षांचे पेपर्स, तिनं सादर केलेले निबंध व त्या वेळच्या शाळेतील सर्व मासिकं वाचून काढली, बिलीच्या शाळा-कॉलेजातील सोबती व मैत्रिणी, शिक्षण, प्रोफेसर्स व इतर सहाय्यक यांची फोटोद्वारे ओळख करून घेऊन, कोणाचे किती संबंध आले आहेत ते जाणून घेऊन, ते लक्षात ठेवले. त्याबद्दल प्रत्येक चाचणीत तिनं एकही चूक होऊ दिली नाही.

व्हेराला बिलीच्या नातेवाईकांची, वडील, बहीण, मेहुणे, पुतणे, भाचे व एक तपापूर्वी दिवंगत झालेल्या आईची पण ओळख करून देण्यात आली. तिच्या माहेरचा कुत्रा, तसंच काका, चुलत्या व दूरचे नातेवाईक यांचा पण तिला सराव देण्यात आला. त्यांच्या आवडी-निवडी काय आहेत याचीही माहिती देण्यात आली. बिली ब्रॅडफोर्डचे पूर्वीचे दुकानदार, मित्र व इतर ओळखीचे लोक, त्याची घरं व त्यांचे केव्हा, किती व कोठे संबंध आले, ही सारी माहिती तिनं आत्मसात केली.

हळूहळू अभ्यास वाढत होता. तिच्या नवऱ्याच्या प्रचारयंत्रणेत कोणी भाग घेतला, नोकर कोण होते, व्हाईट हाऊसमधील नोकर वर्ग, वेगवेगळ्या खात्यांचे प्रमुख, प्रसिद्ध सिनेटर्स, त्यांच्या पत्नी व वॉशिंग्टन येथील पत्रकारमंडळी यांचीही सारी माहिती तिनं मनात पक्की केली. याशिवाय तिला ॲन्ड्र्यू ब्रॅडफोर्ड यांच्या लहरी, आवडीनिवडी व त्यांना कोणते छंद आहेत, काय आवडतं याचीही दररोज येणारी माहिती अभ्यासावी लागत होती. ही सारी तयारी पूर्ण करून ती आता अध्यक्षांची खरीखुरी पत्नी बनत होती.

...पण अध्यक्षांची अगदी खरीखुरी पत्नी बनवण्यामध्ये एक मोठी अडचण होती. त्या अडचणीमुळे पेट्रॉव्ह व राझीन फार बेचैन होत होते. ॲन्ड्र्यू ब्रॅडफोर्ड व बिली यांचं कामजीवन कसं होतं, याची कोणालाच माहिती नव्हती. व्हेरा ॲन्ड्र्यूची खरी पत्नी म्हणून वावरणार असेल, तर ते आवश्यक होतं. ती दोघं सामान्य माणसासारखी रतिक्रीडेचा खेळ खेळत असतील का? तसं असेल तर आठवड्यातून किती वेळा? रतिक्रीडेमध्ये बिलीला आक्रमक भूमिका आवडते का ती ॲन्ड्र्यूशी क्रीडा करताना केवळ त्याच्या हालचालींना साथ देण्याचं काम करते? त्या दोघांनाही रतिक्रीडेचे वेगळे वेगळे प्रकार करून पाहण्याची हौस आहे का? ती दोघं ठरवून तसे विचित्र प्रकार करून पाहतात का? राझीननं खूप प्रयत्न केला, पण ही माहिती मिळवणं शक्य झालं नाही. आणि या गोष्टीत दैवावर हवाला ठेवून चालण्यासारखं नव्हतं.

...यावर उपाय म्हणून, बिलीच्या जागी व्हेराची बदली केल्यानंतर प्रेसिडेंट ब्रॅडफोर्ड यांना अपघात करून ते एक ते दीड महिना कामक्रीडा करू शकणार नाहीत

अशी व्यवस्था करण्यावर विचार झाला. पण तसं केल्यास त्यांच्यात व पंतप्रधान किरचेन्को यांच्यात लवकरच होणारी शिखर परिषद पण पुढे ढकलली जाण्याची शक्यता होती. म्हणून ही कल्पना सोडून देण्यात आली. मग व्हेरा 'बिली' म्हणून वावरायला लागल्यावर तिलाच अपघात करून तात्पुरतं 'नाकाम' करण्याचं ठरत होतं...

त्या वेळी वॉशिंग्टनहून या संदर्भातील एक महत्त्वाची बातमी समजली. डॉ. कॅमिंग्ज ह्या व्हाईट हाऊसच्या डॉक्टरकडे इझाबेला रेन्स नावाची एक लाल केसांची सुंदर तरुणी नर्स म्हणून कामाला होती. अध्यक्षांची पत्नी बिली वॉशिंग्टन बाहेर गेल्यावर अध्यक्षांची रखेली म्हणून ती शय्यासोबत करण्यास जाते आणि पहाटेचा त्यांचा नित्याचा मसाज आटोपून परत येते, अशी माहिती मिळाली. ही खात्रीलायक माहिती मिळाल्यावर केजीबी हस्तकांनी तिची स्वतंत्र फाईल उघडली. तिची सर्व माहिती गोळा होऊ लागली. त्यात तिचं बाकीचं सर्व आयुष्य स्वच्छ होतं. एकच कच्चा दुवा होता. पाच वर्षांपूर्वी जवळ जवळ एक वर्ष मिस् रेन्स ही डेट्रॉइटमधील माफियाच्या एका बदमाष प्रमुखाकडे रखेली म्हणून राहिली होती. तो मारला गेल्यावर मग ती वॉशिंग्टनला आली होती.

ही माहिती समजल्यावर, केजीबीच्या दोन हुषार हस्तकांना तिला भेट देण्याची सूचना देण्यात आली. त्यांनी भेटीमध्ये काहीच लपवून ठेवलं नाही. तिची डेट्रॉइटमधील सारी माहिती ऐकून ती घाबरली; कारण ती माहिती जगासमोर आली असती तर तिची व्हाईट हाऊसमधील नोकरी गेली असती. पण ती अध्यक्ष ॲन्ड्र्यू व त्यांची पत्नी बिली ह्यांच्याशी कमालीची एकनिष्ठ व प्रामाणिक राहिली. कितीही धाक घातला तरी अध्यक्ष कामक्रीडेत कसे वागतात हे सांगायचं तिनं नाकारलं. पुरुष परस्त्रीशी संबंध ठेवताना, रतिक्रीडा करताना, आपल्या पत्नीच्या किंवा अन्य स्त्रियांशी केलेल्या क्रीडेची चर्चा करतात. पण बिली व अध्यक्ष यांच्यासंबंधी ती माहिती देण्यास तिनं साफ नकार दिला. मात्र अध्यक्षांची पत्नी गावाबाहेर असते तेव्हा किंवा नुकतीच बिली आजारी असताना बराच काळ आपण अध्यक्षांशी शय्यासोबत केली आहे आणि अजूनही बिली आजारी असून काही विशिष्ट कारणानं कामक्रीडेस असमर्थ असल्यानं दररोज व्हाईट हाऊसमध्ये गुप्त ठिकाणी अध्यक्षांबरोबर मी झोपते, असं तिनं सांगितलं.

ही माहिती कळवून केजीबीच्या हस्तकांनी पुढे काय करायचं त्याचे हुकूम मागविले. मिस् रेन्सनं जी माहिती दिली, त्यावरून एक आशा त्यांना वाटायला लागली होती. अध्यक्षांची पत्नी काही कारणामुळे रतिसुख देण्यास-घेण्यास असमर्थ होती; पण आणखी किती दिवस ते समजत नव्हतं. व्हाईट हाऊसमधील एक नोकर वेश्येकडे गेला म्हणून अध्यक्षांनी नुकतीच त्याची हकालपट्टी केली होती. कारभारातील

नैतिकतेची आवश्यकता या विषयावर त्यांनी भर दिला. त्यामुळे मिस् रेन्स अधिकच घाबरण्याची शक्यता होती.

तरीपण फक्त बिलीच्या आजारपणाची माहिती काढण्याचा हुकूम केजीबीच्या हस्तकांना देण्यात आला. त्याप्रमाणे त्यांनी मिस् रेन्सना भेट दिली. तिनं भीतभीत फक्त एवढंच सांगितलं की बिली ही गुप्तभागाच्या काही विकारानं आजारी होती. त्याबाबत घेतलेल्या तपासण्यांचे निर्णय जाहीर होईपर्यंत सहा आठवडे समागम घ्यावयाचा नाही, अशी डॉक्टरांची सक्त सूचना होती. त्याला तीन आठवडे झाले होते.

म्हणजे अजून तीन आठवडे अध्यक्ष आपल्या पत्नीशी समागम करणार नव्हते. पेट्रॉव्ह व राझीनच्या मार्गातील एक मोठी अडचण या बातमीनं दूर होणार होती. व्हेराच्या मनावरील दडपण बरंच कमी झालं.

हे सारं वॉशिंग्टनहून येणाऱ्या बातम्या व नवीन घटना ह्यांचा अभ्यास करताना चाललं होतं. तिची अभ्यासाची कक्षा वाढत होती. तिनं कितीही लोकांचा अभ्यास केला तरी दररोज अध्यक्षांच्या घरी नवीन मोठ्या व्यक्ती येत होत्या.

आणि एक नवीन आकस्मिक अशी महत्त्वाची घटना घडत होती. आफ्रिकेमधील अनेक राष्ट्रात, अमेरिका व सोव्हिएट युनियन यांच्यात वर्चस्व मिळवण्यासाठी अघोषित गुप्त युद्ध चालू होतं. या दोन मोठ्या शक्तींच्या संघर्षानं बोएन्दे या एका आफ्रिकन राष्ट्रामध्ये एक विचित्र वळण घेतलं होतं. मध्य आफ्रिकेमधील त्या राष्ट्रामध्ये युरेनियम मोठ्या प्रमाणात सापडत असे आणि ते रशिया व अमेरिका या दोन्ही राष्ट्रांना हवं असल्यानं त्या राष्ट्रात वर्चस्व मिळवण्यासाठी दोन्ही शक्ती आपले डावपेच खेळत होत्या.

'म्वामी किबांगु' हा त्या देशाचा अध्यक्ष लोकशाही पद्धतीनं निवडून आला होता. त्याचे अमेरिकेशी घनिष्ठ संबंध होते. त्या देशातील रानटी टोळ्यांनी किबांगुशी असहकार पुकारून त्या देशाच्या उत्तरेकडील प्रांतात आश्रय घेतला होता. त्यांनी मुक्ती फौज स्थापन करून मॉस्कोमध्ये शिकवण्यात आलेल्या हालचाली 'कर्नल न्वापा' याच्या नेतृत्वाखाली सर्व देश मुक्त करण्यासाठी चालवल्या होत्या. सोव्हिएट युनियननं कर्नल न्वापाला पूर्वीच शस्त्रांची मदत केली होती. पण चढाईसाठी त्याला आणखी शस्त्रास्त्रे व त्यांचा वापर शिकवणारे शिक्षक हवे होते. हे सारं देण्यास रशिया तयार होता. फक्त मदत किती द्यावयाची हे अमेरिकेनं किबांगु ह्याला किती मदत दिली, त्यावर ठरवायचं होतं. दोन्ही बाजूंना लढाईत चटकन् विजय मिळवून आपलं वर्चस्व स्थापित करणं आवश्यक वाटत होतं. नुसताच युरेनियमचा पुरवठा नव्हे तर, मध्य आफ्रिकेवर त्यायोगे वर्चस्व मिळाल्यावर मग हळूहळू संपूर्ण आफ्रिकेत पाय रोवणं सोपं जाणार होतं. म्हणून दोन्ही बाजू निर्णायक लढाईची

तयारी करत होत्या. परिस्थिती हळूहळू फार तंग बनत गेली.

परिस्थितीचा तणाव फार वाढल्यावर, पंतप्रधान किरचेन्को यांनी जनरल पेट्रॉव्ह याचा सल्ला घेतला. आणि 'अमेरिका व रशियाच्या दोन नेत्यांनी शिखर परिषद घेऊन बोलणी करावीत,' असं त्यानं सुचवलं. अमेरिकेचे अध्यक्ष व रशियाचे पंतप्रधान यांची बोलणी झाल्यानंतर त्यांच्या एका शिष्टमंडळानं एखाद्या तटस्थ राष्ट्राच्या भूमीवर जागतिक शांततेसाठी वाटाघाटी कराव्या, असं सुचवण्यात आलं. अँड्र्यू यांना सदर बैठकीचं निमंत्रण स्वीकारण्याशिवाय अन्य पर्यायच नव्हता. एकदा भेट घ्यायचं निश्चित झाल्यावर इतर तांत्रिक गोष्टींविषयी व भेटीची जागा सुचवण्यासंबंधी अनेक खलबतं झाली. दोन्ही बाजूंकडून भेटीच्या अनेक जागा पुढे आल्या. शेवटी रशियाच्या पंतप्रधानांनी एक हुषार खेळी केली. नुकत्याच झालेल्या अनेक व्यापारी करारांनी इंग्लंड व रशिया यांचे अंतर्गत संबंध बरेच सुधारले होते. म्हणून त्यांनी सदर शिखर परिषद लंडनमध्ये व्हावी, असं ठरवलं. एका जवळच्या मित्रराष्ट्राची राजधानी, असं ते शहर नाकारणं अमेरिकेला शक्य नव्हतं. शेवटी परिषद लंडनला ठरली.

त्यानंतर एकदोन आठवड्यांतच रशियन पंतप्रधानांच्या पत्नीनं जगातील सर्व महिला पुढाऱ्यांची मॉस्को इथं परिषद घ्यायचं ठरवलं. त्यासाठी लुडमिला किरचेन्को यांच्या नावे 'खास निमंत्रणे' पाठवण्यात आली. परिषदेचा मुख्य विषय होता - 'महिलांचे विद्यमान व भावी स्वातंत्र्य आणि त्यांचे हक्क.' बिली ब्रॅडफोर्डला पण मोठ्या आग्रहानं व सन्मानानं बोलवण्यात आलं होतं. वास्तविक बिलीच्या सध्याच्या नाजुक परिस्थितीत आणि अनेक कामं असताना तिनं परिषदेला जाणं टाळलं असतं. पण ह्या विषयासंबंधी अमेरिकेत झालेल्या चळवळीत ती गेली कित्येक वर्षं इतकी आघाडीची कार्यकर्ती म्हणून वावरली होती, की या निमंत्रणाचा अव्हेर करणं शक्यच नव्हतं. शेवटी, अमेरिकन अध्यक्षांची पत्नी मॉस्को येथील आंतरराष्ट्रीय महिला परिषदेस जाणार, असं घोषित करण्यात आलं.

वास्तविक ही शिखर परिषद केवळ व्हेराच्या फायद्यासाठी ठरविण्यात आली होती. तरीही ती मात्र त्यात थोडासुद्धा भाग घेणार नव्हती. तथापि त्यानंतर होणाऱ्या लंडन येथील शिखर परिषदेला बिली ब्रॅडफोर्ड जाणार असल्यानं त्याचा ताण व्हेराचं काम पाहणाऱ्या केजीबीच्या कार्यालयावर फार पडला. बिलीच्या लंडनमधील वास्तव्यातील जुन्या ओळखी व नवीन होणाऱ्या गाठीभेटी, ह्या सर्व व्यक्तींची माहिती, फोटो यांचा व्हेराला सराव करावा लागला. बिली ब्रॅडफोर्डला माहिती असलेलं आणि व्हेराला संपूर्ण अपरिचित असलेलं लंडन शहर व्हेरास दाखवण्यात आलं. ब्रिटनची महाराणी, मुख्यप्रधान व त्यांची पत्नी पेनेलोप हीटन, परराष्ट्रमंत्री एनस्लो व त्यांच्या पत्नी, बोएन्देचे अध्यक्ष किबांगु व त्यांचे परराष्ट्रमंत्री झांडी, अशा

शेकडो लोकांशी व्हेरा सिनेमाद्वारे परिचित होती. ह्या सर्व माहितीचे कागद केजीबी अधिकारी राझीन याच्या कपाटात दाखल होत होते.

पेट्रॉव्हनं तिसऱ्या नंबरची शेवटची फाईल उचलली. त्यात बघत त्यानं पेल्यातील व्होडका संपवली. नंतर व्हेराच्या बिलीप्रमाणेच शिवलेल्या पोषाखांची यादी वाचून संपवली. 'गेल्या तीन वर्षांचे कष्ट! खरोखर आपण शक्य ती सर्व काळजी घेतली आहे. मला तर कुठेही कच्चा धागा दिसत नाही,' पेट्रॉव्ह म्हणाला.

'मलाही तसंच वाटतं,' राझीन म्हणाला.

'अमेरिकन अध्यक्षांच्या पत्नी उद्या येतील. नव्हे आज रात्रीच की! आपल्याकडून आता काही तयारी राहिली नाही. या पुढचं सगळं व्हेरानं पाहायचं आहे. अच्छा! गुड नाईट!' असं म्हणून पेट्रॉव्ह उठून निघाला. राझीनही उठला. त्यानं फाईल्स कपाटात ठेवल्या आणि आपली ब्रीफकेस बंद केली.

या वेळी त्याच्या मनात एक विचार आला. रशियाचा नागरिक झाल्यापासून त्यानं कधी देवाची प्रार्थना केली नव्हती. पण लहानपणी अमेरिकेत असताना, आईच्या पायांशी लुडबुडत आई करत असलेली प्रार्थना त्यानं ऐकली होती. का कोण जाणे, व्हेराच्या सुरक्षिततेसाठी प्रार्थना करावी असा एक प्रबळ विचार त्याच्या मनात आला आणि त्यानं थोडा वेळ थांबून प्रार्थना म्हटलीसुद्धा.

तो मॉस्कोजवळच्या नकली व्हाईट-हाऊसजवळ पोचला, तेव्हा पहाटेचे तीन वाजत आले होते. त्यानं केजीबी रक्षकांमधून गाडी व्हाईट हाऊसच्या गोलाकार रस्त्यावर नेली. आज रात्रीच फक्त हे व्हाईट हाऊस तो अखेरचं पाहू शकणार होता. उद्यापासून हे मोडून टाकण्यात येणार होतं. त्यानं व्हाईट हाऊसच्या पाठीमागील दुमजली घराकडे गाडी वळवली.

गाडी गॅरेजमध्ये पार्क करून त्यानं आपल्या कोटातून तिथली तिसरी चावी बाहेर काढली. (एक पेट्रॉव्हकडे होती.) दरवाजा उघडून तो आतल्या दालनात गेला. दिवाणखान्यातून आत जाऊन त्यानं शय्यागृहात प्रवेश केला.

व्हेरानं त्याच्यासाठी दोन दिवे लावून ठेवले होते. बाथरूमचं दारही बारीक उघडून ठेवलं होतं. तिची झोपायची खोली उत्तम सजवली होती. अर्थातच सर्व सजावट उंची अमेरिकन होती. आपण अमेरिकन आहोत, असंच वाटणं अपेक्षित होतं.

त्याच्या अपेक्षेप्रमाणे ती मोठ्या विस्तीर्ण पलंगावर झोपली होती. ती कुशीवर दिव्याकडे पाठ करून झोपली होती. पांघरुणातून दिसणारी तिची उघडी पाठ मोठी विलोभनीय वाटत होती. तिच्या शांत व मंद चाललेल्या श्वासानं तिची हालचाल मोहक वाटत होती.

त्यानं बूट व कपडे काढले. बाथरूमजवळ असलेल्या बेसिनवर त्याला एक

चिठ्ठी आढळली.

'जिवलगा! झोपण्याच्या आधी मला अवश्य उठव. न चुकता. तुझ्या प्रेमाची भुकेली - व्हेरा.'

तो कपडे काढत असताना त्याच्या चेहऱ्यावर मंदस्मित झळकलं. पेट्रॉव्हच्या ऑफिसमध्ये झालेली तिची पहिली भेट त्याला आठवली. त्या भेटीतच तो तिच्या प्रेमात पडला होता. पण नंतर अनेक भेटी होईपर्यंत त्यानं आपल्या मनाला आवर घातला होता. ते प्रगट होऊ दिलं नव्हतं.

वास्तविक स्त्री-देह त्याला नवीन नव्हता. त्याच्या जीवनात अनेक स्त्रिया येऊन गेल्या होत्या. त्यांपैकी बऱ्याच स्त्रियांनी त्याला अगदी पूर्ण समाधान होईल असं शरीरसुख दिलं होतं. पण दीर्घ ओळखीनंतर त्यांपैकी प्रत्येकीत त्याला काहीतरी कमीपणा दिसे. कदाचित् स्त्रीविषयी त्याच्या कल्पना अपरिपक्व असाव्यात. पण त्यानं आता ते सर्व थांबवायचं ठरवलं होतं.

आणि त्याच वेळी त्याच्या जीवनात व्हेरा आली. प्रथम तिच्या सहवासात तो बराच बावरून गेला. तिचं असामान्य सौंदर्य, मोहक स्त्रीत्व; तिची हुषारी, वागण्यातला सहजपणा आणि तिच्या सहवासात मिळणारी एक प्रकारची समाधानाची भावना, ह्यानं तो भारावून गेला होता. पण कसं झालं तरी ती एक नटी होती; राष्ट्रासाठी एक मोठं जबाबदारीचं काम करायला तयार झाली होती. त्यामुळे प्रेम करणं, करून घेणं, तसं त्रासाचं होतं. या विचारात तो अधिकच गुदमरला, बावरला होता...

प्रथम तो, आपण तिच्यावर प्रेम करण्यास लायक आहोत का, याच भावनेनं खचून जाई. केवळ शारीरिक दृष्टीनं पाहिलं तर तिला हवा तो पुरूष ती मिळवू शकली असती, इतकी ती सौंदर्यवान होती. तो जरी कुरूप नव्हता, तरी गर्दीत उठून दिसला नसता, इतका सामान्य होता. ती हजार जणींत उठून दिसली असती.

त्यानं कपडे उतरवून बाथरूममधल्या मोठ्या आरशात आपलं शरीर न्याहाळलं. पाच फूट दहा इंच उंची, उलटे फिरवलेले दाट केस, जाड भुवया, बारीक डोळे, जाड ओठ व थोडं बसकं नाक, रुंद खांदे... त्याला एकोणचाळिसाव्या वर्षीसुद्धा स्वत:चं आरशातील ते रूप अगदीच सामान्य वाटलं. तो हुषार होता, पण ती त्याच्यापेक्षाही अधिक हुषार होती. तो एका मोठ्या खात्यात अधिकारी होता. कदाचित् आणखी मोठा अधिकारी झाला असता. पण तिच्या भविष्याला सीमाच नव्हत्या. दोघांची जोडी जमणं सामान्यपणे शक्यच नव्हतं. पण परिस्थितीनंच त्यांना गेल्या दोन वर्षांत एकत्र आणलं होतं. पहिल्या वर्षात जवळजवळ दिवसातला बराच वेळ एकत्र घालवल्यानं आणि एकाच योजनेसाठी दोघं काम करत असल्यानं त्यांच्यात न कळत एक गूढ आत्मीयता निर्माण झाली होती. शिवाय तिला तिच्या बारीक सारीक गरजेसाठी त्याची जरुरी लागे. तिच्या सुरक्षिततेची जबाबदारीही

त्याच्यावरच असल्यानं सहजगत्या मनानं दोघं एक होत गेली.

एक वर्षापूर्वी तिचा एक मोठा नग्न शरीराचा फोटो पाहत असताना, त्याच्या मनात ह्या देहाचा भोग आपण घ्यावा आणि द्यावा अशी भयंकर जोराची वासना निर्माण झाली. त्यांचं काम संपल्यानंतर तो आणि व्हेरा हळूहळू फिरायला जाऊ लागले. तिलासुद्धा कोणी सोबती नव्हतेच. फिरण्यानंतर दोघंही एकत्र सावकाश मद्यपान व नंतर काही दिवसांनी जेवण घेऊ लागले. ही सलगी अगदी सहज वाढत होती. कामाच्या वेळेव्यतिरिक्त मोकळ्या वेळेत एकमेकांच्या आशाआकांक्षा, गत जीवनाच्या आठवणी आपोआप निघाल्या. दोघांनीही एकमेकांना समजावून घेतलं.

त्याला वाटलं त्यापेक्षा तिचं पूर्वीचं जीवन फार शिस्तबद्ध गेलं होतं. मॉस्कोपासून दूर असलेल्या फॅक्टरीत कामगार असलेल्या तिच्या आईवडिलांची ही मुलगी केवळ नशीबानं किंवा योगायोगानं नाटकातील नटी झाली नव्हती. तिची आजी त्या काळी एक महान नटी म्हणून मॉस्कोच्या रंगमंचावर गाजली होती. तिच्या आईच्या अंगात जरी अभिनयाचं कौशल्य नव्हतं तरी नातीनं उपजतच आजीचे गुण घेतले होते. आजीनं नातीचे हे गुण ओळखले व लहानपणापासून ते जोपासले जातील असं शिक्षण व्हेराला मिळेल याची काळजी घेतली होती. तिच्या वयाच्या अठराव्या वर्षीच मॉस्कोच्या 'मलाई' या अभिनयाच्या शाळेत प्रवेश परीक्षा म्हणून वाचनाची एक स्पर्धा होती. त्याला आठशे अर्ज आले व त्यातून फक्त पंचवीस निवडले गेले. त्यात व्हेराचा नंबर बराच वरचा होता. त्यानंतरच्या चार वर्षांच्या शिक्षणात तिला सहा हजार तास अभिनयाचे धडे देण्यात आले होते. त्यानंतर झालेल्या परीक्षेत तिनं प्रावीण्य मिळवल्यावर तिला कीव्ह येथील नाट्यशाखेमध्ये प्रत्यक्ष स्टेजवरील कामाचा अनुभव घेण्यासाठी ठेवण्यात आलं होतं. तिची स्टेजवरील कामाची सफाई पाहाता लवकरच तिला मॉस्को येथील 'मलाई' या थिएटर अॅकेडमीत घेतलं जाईल व तिथे काही काळानं ती रशियाची सर्वोच्च नटी बनून त्या किताबाला मिळणाऱ्या सर्व सुखसोयी व श्रीमंती मिळेल अशी सर्वांचीच खात्री होती.

पेट्रॉव्ह जेव्हा तिच्या जीवनात आला त्या वेळी ती बरीच चिंताग्रस्त होती. मॉस्कोतील 'मलाई' या संस्थेत अपेक्षेबाहेर उशीर लागूनही बोलावणं येत नव्हतं. आपण असेच बाजूला पडणार की काय, या भीतीनं ती थोडी उदासीन होऊ लागली होती. त्याच वेळी पेट्रॉव्हनं येऊन तिला ती भूमिका देऊ केली होती. ही संधी तिच्या स्वप्नातील अपेक्षेहूनही मोठी होती.

तिच्या जीवनातील पुरुषांबद्दल जेव्हा राझीननं चौकशी केली, त्या वेळी तिनं मोकळेपणानं ती दिली. तिच्या जीवनात अद्याप फक्त दोनच पुरुषांबरोबर तिचा शरीरसंबंध आला होता. एक 'मलाई' येथील अॅकेडमीमध्ये शिकताना आणि नंतर कीव्ह येथील नाट्य-शाखेचा अधिकारी. दोघांशी तिचे संबंध काही वर्ष चालू असले,

तरी त्यांपैकी कोणाशीच मनाची बांधिलकी निर्माण झाली नव्हती. केवळ शरीराची गरज, एवढीच किंमत त्या संबंधांना होती. पुढे तर राझीनच्या भेटीनंतर आपल्याला एखाद्या पुरुषाची ओढ वाटेल का, अशी शंका तिला यायला लागली होती.

पण नंतर ते अकस्मात घडलं. त्यांची ओळख झाल्यावर आठ-नऊ महिन्यांनी एका दुपारी बिली ब्रॅडफोर्डविषयी काही माहिती राझीन सांगत होता. ती इलेक्ट्रिक शेगडीवर मुठीच्या तव्यात काही तळत होती. राझीन दरवाज्यात उभा राहून बोलत होता. तिनं ऐकता ऐकता खुणेनंच स्वयंपाकघरातील एक भांडं मागितलं. ते राझीन देत असताना त्याचा धक्का तिला लागला. सावरण्यासाठी त्यानं तिला पाठमोरी धरली. तिच्या पाठमोऱ्या बांधलेल्या केसांच्या खालच्या गोऱ्या मानेवर; आपण काय करतो आहोत, हे समजायच्या आतच राझीननं ओठ टेकले. तिच्या हातून तवा गळून पडला. ती वळली आणि तिनं राझीनचं एक दीर्घ चुंबन घेतलं. काहीही न बोलता त्यानं तिला शय्यागृहात नेलं. प्रणय करता करता त्यानं तिचे व आपले सर्व कपडे उतरवले. दोघांची नग्न शरीरं अगदी सहजच एकरूप झाली. त्यांची ती कामक्रीडा बराच वेळ चालली होती. कसलीही भीती नाही, संकोच नाही, बोलणं नाही. एकमेकांना सुखावण्याचा आटापिटा नाही. जणू काही मनातून जे हवं होतं ते मिळालं होतं आणि अगदी शांतपणे दोघंही ते घेत होते. पाऊण तासाच्या खेळानंतर राझीनचा 'जोम' ओसरल्यावर दमून-भागून एकमेकांच्या बाहुपाशात ते पडले होते, विसावत होते. त्या वेळी दोघांनीही ओळखलं की आपल्याला जन्माचा जोडीदार भेटला आहे. त्यानंतर गेल्या वर्ष दीड वर्षात एकदोन दिवसांपेक्षा ते एकमेकांपासून दूर राहिले नाहीत.

काहीही न बोलता, केवळ आत्मप्रेरणेनंच दोघांनीही ह्या संबंधांची कोणाजवळ वाच्यता केली नाही... राझीनला मधून मधून असं वाटे की पेट्रॉव्हला या संबंधांचा संशय आला होता. पण पेट्रॉव्हनं त्याला विचारलं नाही, त्यानं पण सांगितलं नाही. त्याचं काम उत्तम होतं आणि पेट्रॉव्हच्या दृष्टीनं तेच महत्त्वाचं होतं.

राझीन बेडरूममध्ये गेला. त्यानं दिवे तसेच राहू दिले आणि तो तिच्याजवळ पहुडला. त्याच्या वजनानं तिला जाग आली. तिनं वळून त्याच्या लांब बाहू- वरून, त्याच्या खांद्यावर डोकं ठेवलं. त्यानं एका हातानं तिला विळखा घालून त्याच हाताच्या पंजानं तिचे घट्ट स्तन कुस्करायला सुरुवात केली. आणि नंतर त्यानं तिचा गुप्तभाग, पोट, छाती, चेहरा यांची भराभर चुंबनं घेतली. तिच्या चेहऱ्याचं चुंबन घेत असताना क्षणभर त्याला वाटलं की अमेरिकेतल्या अध्यक्षांच्या पत्नीजवळच आपण झोपलो आहोत. छे! ते अशक्य होतं. पण तिच्या डोळ्यांत पाहताना आजपर्यंत न दिसलेली आर्तता, दुःख त्याला जाणवलं तेव्हा त्यानं ओळखलं की ती त्याची व्हेराच होती. तिनं हलक्या हातानं त्याचं गुप्तेंद्रिय धरून त्याला जवळ ओढलं.

दोघंही नेहमीच्या सुखात विरघळू लागले. पण आजच्या मीलनाला एक विलक्षण हळुवारपणा आला होता. उद्या दुपारपासून व्हेरा त्याच्या ताब्यातून केजीबीच्या एका वेगळ्या खात्याच्या अधिकाराखाली आणि पॉलिट ब्यूरोच्या हुकुमानुसार वागणार होती. ती परत येईपर्यंत त्यांचा हा अखेरचा समागम होता.

कसलीही घाई न करता दोघांनीही एकमेकांना शोषून घेत संथपणे तो कार्यक्रम आटोपला. नंतर लगेच व्हेरा बाथरूमला जाऊन वॉश घेऊन आली. तिनं एक झोपण्याची गोळी पाण्याच्या घोटाबरोबर घेतली.

'हे काय? झोपण्याची गोळी कशाला?' राझीननं विचारलं.

'बिली ब्रॅडफोर्ड नेहमी घेते म्हणून! तुला हे विसरून चालेल, मला नाही!' असं म्हणत व्हेरा त्याच्या कुशीत शिरली. 'खरंच, माझं तुझ्यावर फार प्रेम जडलं आहे,' ती कुजबुजली.

'माझं तुझ्यावर त्याहीपेक्षा जास्त प्रेम आहे,' राझीन म्हणाला. 'आणि तुझी स्मरणशक्ती अशीच चांगली ठेव. मला तू सुखरूप परत यायला हवी आहेस.'

'मी निश्चित येईन! खात्री बाळग,' व्हेरा त्याला घट्ट बिलगत म्हणाली.

'तू येताच आपण विवाह करू,' राझीन अधीरतेनं म्हणाला.

'माझी तीच इच्छा आहे,' व्हेरा त्याचं नाक हातात धरून म्हणाली. 'गुड नाईट प्रेसिडेंट! का मी ॲन्ड्र्यू म्हणू?'

त्याला ह्या असह्य ताणाच्या वेळीसुद्धा सुचलेल्या तिच्या विनोदाचं कौतुक वाटलं. त्यानं तिच्या अंगावर चादर ओढली. दोनतीन मिनिटांतच व्हेराला गाढ झोप लागली हे पाहून तो उठला. बाथरूमला जाऊन त्यानं सिगारेटचं पाकिट घेतलं. परत येऊन, सिगारेट पेटवून तो आरामखुर्चीत बसला.

त्या अंधारात विचार करताना त्याला ह्या योजनेबद्दल, तो तिच्यावर टाकत असलेल्या जबाबदारीबद्दल घृणा आली. स्वत:चा फार संताप आला. आपल्याला आवडलेल्या अत्यंत प्रिय स्त्रीला संकटात लोटताना त्याचं स्वत:चं मन फार कष्टी झालं होतं. खरंच, तो अशा पेचात व ह्या कामगिरीवर कसा काय नियुक्त झाला?

कारण तो अर्धा अमेरिकन होता. म्हणून व्हेराशी प्रेम जमेपर्यंत त्यानं ह्या योजनेत पूर्ण लक्ष कधीच घातलं नव्हतं. जन्म अमेरिकेत झाल्यानं त्याच्या मनात सुप्त रीतीनं अमेरिकेबद्दल प्रेम होतं. ही योजना यशस्वी व्हावी, असं मनापासून पूर्वी त्याला कधीच वाटलं नाही. पण व्हेराशी त्याचे निकटचे संबंध प्रस्थापित झाल्यावर योजनेच्या यशस्वितेसाठी त्यानं अपार कष्ट घेतले. व्हेरा सुखरूप परत आलीच पाहिजे. अमेरिका-रशियापेक्षा त्याचं आत्ताचं सर्वस्व व्हेरा हेच होतं.

स्वेर्डलॉस्क या प्रांतात जन्मलेले त्याचे वडील ऑलिंपिकमध्ये शर्यतपटू होते. शर्यतीतून निवृत्त झाल्यावर 'टास' या रशियन वृत्तसंस्थेनं त्यांना वॉशिंग्टनला

वार्ताहर म्हणून पाठवलं. तिथे असताना, एका अमेरिकन काँग्रेस सदस्याच्या व्हर्जिनियामधील सेक्रेटरीच्या ते प्रेमात पडले. त्यांच्या लग्नानंतर ॲलेक्स राझीनचा जन्म झाला. ॲलेक्सनं लहानपणी शाळेत असताना स्काऊटमध्ये भाग घेतला होता. बेसबॉलमध्ये प्राविण्य मिळालं होतं. एका लहान मुलांच्या निवडणुकीत निवडून आला होता. पण दुर्दैवानं त्याची आई त्याच्या तेराव्या वर्षी वारली. त्याच्या वडिलांना जरी अमेरिका फार आवडली होती तरी पत्नीच्या मृत्यूमुळे ते उदास झाले. त्याच वेळी त्यांना टास वृत्तपत्रानं मॉस्कोमध्ये मोठं अधिकारपद देऊ केलं. त्यांनी उदास वृत्तीतच ते स्वीकारलं आणि वडिलांबरोबर ॲलेक्स मॉस्कोमध्ये आला.

प्रथम तो घाबरला, एकाकी बनला. पण वडिलांमुळे त्याला रशियन भाषा येत होती, त्यामुळे रशियन शाळेत सामावून जाणं सोपं गेलं. एकाकीपणा घालवण्यासाठी त्यानं आपलं लक्ष अभ्यासात केंद्रित केलं. कॉलेजमध्ये असताना त्यानं समाजशास्त्र, इतिहास व तत्त्वज्ञान हे विषय घेतले होते. कॉलेजच्या तिसऱ्या वर्षांत असतानाच केजीबीच्या लोकांनी त्याला निवडलं. त्यांना अमेरिकन भाषा येणारा, तेथील वातावरणाशी, जीवनाशी परिचित असणारा असा इसम हवा होता. त्याच्या वडिलांनी पण केजीबीत प्रवेश करण्यास त्याला प्रोत्साहन दिलं. कारण सामान्य रशियनापेक्षा केजीबीत तीनचार पट पगार मिळतो, जास्त सुखसोयी मिळतात, हे त्यांना माहीत होतं. केजीबीच्या शाळेत चार वर्षांचं शिक्षण घेतल्यावर तो तीनशे मुलांच्या क्लासमध्ये पहिला आला. वेगवेगळ्या प्रांतिक राजधान्यांत उमेदवारी केल्यावर पेट्रॉव्हनं त्याला मॉस्कोमध्ये बोलावलं. तरी त्याचा एकाकीपणा कायमच होता. मनानं तो रशियन वातावरणाशी कधीच एकरूप झाला नाही.

त्याच्या मनाला आनंदित व उल्हासित करील अशी एक घटना सहा वर्षांपूर्वी घडली. पेट्रॉव्हनं त्याला वार्ताहर म्हणून अमेरिकेला पाठवलं. त्याच्या वृत्ती पुन्हा प्रफुल्लित झाल्या. त्यानं त्याचं काम मन:पूर्वक करायला सुरुवात केली. अजून त्याच्याकडे गुप्तहेरखात्याची कोणतीही कामगिरी देण्यात आली नव्हती. तो स्थिरावल्यावर ती काही काळानं आली असती. त्याला अमेरिकन जीवनाचा खरोखरच एक अनामिक आनंद होत असे. त्यामुळे अमेरिकेत कायम राहण्याचे विचार त्याच्या मनात येऊ लागले. पण वडील मॉस्कोमध्ये असताना तो हे करू शकत नव्हता. तोच त्याचं दुर्दैव आड आलं. त्याला अमेरिकन पोलिसांनी एक दिवस पकडलं. एका नेव्हीच्या अधिकाऱ्याकडून गुपितं मिळवण्याचा प्रयत्न केला, असा त्याच्यावर आरोप ठेवण्यात आला. त्यानं नेव्हीच्या अधिकाऱ्याला भेटल्याचं कबूल केलं, पण ती भेट केवळ सदिच्छादर्शक होती, तो निर्दोष होता, असा युक्तिवाद त्यानं केला. नंतर त्याला समजलं की अमेरिकेच्या मॉस्कोमधील वकिलातीच्या एका सेक्रेटरीला रशियन लोकांनी पकडलं होतं, त्याचा बदला म्हणून त्याला 'बळीचा बकरा'

बनवण्यात आलं होतं, नंतर अमेरिकन सेक्रेटरीची व त्याची अदलाबदल करण्यात आली. आणि तो मॉस्कोत ज्या दिवशी केजीबीच्या मुख्य कार्यालयात हजर झाला, तेव्हा त्याला समजलं की त्याचे वडील हृदयविकारानं आदल्याच दिवशी मरण पावले होते.

त्याची अमेरिकेत राहाण्याची इच्छा धुळीला मिळाली होती. त्याला अमेरिकेचा मुळीच राग येत नव्हता. जे घडले ते सारे राजकीय डावपेच होते. स्वत:च्या दुर्दैवाबद्दल त्याला खंत वाटत होती. तो अधिक अंतर्मुख व एकाकी झाला. कारण त्याला आता अमेरिकेत कधीच प्रवेश मिळणार नव्हता. एक हेर म्हणून त्याला बहिष्कृत करण्यात आलं होतं. त्याचा एकाकीपणा वाढला. त्याचा त्रास होऊ नये म्हणून त्यानं स्वत:ला कामात झोकून दिलं. त्याची कर्तृत्वशक्ती व निष्ठा पाहून पेट्रॉव्हनं त्यास सहाय्यक म्हणून घेतलं.

व्हेराशी भेट होऊन तो तिच्या प्रेमात पडल्यावरसुद्धा तिच्याशी अमेरिकेत प्रपंच थाटायची त्याला सुप्त इच्छा होती. पण ते केवळ अशक्य होतं. त्याला त्याची जाणीवही होती. पण आता त्याचं लक्ष व्हेराच्या प्रेमानं तिच्या परत येण्यावर केंद्रित झालं. तिच्याशी सुखाचा संसार करण्याच्या नुसत्या विचारानंसुद्धा त्याच्या अंगावर रोमांच आले.

पण त्याच्या मनात आत कुठेतरी पाल चुकचुकत होती. ती ज्या योजनेत भाग घेत होती, ती फार धाडसाची योजना होती. अशा योजना सहसा नीट पार पडत नाहीत. लोकांचे बळी त्या घेतात.

त्याच्या मनात आलं की पेट्रॉव्हला फोन करून सर्व योजना सोडून द्यायची विनंती करावी. ती अयशस्वी होणार, याबद्दल त्याला शंकाच राहिली नाही. त्यानं खुर्चीतून उठून फोन उचललासुद्धा; पण लगेच त्याच्या लक्षात आलं की पेट्रॉव्हनं या योजनेचा ध्यास घेतला होता. तो ती सोडणार नाही. शिवाय आता फार उशीर झाला होता. काही तासातच अमेरिकेची पहिली स्त्री मॉस्कोमध्ये येणार होती.

'... आणखी काही तासातच आपण मॉस्कोला निघू,' बिली ब्रॅडफोर्ड आपल्या व्हाईट हाऊसमधील शय्यागृहात मोठ्या पलंगावर झोपून अध्यक्षांची वाट पहात विचार करत होती.

तिला जरी नेहमी प्रवास आवडायचा, तरी ह्या वेळी इतक्या दगदगीचा प्रवास करायचं तिच्या मनात नव्हतं. प्रथम तीन दिवस मॉस्को आणि नंतर परत; मग लॉस एंजल्स् व तिथून आल्यावर परत लंडन. तिला विमानाच्या प्रवासाची फार घृणा आली होती. वास्तविक प्रथम तिनं मॉस्कोला जाण्यास नकार दर्शविला होता. पण एक तर तिच्या अमेरिकेतील पाठीराख्यांना महिलांच्या हक्कांसाठी असलेल्या त्या परिषदेला न जाणं आवडलं नसतं. दुसरं, ती परिषदेला गेल्यानंतर तिची लोकमानसातील प्रतिमा उंचावेल व त्याचा पुढल्या निवडणुकीत तिचे पती अँन्ड्र्यू ब्रॅडफोर्ड यांना फार

उपयोग होईल, असं त्यांचं मत पडल्यानं तिनं ही त्रासदायक कामगिरी स्वीकारली होती. तिलाही अमेरिकेची पहिली स्त्री हा मान आणखी काही वर्ष भोगण्याची इच्छा होतीच.

अॅन्ड्र्यू यांनी रात्री झोपायला उशीर होईल, असं सांगितलं होतं तरी इतका उशीर होईल अशी तिला कल्पना नव्हती. त्यांच्या सेनादलाचे प्रमुख मि. रिडली यांच्याशी त्यांना चर्चा करायची होती. लंडनला होणाऱ्या शिखर परिषदेसंबंधी, त्यांच्या सर्व सल्लागारांशी बोएन्देच्या प्रश्नासंबंधी चर्चा करायची होती. तरी पण फारच उशीर झाला होता. तिला दुपारी मॉस्कोला निघायचं असल्यानं लवकर उठून बरेच कार्यक्रम आवरायचे होते. आज रात्री झोपायच्या आधी अॅन्ड्र्यूशी थोडे सलगीनं प्रेमालाप करून त्यांना चांगल्याप्रकारे 'गुड नाईट' करायचं होतं, पण फारच उशीर झाला. तिनं झोपेच्या गोळ्या पाण्याबरोबर घेतल्या.

त्याचा परिणाम व्हायला अजून दहापंधरा मिनिटं लागणार होती. तिनं तेवढ्या वेळात मॉस्कोचं सामान तपासलं. तिचे दोन आवडते ड्रेस राहिले होते ते घेतले. नेहमीप्रमाणे तिची खाजगी नोकर 'सारा' पुस्तकं ठेवायला विसरली होती. ती तिनं बॅगेत ठेवली. त्यातलंच एक घेऊन ती वाचत पडली. पण एकदोन मिनिटांत अक्षरं धूसर दिसू लागली. पुस्तक गळून पडलं.

तेवढ्यात बेडरूमचा दरवाजा उघडल्याचा आवाज आला. अध्यक्ष आत आले. तिनं उघड्या पण जड डोळ्यांनी पाहिलं.

'मी तुला जागं केलं का? माफ कर. उशीर झाला,' अॅन्ड्र्यू म्हणाले.

'मी झोपले नव्हते, पण गोळी घेतली आहे ना!' बिली म्हणाली.

अध्यक्षांनी टेबलाशी जाऊन कॉग्नॅकचा एक मोठा ग्लास भरला. कपडे काढता काढता ते म्हणाले, 'मॉस्कोची सगळी तयारी झाली?'

'हो, बहुतेक सर्व आटोपलं,' बिली जड आवाजात म्हणाली.

अध्यक्ष कपडे काढून झाल्यावर तिच्याजवळ झोपत तिच्या केसांतून हात फिरवू लागले. तिची छाती चोळत, तिच्या अंगावर पाय टाकत म्हणाले,

'अजून तुझ्या अंगातून रक्त जातं का?'

'हो! पण फारच थोडं! आता फक्त काही दिवसच वाट पाहावी लागणार आहे,' बिली म्हणाली.

'ठीक आहे,' असं म्हणून ते उताणे झाले. त्यांच्यावर दारूचा अंमल चढून झोप यायला लागली होती. त्यांच्याकडे बिलीनं मोठ्या प्रयासानं पाहिलं आणि त्यांचं नाक चिमटीत धरून ती म्हणाली,

'गुड नाईट प्रेसिडेंट! का तुला गुड नाईट अॅन्ड्र्यू म्हणू?' नंतर दोघंही गाढ झोपले.

३

स्थळ- मॉस्को. वेळ-सकाळचे ७-५५.

व्हेराच्या एकांतात असलेल्या त्या घरात चार व्यक्ती उत्सुकतेनं टेलिव्हिजनसमोर बसल्या होत्या. आता लांब झालेल्या आपल्या केसांचा संभार खुर्चीवर सोडून व्हेरा होतीच. शिवाय गडद निळ्या सुटातील जनरल पेट्रॉव्ह, कर्नल झुक व पॉलिट ब्यूरोतील पेट्रॉव्हचे मित्र गॅरेनिन. पेट्रॉव्हनं आपल्या घड्याळात पाहून म्हटलं, 'ती माणसं पोचली असतील. टीव्ही सेट ऑन करा.'

कर्नल झुकनं टीव्हीचं बटण तत्परतेनं दाबलं. थोड्याच वेळात पडद्यावर रशियाचे व अमेरिकेचे झेंडे दिसू लागले. झुकनं चित्र स्पष्ट दिसावं म्हणून फोकस नीट केला व आवाज मोठा केला. रशियन भाषेत निवेदन केलं जात होतं. 'अमेरिकन अध्यक्षांच्या पत्नींना घेऊन येणारं अमेरिकेच्या वायुदलाचं विमान दिसत आहे. ते काही सेकंदांतच तळावर येऊन दाखल होईल.' पडद्यावर तारांकित विमान दिसू लागलं. 'नुकॉव्ह' विमानतळावर मोठी गर्दी दिसत होती. विमान सफाईनं येऊन तळाच्या इमारतीसमोरील धावपट्टीवर थांबलं. शिडी लावली गेली आणि अमेरिकन राष्ट्राची पहिली सन्माननीय महिला मोहकपणे लोकांच्या अभिवादनाचा स्वीकार करत ती वरून उतरू लागली.

खाली आल्यावर तिनं स्वागतासाठी उभ्या असलेल्या मंडळींकडे पाहून अभिवादन केलं. पडद्यावर व्हेरानं त्या मंडळींना पाहिलं. तिनं रशियन पंतप्रधानांच्या पत्नीला ओळखलं. इतक्या उतार वयात केस पांढरे होऊन सुद्धा त्यांच्या हालचालीत, त्या तरुणपणी नर्तकी होत्या त्या वेळची सफाई होती. इतर व्यक्ती ती ओळखू शकली नाही, पण रुबाबदारपणे उभ्या असलेल्या ॲलेक्स राझीनला तिनं ओळखलं. तिला फार आनंद झाला.

विमानाच्या उघडलेल्या दरवाज्यातून आणखी व्यक्ती उतरत होत्या. प्रथम दोन सैनिकी थाटाची माणसं उतरताना दिसली. पेट्रॉव्हनं व्हेराकडे पाहात विचारलं, 'ही कोण?'

'तिचे खाजगी शरीररक्षक व्हॅन अँकर आणि मिकगिंटी,' व्हेरा म्हणाली.

'आणि त्यांच्या पाठीमागील स्त्री?' पेट्रॉव्ह.

'तिची वृत्तपत्र-सचिव-नोरा ज्युडसन,' व्हेरा झटकन् म्हणाली.

'वा! छान! तिच्या पाठीमागचा उंच इसम?' पेट्रॉव्हनं विचारलं.

'गे पार्कर, तिचा आत्मचरित्र-मदतनीस,' व्हेरा म्हणाली.

त्या उत्तरानं पेट्रॉव्हच्या चेहऱ्यावर समाधान पसरलं. हसतच तो म्हणाला, 'हं! आम्हाला तरी तो सी. आय्. ए. चा माणूस धरला पाहिजे.'

नंतर कॅमेरा पुन्हा बिली ब्रॅडफोर्डवर हळूहळू सरकत स्थिरावला. सिनेमातील दृश्याहून तिचं हे दर्शन अतिशय विलोभनीय होतं. तिच्यासाठी घातलेल्या तांबड्या गालिच्यावरून ती इतक्या डौलानं येत होती की व्हेराच्या हृदयाचा ठोकाच चुकला.

बिली ब्रॅडफोर्ड उंच, सुंदर पुतळ्यासारखी प्रमाणबद्ध दिसत होती. तिचे लांबसडक केस चकाकत होते. चेहऱ्याच्या कडा नितळ होत्या. तिनं घातलेले पांढरे इअररिंग्ज तिच्या गॉगलच्या पांढऱ्या चौकटीशी सुसंवाद साधत होते. वाऱ्यावर हलणाऱ्या शिफॉनच्या पोशाखातून तिच्या प्रमाणबद्ध सुंदर शरीराच्या रेषा स्पष्ट समजत होत्या.

स्वत:पेक्षाही ती ज्या स्त्रीला ओळखू लागली होती त्या स्त्रीला, बिली ब्रॅडफोर्डला, प्रत्यक्ष पाहून, तिचं लोभनीय, अत्यंत आकर्षक व्यक्तिमत्त्व पाहून व्हेराचा धीर ढासळला. 'छे! बिली एकच होती. सौंदर्य, बुद्धिमत्ता व मोहकपणा, जिवंतपणाची तशी अभिव्यक्ती करणारी दुसरी व्यक्ती होणे शक्य नाही! तिची प्रतिकृती पण होणे नाही.' व्हेराच्या तीन वर्षांच्या अभ्यासानंतर आज प्रथमच ती घाबरली.

'छे! फारच सुंदर आहे,' पेट्रॉव्हकडे पाहत ती म्हणाली.

पेट्रॉव्हनं तिच्या भावना ओळखल्या. 'तू पण तितकीच सुंदर आहेस. आरशात बघ,' तो म्हणाला. व्हेरानं आरशात पाहिलं. तिला बिली ब्रॅडफोर्ड काही दिसेना. त्या जागी तिला किव्हिमधील एक साधी-सुधी 'व्हेरा' ही मुलगी दिसू लागली. तिनं टीव्हीकडे पुन्हा पाहिलं. एक लहान मुलगी तांबडं फूल बिलीला देत होती. रशियातील अमेरिकन परराष्ट्रमंत्री 'युंगदल' यांनी अध्यक्षांच्या पत्नीचा मुका घेऊन स्वागत केलं. तेवढ्यात ॲलेक्स पुढे झाला. त्यानं बिलीची पंतप्रधानांच्या पत्नीशी गाठ घालून दिली. त्या रशियन भाषेत जे बोलत होत्या, ते तो इंग्रजीत भाषांतर करून सांगत होता. नंतर ॲलेक्सनं अदबीनं बिलीच्या दंडाला धरून इतर उभ्या असलेल्या प्रतिष्ठित व्यक्तींकडे नेलं. त्यांचं एकमेकांतलं संभाषण तो भाषांतर करून

सांगू लागला.

ते पाहून व्हेराच्या मनात असूयेची एक लाट आली. तिची अत्यंत प्रिय व्यक्ती एका दुसऱ्या स्त्रीच्या निकट होती.

तिनं आरशात पुन्हा पाहिलं, आणि तिला बराच धीर आला. तिचा प्रियकर बिलीशी इतक्या अदबीनं वागत होता, कारण तो तिला व्हेराच समजत असला पाहिजे. दोघीतलं साम्य हळूहळू तिला दिसू लागलं. तिनं पुन्हा आपलं लक्ष टीव्हीकडे वळवलं.

आता अॅलेक्स अध्यक्षांच्या पत्नीला स्टेजवर असलेल्या मायक्रोफोनकडे घेऊन गेला होता. ती इंग्रजीतून स्वागताबद्दल आभार मानू लागली. जगातील सगळ्या महिला पुढाऱ्यांना भेटण्याची तिची फार इच्छा होती. मॉस्को पाहावं असं तिला फार दिवसांपासून वाटत होतं. मायक्रोफोनसमोर बोलणारी स्त्री लोकांची मनं जिंकत, गोड हावभावानं बोलत होती. छे! हे हावभाव तिचे नव्हते. ती तर व्हेराचं अनुकरण करत होती.

एखाद्या संमोहित व्यक्तीनं पाहावं तशी व्हेरा बघत होती. पोलिसांच्या दोन पिवळ्या मोटारींमध्ये उभ्या असलेल्या एका खास शाही मोटारीत बिलीला पंतप्रधानांच्या पत्नीसमवेत बसवण्यात आलं. मोटारींचा ताफा हलला. तिनं टीव्हीवरून दृष्टी काढून पेट्रॉव्हकडे वळवली. तो अत्यंत बारीक नजरनं तिलाच निरखत होता. 'तिला पाहून गोंधळलीस का?' त्यांनं हसून विचारलं.

'छे छे! पण ती बनावट, नकली बाई कोण आहे? मी, अमेरिकेच्या अध्यक्षांची पत्नी, अमेरिकेची पहिली स्त्री, बिली ब्रॅडफोर्ड ही इथेच आहे!' व्हेरा थोड्या गुंगीतच म्हणाली.

'वा! छान! हेच सतत लक्षात राहू दे,' पेट्रॉव्ह आनंदानं म्हणाला.

'ते राहीलच- कारण तेच खरं आहे!' व्हेरा म्हणाली.

क्रेमलिनच्या मोठ्या भिंतीच्या आत 'ट्रिनिटी गेट' जवळ अत्यंत आधुनिक पद्धतीने बनवलेल्या काँग्रेस राजवाड्यातील शृंगारलेले भव्य सभागृह. जगातील दोन हजार प्रतिनिधींसमोर मॅडम लुडमिला केरचेन्को भाषण करत होत्या. आज परिषदेचा तिसरा दिवस. नव्वद राष्ट्रांच्या प्रतिनिधींसमोर आपले विचार व्यक्त करायला, त्यांच्यात मिसळायला मिळावं म्हणून मागे बसलेली बिली ब्रॅडफोर्डही आनंदात होती.

रांगेत तिच्याबरोबर परराष्ट्रमंत्री 'युंगदल' व त्यांचे सहाय्यक बसले होते. त्यांच्याच पाठीमागे गे पार्कर, नोरा ज्युडसन आणि तिच्या बरोबर मागे अॅलेक्स राझीन बसला होता. कानाला लावलेल्या फोनपेक्षा अॅलेक्सच्या गोड मार्दवयुक्त आवाजात रशियन भाषणाचा वृत्तांत इंग्रजीत ऐकणं बिलीला प्रथमपासूनच आवडलं

होतं. रशियन भाषण सुरू झालं की ते ॲलेक्स तिला समजावून देई. इतर वेळी ती कानांच्या फोनचा उपयोग करी. ॲलेक्स केवळ तिचा दुभाषा नव्हता, तर गेले तीन दिवस रशियातील अनेक स्थळांना भेटी देताना तिचा गाईड पण झाला होता. लुडमिला केरचेन्को परिषदेमध्ये जगातील स्त्रियांची सध्याची परिस्थिती आणि ती सुधारण्यासाठी परिषदेने सुचविलेले उपाय, यांचा आढावा घेत होत्या. तिकडे लक्ष देण्याचा बिली प्रयत्न करीत होती. पण तिचं लक्ष लागेना.

एक तर ती जरी आनंदी होती तरी बसून बसून तिचा एक पाय बधीर होत होता. तिनं चोळून पाहिलं, पण उपयोग होत नव्हता. त्या त्रासानं तिला बेचैनी येऊ लागली. काही वेळापूर्वी तिनं भरपूर उभं राहून अमेरिकेतील गेल्या दहा वर्षांच्या सुधारणा व पुढचे संकल्प, यांचं चित्र रेखाटलं. त्याच वेळी ती गेल्या तीन दिवसांच्या दगदगीनं थकली होती. तिचं भाषण प्रभावी झालं. पण ते संपताना तिच्या अंगातील सारी शक्तीही संपत आहे, असं तिला जाणवलं होतं. तिच्या भाषणानंतर श्रोत्यांनी बराच वेळ संमतीदर्शक वाहवा केली. पण नंतर बसताना ती अगदी गळून गेली होती.

ह्या थकलेल्या परिस्थितीतही तिला जाणवलं की परिषदेतील बहुतेक भाषणं उत्साहजनक असली तरी प्रचारकी थाटाची होती. त्यातसुद्धा कम्युनिस्ट राष्ट्रांनी आपल्या तत्त्वज्ञानाचा प्रचार करण्याची संधी साधली होती. ती जरी मॉस्को व नजिकच्या भागात हिंडली, तरी मूळ रशियन जीवनापासून आपल्याला दूर ठेवण्यात आलं आहे, ही जाणीव आता तिला होत होती. मनाच्या ह्या विकल अवस्थेत तिला ॲन्ड्र्यूची फार तीव्रतेने आठवण झाली. ती हॉटेलमध्ये पोचल्या पोचल्या त्यांच्याबरोबर फोननं बोलणार होती.

लुडमिला यांच्या एका सुरातील भाषणाचा अनुवाद राझीन सांगत होता; पण तिचं लक्ष मात्र गेल्या तीन दिवसांतील घटनांचा आढावा घेऊ लागलं. मॉस्कोत आल्यावर पहिल्याच दिवशी 'रोशिया हॉटेल' च्या सर्वांत उत्तम सूटमध्ये, स्नान करून प्रसाधन आटोपल्यावर खरं तर तिचा विश्रांती घेण्याचा विचार होता. पण रशियन सरकारनं मॉस्कोतील प्रसिद्ध स्थळांना भेट देण्याचा कार्यक्रम आखला होता. प्रवासात वेळ न मिळाल्यानं, जमल्यास विश्रांती घेताना पार्करशी बोलण्याची संधी ती घेणार होती. पण त्याऐवजी ती स्थळांना भेटी द्यायला निघाली. लेनिन-म्युझियम, तांबडा चौक, एकोणीस मनोरे असलेलं क्रेमलिन व त्याचा परिसर, पुष्किन म्युझियम, मार्क्स-एजेल्स म्युझियम, हॉस्पिटल्स हे सर्व पाहताना वेळ-काळाचं भानच हरपून गेलं होतं. सर्व ठिकाणी नकली हास्याची माणसं. नंतर दुपारी याच सभागृहात चाळीस देशांच्या प्रतिनिधींचं स्वागत, मग रशियातील स्त्री-जीवनाच्या फिल्म्स्. हे सारं आटोपलं तो बरीच रात्र झाली होती.

दुसऱ्या दिवशी सुद्धा प्रतिनिधींची भाषणं, नोकरीत समानता, लैंगिक समानता, राज्यकारभारात अधिक वाव, मतस्वातंत्र्य-एक ना अनेक विषय. त्या दिवशी तर शेवटी शेवटी तिचं डोकं ठणकू लागलं. तिसऱ्या दिवशी भविष्याबद्दल आशा व्यक्त करणारी आठ प्रमुख राष्ट्रांच्या प्रतिनिधींची भाषणं. आणि लुडमिला केरचेन्कोंचं भाषण. बिलीला एकदाचं हे सारं संपल्याचं समाधान होत होतं. आज संध्याकाळी रशियन सरकारतर्फे आयोजित केलेला तिचा निरोप-समारंभ उरकल्यानंतर ती भरपूर झोपू शकणार होती. छे! मनसोक्त झोपून चालणारच नव्हतं. उद्या पुन्हा विमानानं वॉशिंग्टनला जायला निघायचं होतं. मग लॉस एंजल्स... मग लंडन... ह्या विचारानं तिला धडकी भरली. तिच्या शरीरातील प्रत्येक स्नायू ठणकू लागला.

राझीनचं बोलणं ऐकू येईनासं झालं, तेव्हा तिनं सभोवार पाहिलं. मॅडम लुडमिला यांचं भाषण संपलं होतं. प्रतिनिधी उभे राहून मान्यतापूर्वक टाळ्या वाजवत होते. तीही यांत्रिकपणे उठली व टाळ्या वाजवू लागली. तिच्या शक्तीबरोबरच परिषदही संपली होती.

तिच्या शरीररक्षकांबरोबरच दोन धिप्पाड रशियन अंगरक्षकांनी तिच्या समोरची जागा अडवली होती. पण त्यांना न जुमानता काही उत्साही प्रतिनिधी महिला तिच्या सहीसाठी धडपडत होत्या. सराईत हास्य चेहऱ्यावर ठेवून तिनं त्या दिल्या. तेवढ्यात एक मध्यम वयीन महिला धावत तिच्यासमोर आली आणि तावातावानं म्हणाली की, 'तुम्ही आकर्षक, तंग पोषाख करून पुरुषांच्या लैंगिक भावनेचा मान का ठेवता?'

'कारण मला, पुरुषांनी केवळ बरोबरीच्या नात्यानं माझ्याकडे पाहाण्याइतकंच, एक स्त्री म्हणून माझ्याकडे पाहणंही आवडतं,' बिलीनं हसत हसत उत्तर दिलं. जवळच्या माइकनं तो प्रश्न व उत्तर सर्व व्यवस्थित सभागृहात पोचवलं. त्यावर तिथे असलेल्या प्रतिनिधींनी तिच्याविषयी जल्लोष चालवला. त्या अनपेक्षित अशा स्वतःच्या कौतुकानं ती आनंदली. तिची शक्ती परत गोळा होऊ लागली.

त्यांच्यासाठी उभ्या असलेल्या खास संरक्षित शाही मोटारींकडे त्यांना नेलं जात असताना तिनं नोराकडे वळून पाहात विचारलं, 'आपल्याला अजून किती वेळ मोकळा आहे? मला काही खास रशियन वस्तू घ्यायच्या आहेत.'

घड्याळाकडे पाहत नोरा म्हणाली, 'अजून काही फार उशीर झाला नाही. एक तासभर मिळू शकेल.'

'मग जाऊच या! कारण लॉस एंजल्सला मी जाईन तेव्हा घरच्या लोकांना भेटी देण्यासाठी काही खरेदी करीन,' बिली म्हणाली. तिनं राझीनला बोलावून कुठं जावं याची चर्चा केली. केवळ परदेशी पाहुण्यांसाठी असलेल्या उंची रशियन वस्तु असणाऱ्या दुकानांपेक्षा रशियातील सामान्य लोक जिथे खरेदी करतात अशा एका

मोठ्या सरकारी डिपार्टमेंटल स्टोअर्सला भेट द्यायचं ठरलं. राझीननं गुप्त पोलिसाच्या कानात सांगून तो स्वत: तयार झाला. दोन मिनिटांत वाटेतल्या सर्व रस्त्यांवर गुप्त पोलिसांचं जाळं तयार होऊन त्या स्टोअर्सच्या डायरेक्टरला सूचना देण्यात आल्या होत्या.

दहा मिनिटांनी त्यांच्या मोटारींचा ताफा स्टोअर्सपाशी पोचल्यानंतर बिली खाली उतरली. राझीननं झटकन् उतरून स्टोअर्सच्या डायरेक्टरशी तिची ओळख करून दिली. नंतर जमलेल्या मंडळींकडे बघून बिली म्हणाली, 'नोरा, खरेदी करताना मला तुझा सल्ला लागेल. बाकी कोणी माझ्याबरोबर येऊ नका. मला इथं एका सामान्य स्त्रीच्या भूमिकेत खरेदी करावयाची आहे.' सर्वजण थबकले. पण परराष्ट्रमंत्री म्हणाले की, 'मी बरोबर असणं आवश्यक आहे', आणि त्या दोघींबरोबर ते दुकानात शिरले. त्यांच्या लक्षात येणार नाही, अशा तऱ्हेने त्यांचे शरीररक्षक काही अंतरावरून त्यांच्यावर लक्ष ठेवत होते. त्यांना त्यांचं कर्तव्य होतंच.

दुकानाच्या प्रवेशद्वारापाशी उभ्या असलेल्या ॲलेक्स राझीनला गे पार्कर म्हणाला, 'आपण फूटपाथवर फिरत, गप्पा मारत सिगारेट ओढू या का? तिथूनही आपलं लक्ष राहीलंच.'

'वा! छान कल्पना,' असं म्हणत राझीननं मान डोलावली. आणि दोघं जाण्यासाठी तयार झाले. पार्करनं एक सिगारेट त्याला दिली. दोघंही शांतपणे फूटपाथवर फेऱ्या मारू लागले.

'तुम्ही उत्कृष्टपणे अमेरिकन बोलता. कुठे शिकलात?' पार्करनं विचारलं.

'मी अमेरिकन आहे. माझा जन्म व्हर्जिनियात झाला,' ॲलेक्स म्हणाला.

'मोठं आश्चर्य आहे. तुम्ही इतके संपूर्ण रशियन दिसता की कोणाचा विश्वासही बसणार नाही,' पार्कर आश्चर्यानं थक्क होत म्हणाला.

'माझी आई अमेरिकन होती.' राझीननं त्याचा सर्व इतिहास सांगितला. फक्त रशियाच्या केजीबी या गुप्तहेर संघटनेचा अधिकारी असल्याचं सोडून. आणि सध्या सरकारी दुभाषाची नोकरी करत आहे, अशी बतावणी केली.

'तरीसुद्धा आश्चर्य आहे! कारण तुम्हाला पाहिल्यावर चेहरा परिचित वाटला. पण तुम्ही तेरा वर्षांचे असताना अमेरिका सोडली म्हणता, तेव्हा माझा तो भासच असावा,' पार्कर कुतूहलानं पाहत म्हणाला.

'नाही, तुम्ही मला पाहिलं असण्याची शक्यता आहे, कारण मी काही वर्षांपूर्वी 'टास'चा वृत्तपत्रकार म्हणून वॉशिंग्टनला होतो,' राझीन म्हणाला.

'मग ते काम का सोडलं? अमेरिका आवडेनाशी झाली? नक्की त्याच वेळी आपण भेटून परिचय करून घेतला असेल. कारण मी सुद्धा 'असोसिएटेड प्रेस'चा वार्ताहर होतो,' पार्कर म्हणाला.

‘आपण भेटलो असण्याची फार शक्यता आहे. मला खरंच ते काम, अमेरिकेतील जीवन फार आवडत होतं. मी अमेरिका सोडली नाही, मला बाहेर घालवण्यात आलं.’ राझीननं थोडं भावनावश होऊन त्याच्या अटकेची आणि अमेरिकेतून रशियाला पाठवण्याची सारी हकिगत सांगितली. तो पुढे जे बोलला त्याचं त्यालाच फार आश्चर्य वाटलं. तो म्हणाला, ‘असं अनेक वेळा वाटतं की माझं निरपराधित्व अमेरिकन सरकारच्या कोणीतरी कानी घालावं. अमेरिकनं माझ्या येण्यावरची बंदी उठवावी.’

त्याच्याकडे सहानुभूतीनं पाहात पार्कर म्हणाला, ‘कोण जाणे! परिस्थिती पालटते, राजकारणाचे रंग बदलतात. कदाचित तुझ्याबाबतचा निर्णय बदललाही जाईल.’

बराच वेळ ते दोघं फेऱ्या मारत राहिले. विचारात म्हटल्यासारखं बोलत राझीन म्हणाला, ‘तू म्हणतोस त्याप्रमाणं झालं आणि तू माझी केस लक्षात ठेवून प्रयत्न केलास, योग्य व्यक्तींजवळ दोन शब्द बोललास तर मला फार आवडेल. मी इथं सुखी आहे; पण अमेरिकेत, माझ्या जन्मभूमीत परत यायला मला फार आनंद वाटेल.’

‘मी ते लक्षात ठेवीन. पण तुला माहितीच आहे की सध्यातरी आपल्या दोन देशांतले संबंध नीट नाहीत,’ पार्कर त्याला म्हणाला, ‘तसं असतं तर शिखर परिषदेची जरूर काय होती?’ थोडा वेळ थांबून तो पुढे म्हणाला, ‘तरीसुद्धा मी प्रयत्न करीन.’

‘तू विसरणार नाहीस?’ राझीननं उत्सुकतेनं विचारलं.

‘नाही,’ पार्करनं आश्वासन दिलं.

‘मी म्हणतो ते बरंच चमत्कारिक आहे. जवळ जवळ अशक्य आहे, हे मला समजतं. पण तू जर प्रयत्न केलास तर माझ्या परीनं मी पण तुझ्या उपकाराची परतफेड करायचा प्रयत्न करीन. माझ्याही बऱ्यापैकी चांगल्या ओळखी आहेत,’ राझीन उत्साहानं म्हणाला.

‘तुझ्या या ऑफरबद्दल मी आभारी आहे. इथल्या खास व्होडकाची एक सबंध पेटी मिळवण्याचा मी निश्चित प्रयत्न करीन,’ गे म्हणाला.

‘मी ती निश्चितच देईन,’ राझीन म्हणाला. दोघंही दुकानाकडे पाहात उभे राहिले.

तेवढ्यात बिली आणि तिनं खरेदी केलेल्या वस्तूंची खोकी घेऊन डायरेक्टर नोरासह दरवाज्यात आलेले दिसले, म्हणून जलदीनं ते निघाले. आपण पार्करजवळ आपलं मन उघडं करून अमेरिकेला जाण्याची इच्छा प्रदर्शित केली, हे चुकलं तर नाही ना, अशी रुखरुख राझीनला लागली होती. पण त्याला ठाऊक होतं की पेट्रॉव्हच्या कानापर्यंत हे कधीच जाणार नाही. पार्करनं त्याचं हे बोलणं कितपत

गंभीरपणे घेतलं हे कळायला काहीच मार्ग नव्हता. सर्वसाधारण अमेरिकन माणसांप्रमाणे त्यानं आस्थेनं ऐकून घेतलं होतं, इतकंच. त्याला स्वत:चं हसू आलं. अमेरिकेला जाणं हे त्याचं एक तरुणपणचं दिवास्वप्न होतं. आता तो मोठा झाला होता. त्याला ते सोडायला हवं होतं.

त्यानं बिलीला मोटारीत चढताना पाहिलं. आपण बिलीला पाहिलं का व्हेराला हेच त्याला बराच वेळ समजलं नाही. आता त्याला व्हेराची, तिच्या सुरक्षिततेची काळजी लागली. तो मोटारीत बसला.

मॉस्कोत त्या रात्री, क्रेमलिनमधल्या पंतप्रधान केरचेन्को यांच्या अलिशान ऑफिसमध्ये मोठं तंग वातावरण होतं. भिंतीवर कार्ल मार्क्स व लेनिन यांचे भव्य फोटो होते. अन्य काहीही सजावट नव्हती. त्यांचं मोठं टेबल आणि त्यावरील तीन पांढरे टेलिफोन ह्या व्यतिरिक्त डोळ्यांत भरण्यासारखं काही नव्हतं. टेबलाभोवतीच्या खुर्च्यांवर स्वत: पंतप्रधान, कम्युनिस्ट पार्टीचे मुख्य सेक्रेटरी, रशियन सरसेनानी, कर्नल झुक व पॉलिट ब्यूरोचे दोन सभासद-तसंच आफ्रिकेतील राजकीय परिस्थितीचे दोन तज्ज्ञ बसले होते.

आपली दाढी खाजवत पंतप्रधान गंभीरपणे म्हणाले, 'आपण सर्वांनी ज्या सूचना केल्या आणि विचार मांडले ते मी ऐकून घेतलं. पण नंतर गैरसमजाला वाव राहू नये म्हणून लंडनच्या बैठकीला जाण्याआधी आपली व अमेरिकेची या प्रश्नासंबंधानं काय बाजू आहे, त्याचा मी आढावा घेतो.' त्यांनी डोळे मिटले, आठवल्यासारखं केलं आणि ते बोलू लागले.

'बोएन्दे हे मध्य आफ्रिकेतील तीन कोटी लोकवस्तीचं अगदी मामुली राष्ट्र होतं. पण तिथे एक वर्षापूर्वी युरेनियमचा मोठा साठा सापडला, आणि त्याचं महत्त्व एकदम वाढलं. आपल्याला आणि अमेरिकेला, दोघांनाही युरेनियमची गरज आहे. तेथील राष्ट्राध्यक्ष अमेरिकेच्या हातचं बाहुलं आहे. त्यानं युरेनियमचं सारखं वाटप करू अशी प्रथम बतावणी केली. पण गेल्या वर्षात आपल्या तिप्पट युरेनियम अमेरिकेला विकलं आहे. ती परिस्थिती आपल्या दृष्टीनं गंभीर आहे.'

'आपणास हे माहिती आहे की तेथील राष्ट्राध्यक्ष श्री. किबांगु यांनी लोकशाहीचा देखावा केला असला तरी त्यांच्या सहकाराला आमजनतेचा पाठिंबा नाही. ते अमेरिकेच्या मदतीवर कसबसं उभं आहे. या उलट आपला सरकारी कर्नल न्वापा यास जनतेचा पाठिंबा असून त्यानं खडी सेना उभी केला आहे. आपण भरपूर मदत केल्यास कर्नल न्वापानं त्याच्या सैन्यानिशी चढाई करून किबागुंचं सरकार उलथून टाकण्याची तयारी दर्शविली आहे. कर्नल न्वापाजवळ आवश्यक ते मनुष्यबळ आहे.

पण सैन्याजवळ आधुनिक शस्त्रास्त्रं नाहीत. आणि ती दिल्याशिवाय त्याला विजय मिळायचा नाही. याउलट आपली अशी माहिती आहे की अमेरिकनं अध्यक्ष किबांगु यांना आधुनिक शस्त्रं दिली आहेत. त्यांच्या राज्याला धोका निर्माण झाल्यास आणखी शस्त्रास्त्रं देण्याचा गुप्त करार अमेरिकनं त्यांच्याशी केलेला आहे. आपल्याला दोन महत्त्वाच्या प्रश्नासंबंधी विचार करायचा आहे. १) अध्यक्ष किबांगु ह्यांच्याजवळ खरोखर किती लढण्याची ताकद आहे? २) युद्धाला तोंड लागल्यास अमेरिका कोणती शस्त्रं किती वेळात देऊन शकेल?

'जर अध्यक्ष किबांगुचा दावा खरा असेल तर न्वापानं व त्याच्या सैन्यानं उठाव केल्याबरोबर अध्यक्ष किबांगु तो सहज चिरडू शकेल. इथिओपियातून आपण पुरेशा वेळेत, योग्य शस्त्रात्रं पुरवू शकणार नाही. पण जर अमेरिकेनं त्यांना शस्त्रं पुरेशी दिली नसतील-ते जर नंतरही शस्त्रपुरवठा करणार नसतील तरच आपल्याला विजय मिळेल. मग आपले सल्लागार, तंत्रज्ञ पाठवून एका आठवड्यात तेथील राजवट कोसळून आपल्या सोयीची राजवट आणू शकू. आपल्याला बोएन्देचं सर्व युरेनियम मिळेल आणि अमेरिकेचं आपोआप बंद होईल.'

जमलेल्या सर्वांनी संमतिदर्शक माना हलवल्या. पण तिकडे न पाहिल्यासारखं करून पंतप्रधान बोलू लागले—

'आणि म्हणून या प्रश्नाची निश्चित उत्तरं मिळण्यासाठी वेळ काढावा म्हणून आपण लंडनची शिखर परिषद ठरवली. आपल्या हेरखात्याला किबांगु याच्या युद्धतयारीची योग्य ती व अचूक माहिती नाही. अमेरिकेसही कर्नल न्वापाच्या शक्तीची अचूक माहिती नाही. त्यामुळे अमेरिकेला साहजिक आहे ती परिस्थिती तशीच राहावी, असं वाटतं. कारण त्यात त्यांचा फायदा आहे. उलट आपल्याला युद्ध होऊन किबांगु गेला तर हवं आहे. त्यांची काय तयारी आहे, हे जाणून घेण्यासाठीच आपण लंडनची शिखर परिषद ठरवली. त्यांना काय हवं ते आपणास माहिती आहे. ते केवळ बोएन्देच नव्हे तर सर्व आफ्रिकेत आहे ती परिस्थिती कायम ठेवण्याची मागणी करतील. बाहेरील कोणत्याही देशानं आफ्रिकेच्या प्रश्नात ढवळाढवळ करू नये; शस्त्रांचा पुरवठा करू नये, अशी मागणी करून तसा करार करण्याचा ते आग्रह धरतील. तथापि आपणास जर त्यांच्याकडून हे समजलं की त्यांनी केलेला पूर्वीचा मदतीचा दावा खोटा आहे आणि अमेरिका पुढेही शस्त्रं पुरवणार नाही, तर मात्र आपण त्यांची कराराची मागणी फेटाळून लावू. कर्नल न्वापा याला चढाईची परवानगी देऊ आणि बोएन्देचं सर्व युरेनियम आपल्या ताब्यात घेऊ. जर मदत करण्याबद्दल अमेरिका केवळ थाप देऊन फसवत असेल तर मात्र अशा तऱ्हेचा करार हा त्यांचा मोठा विजय ठरेल.

'अमेरिकेच्या मदतीसंबंधी त्यांचे खरे उद्देश काय आहेत, हे समजल्याशिवाय

आपण शिखर परिषद जिंकू शकणार नाही. ते केवळ अशक्य आहे. पण त्यांचा दावा खरा का खोटा हे त्यांच्या गोटात जाऊन आपल्याला कळू शकेल, असं एक मोठं गुप्त साधन आपल्याजवळ आहे.'

पंतप्रधान थांबले. त्यांनी एकदा सर्वांच्या उत्सुक चेहऱ्यांकडे नजर टाकली आणि पुढे म्हणाले, 'तुमच्यापैकी काही लोकांनाच आपलं हे गुप्त शस्त्र गेली तीन वर्ष बनवलं जात असल्याची माहिती आहे. हे शस्त्र खास अमेरिकेच्या उच्च अधिकारी-गृहात जाऊन त्यांची तयारी किंवा कमकुवतपणा याचा शोध घेऊन आपणास माहिती कळवील. त्या ज्ञानाच्या बळावर आपल्याला शिखर परिषद जिंकणं फार सोपं जाईल. हे गुप्त साधन वापरायच्या आधी तुम्ही ते एकदा पाहावं, अशी माझी इच्छा आहे.'

ते बोलायचे थांबले. टेबलावरील एक बटण त्यांनी दाबलं– त्याबरोबर स्वागतकक्षाला लागून असणारा दरवाजा उघडला गेला. जनरल पेट्रॉव्हनं आत प्रवेश केला व सर्वांना अभिवादन करून तो बाजूला उभा राहिला. दाराकडे साऱ्यांची दृष्टी लागली.

'ती' दारात उभी राहिली; आणि सावकाश राजेशाही पावलं टाकत चालायला सुरुवात करून ती पंतप्रधानांच्या टेबलाकडे येऊ लागली. तिची मान उंच होती. ती सहजपणे चालत होती. तिनं फिकट हिरव्या सिल्कचा, छातीची उभारी व्यवस्थित दिसेल असा ब्लाऊज घातला होता. तिच्या गळ्यात सोन्याची जाड साखळी होती. त्यातील पदक छातीवर मध्यभागी रुळत होतं. करड्या रंगाच्या स्कर्टवर कमरेच्या खाली तिचे बांधलेले केस रुळत होते. एखाद्या परीसारखी तरंगत ती पंतप्रधानांपाशी पोचली. न कळत सारे जण उभे राहिले.

'पंतप्रधान किरचेन्को, तुमची आणि माझी भेट होऊ शकली याबद्दल धन्यवाद. माझे पति, अमेरिकेचे प्रेसिडेंट ॲन्ड्र्यू ब्रॅडफोर्ड यांनी त्यांच्या शुभेच्छा आपणास दिल्या आहेत,' ती म्हणाली.

पंतप्रधानांनी त्यांच्या नेहमीच्या सावध हास्याऐवजी मोठ्या समाधानी हास्यानं तिचं स्वागत केलं. उभं राहून तिच्या दंडाला धरून त्यांनी आपल्या सहकाऱ्यांकडे तिला नेलं. ज्यांना पूर्वीचं काहीच माहीत नव्हतं, ते अगदी गोंधळून आ वासून पाहू लागले.

'मित्रांनो, तुमच्या मनातील गोंधळ मी समजू शकतो!' पंतप्रधान म्हणाले, 'ज्यांना या योजनेची थोडीशी माहिती होती, त्यांनासुद्धा हिला पाहून विस्मय वाटेल. मित्रांनो, आपल्या सोव्हिएट रशियातील एक महान् नटी व्हेरा व्हाविलोवाची मी आपणास ओळख करून देतो. पेट्रॉव्ह, व्हेराला खुर्ची द्या. लोकहो, तुम्हीही बसा. तुमच्यापैकी कोणीही ही अमेरिकेची पहिली स्त्री व अध्यक्षांची पत्नी नाही, असं म्हणू शकणार नाही. कारण ती खरी अध्यक्षांची पत्नीच आहे!'

वृद्ध जनरल चुकोव्हस्की तिच्यावरून डोळे बाजूला करू शकले नाहीत. 'आश्चर्य! महान आश्चर्य! असं काहीतरी चाललं आहे, हे कानावर येत होतं, पण मी फार साशंक होतो!' ते मोठ्यानं म्हणाले, 'आता मला शंका नाहीत.'

सर्वांसकट पंतप्रधानांनीही त्यांच्या बोलण्यावर संमतिदर्शक माना हलवल्या. 'हेच आपलं गुप्त अस्त्र आहे. ही व्हाईट हाऊसमध्ये गेल्यावर जे शोधून काढील, त्यावर आपल्या शिखर परिषदेचं यश-अपयश अवलंबून आहे,' पंतप्रधान म्हणाले. नंतर तिच्या खांद्यावरून पेट्रॉव्हकडे पाहात ते म्हणाले, 'फार सुंदर कामगिरी केली.'

'आभारी आहे!' पेट्रॉव्ह नम्रपणे म्हणाला.

पंतप्रधानांनी समाधानानं व्हेराकडे पाहून म्हटलं— 'अमेरिकेच्या पहिल्या स्त्रीला माझं अभिवादन! तुझी सर्व तयारी आहे?'

'माझी सर्व तयारी आहे,' व्हेरा विनयानं म्हणाली.

'तुला या कामाबद्दल आत्मविश्वास वाटतो?'...पंतप्रधान.

'संपूर्ण विश्वास आहे!' व्हेरा शांतपणे म्हणाली.

'जगात ह्यापुढील सत्तेचं जे राजकारण होईल, त्याची जबाबदारी तुझ्या खांद्यावर आहे!' पंतप्रधान म्हणाले.

'मला माझ्यावरील जबाबदारीची जाणीव राहील.' व्हेरा उत्तरली.

एक क्षणभरच पंतप्रधानांच्या चेहऱ्यावर काळजी दिसली. ते म्हणाले, 'ह्या योजनेला परवानगी देताना मी मूर्खपणा करीत नाही ना, अशी शंका येते; कारण त्यात कल्पनातीत धोका आहे. एक चूक, एक बारीकशी चूक आपला विनाश करील.'

व्हेरानं संमतिदर्शक मान हलवली. ती म्हणाली, 'पंतप्रधान किरचेन्को, माझ्या हातून चूक होणार नाही-एकही नाही. मी माझ्यावरील जबाबदारी पार पाडीन.'

'ठीक आहे,' पंतप्रधान म्हणाले, 'आम्हीही आमची कोशिश करू. माझे धन्यवाद आणि शुभेच्छा प्रेसिडेंटना द्या, मिसेस ब्रॅडफोर्ड!'

तशी ती दमली होती. पण क्रेमलिनच्या ज्या हॉलमध्ये निरोपाची पार्टी आयोजित करण्यात आली होती, ती अतिभव्य अशी होती; त्यामुळे आपल्याला उत्साह आला आहे, हे बिली ब्रॅडफोर्डला जाणवलं. 'झार हॉल' मध्ये ही पार्टी चालू होती, तो दोनशे फूट लांब व साठ फूट रुंद होता. तिथे धातूच्या कलाकुसरीचे अठरा खांब होते. छताशी झुंबरातून तीन हजार दिवे लावले होते. प्रत्यक्ष कार्यक्रम सुरू होण्याच्या आधी रशियातील तीन पथकांनी नृत्य-नाट्य सादर केलं. त्या हॉलच्या चारी भिंतींना लागून टेबलं ठेवण्यात आली होती. मधल्या लांब टेबलावर मध्यभागी

तिला बसवण्यात आलं होतं. तिच्या दोन्ही बाजूंना परराष्ट्रमंत्री आणि दुभाषा म्हणून ॲलेक्स राझीन बसले होते. त्यांच्या दोन्ही बाजूंस नोरा, पार्कर वगैरे तिच्याबरोबर आलेली माणसं बसली होती. तिनं सहज बाल्कनीत नजर टाकली. तिथे एक ऑर्केस्ट्रा मंद धुन वाजवत होता. तिच्या हस्तिदंती टेबलावरील जेवणाची प्लेट उचलली जात असताना, उंची मद्याचा पेला हलवला जात असताना; ह्या सर्व कार्यक्रमास किती वेळ लागला हे तिला समजलंच नाही. कदाचित् मध्यरात्र उलटून गेली असावी.

जेवणाच्या पदार्थांची विविधता, मद्याचा व सर्व पदार्थांचा दर्जा हा इतका उंची होता की तिनं प्रत्येक पदार्थातील अगदी थोडा भाग खाल्ला तरी तिला पोट जड झाल्यासारखं वाटत होतं. व्हाईट हाऊसमधील जेवणात आपण सुधारणा केली पाहिजे, अशी सूचना ती अमेरिकेला गेल्यावर अध्यक्षांना देणार होती.

वेटरनं आईसक्रीमची डिश् ठेवून शँपेन तिच्या पेल्यात भरली, तेव्हा तिच्या कपाळावर नाखुषीची आठी पडली होती. तिला शँपेन आवडत नसे. पण ती नको म्हणणार, तोपर्यंत वेटरनं पेला भरला होता. तिनं सभोवार पाहिलं. सर्व मंडळी उठून उभी होती. रशियाच्या पंतप्रधानांची भव्य आकृती त्यांच्या पत्नीजवळ उभी होती. जेवण चालू असताना तर ते नव्हते. आता तिला बिदा करण्यासाठी खास आले असावेत. ते रशियन भाषेत मोठ्यानं चारपाच वाक्य बोलले. राझीन तिच्या कानाशी पुटपुटत होता. पंतप्रधानांनी स्त्री-स्वातंत्र्याच्या चळवळीला यश आणि तेथील स्त्रिया त्यांच्या नवऱ्यांना जी मुलं देतील त्यांच्यासाठी शुभचिंतन केलं. सर्वत्र हास्याची लकेर उठली. नंतर लंडन शिखर परिषदेच्या यशासाठी शुभेच्छा देऊन शँपेन ओठांना लावली.

तिला शँपेन पिणं अशक्य झालं. तिनं तसं राझीनला सांगितले. तो नम्रपणे मृदु आवाजात म्हणाला, 'आपण शँपेन न पिणे हे दरबारी पद्धतीनुसार यजमानांच्या अपमानाचं कृत्य समजलं जाईल.' तिनं परराष्ट्र मंत्र्याकडे पाहिलं. त्यांनी मान डोलावली. तिनं डोळे मिटले आणि शँपेनचा पेला संपवला.

'सरते शेवटी रशियन स्त्रियांचे करमणुकीचे कार्यक्रम सादर केले जातील,' असं राझीन सांगत होता. अर्धवट झोपेत तिनं कसाबसा तो वेळ काढला. सर्वांनी टाळ्या वाजवल्या; पण तिला त्या वाजवताच येत नव्हत्या. शेवटी तिच्या अशक्तपणाचा जोर वाढला आणि तिनं डोळे मिटले.

तिनं डोळे उघडले तेव्हा परराष्ट्र मंत्री युंगदल तिच्या खांद्यावर थोपटून तिला जागं करत होते. तिनं उठण्याचा प्रयत्न केला, पण ती उठू शकली नाही. शेवटी युंगदल यांनीच तिला खांद्याला धरून उठवलं. 'झोप! मला झोप हवी आहे,' ती क्षीण स्वरात म्हणाली.

तिच्या शरीररक्षकांनी मोटारीतून व नंतर दोन्ही दंड धरून हॉटेलमध्ये खोलीत कसं आणलं, ते तिला समजलंच नाही. ती बिछान्यावर पडली तेव्हा तिची नोकराणी तिला विचारत होती, 'बाई, तुमचे कपडे उतरायला मदत करू का?'

पार्करनं ती नोकराणी, नोरा आणि मग शरीररक्षकांकडे पाहिलं. त्याच्या चेहऱ्यावर काळजी दिसत होती. 'बिली! तू आजारी नाहीस ना?'

त्याच्या स्वरातील काळजी पाहून बिलीनं डोळे उघडले. 'ठीक आहे, पण अतिश्रमानं भोवळ आली! मला झोप येत आहे.'

तिचा शरीररक्षक म्हणाला, 'काही लागलं तर मी बाहेर रात्रभर जागा आहे. मला केव्हाही हाक मारा.'

कसंबसं उठून तिनं सर्व लोक खोलीबाहेर गेल्यावर दरवाजा लावला. धडपडत ती दिव्याच्या स्विचजवळ गेली. सारी खोली, त्यातील फर्निचर जणू हलत होतं. धरणीकंप व्हावा तसं. तिनं कसाबसा स्विच गाठला. ती कोलमडत असताना शरीराच्या धक्क्यानं दिवा मालवला गेला.

तोल सावरत ती झोपण्याच्या खोलीत पोचली. टेबल-लॅम्पच्या पिवळ्या प्रकाशात तिचा नाईट गाऊन दिसत होता. त्याची बटनं निघत नव्हती. म्हणून तिनं तो फाडला. अंगावरचे कपडे काढून दूर फेकले आणि पलंगाचा आधार घेत ती वर चढली. आपलं अंग तिनं पलंगावर झोकून दिलं.

अंथरुणावर पडल्या पडल्या तिनं डोळे उघडले. सारी तक्तपोशी फिरत होती. डोक्यामध्ये घणाचे घाव बसत होते. डोकं हातात धरून शांत होण्याचा तिनं प्रयत्न केला. छे! सारं सहनशक्तीच्या बाहेर होतं. दूरवर फोन वाजल्याचा आवाज येऊ लागला, पण तिला उठवेना. जाऊ दे! ॲन्ड्र्यूनं फोन केला असावा.

जेवताना जी दारू घेतली तेवढ्यानं असं होणार नाही, हे तिला समजत होतं. मग तिला गुंगीचं औषध दिलं होतं की काय?

ती ह्या विचारानं एकदम घाबरली. अंगरक्षकाला किंवा परराष्ट्रमंत्र्यांना बोलावण्यासाठी उठू लागली, पण ती उठूच शकली नाही... सारा अंधार झाला... ती मेल्यासारखी गाढ झोपली. त्या वेळी रात्रीचे बारा-चौदा झाले होते.

रात्रीचे दोन-दहा. बिली ब्रॅडफोर्ड गाढ झोपेत होती. पण तिच्या पलंगाजवळील गालिचा उंचावला गेला. प्रथम एक इंच, दोन, तीन, पाच इंच; मग त्या जवळच्या जमिनीतील फळ्या उंचावल्या गेल्या. हळूहळू सर्वच पलंगाजवळची जमीन एका बाजूनं काही फूट उंच झाली. त्या उंचावलेल्या फटीतून प्रथम एक काळे कपडे घातलेली सडपातळ व्यक्ती आणि तिच्या पाठोपाठ एक दणकट व्यक्ती त्या खोलीत आली. त्या दणकट व्यक्तीनं एक रेशमी रुमाल हलक्या हातानं बिली ब्रॅडफोर्डच्या तोंडात कोंबला. त्याचक्षणी सडपातळ व्यक्तीनं गुंगी आणणाऱ्या औषधाच्या इंजेक्शनची

सुई तिच्या दंडात खुपसली. हे सारं अर्ध्या क्षणात घडलं. बिलीनं जागं होण्याचा क्षीण प्रयत्न केला, पण दुसऱ्या क्षणातच ती बेशुद्ध पडली.

बेशुद्ध बिलीभोवती ब्लँकेट गुंडाळलं गेलं. अत्यंत काळजीपूर्वक तिला फळ्यांच्या फटीतून खाली सोडण्यात आलं. खाली दणकट शरीराची माणसं उभी होती. त्यांनी अगदी अल्लद तिला ताब्यात घेतलं. नंतर वर चढलेली दोन माणसं जमिनीच्या पोकळीतून खाली उतरली.

क्षणभर खोलीत कोणीच नव्हतं. अगदी क्षणभरच.

लगेच त्या पोकळीतून एका स्त्रीचं डोकं वर आलं. नंतर ती स्त्री आणखी वर येऊन गुडघे टेकून उभी राहिली. दोन क्षण जागीच उभं राहून अंधाराला डोळे सरावून घेतले आणि सहजपणे बरोबर आणलेला नाईट गाऊन घातला. नंतर आपले कपडे फटीतून खाली फेकून दिले.

मग तिनं फळ्या हळूहळू खाली केल्या. घाई न करता, आवाज न करता प्रत्येक फळी तिनं नीट खोबणीत बसवली. त्याच्या वरच्या गालिचा पण तिनं सुरकुत्या काढून नीट बसवला.

तिनं अंधारात सर्वत्र पाहिलं. त्या खोलीत कोणी नव्हतं. सर्व वस्तू जिथल्या तिथे होत्या. दाराला फट करून तिनं बाहेर नजर टाकली. तिथला शरीररक्षक शांतपणे आपल्या जागी उभा होता. काहीही गडबड नव्हती.

स्वतःशीच समाधानानं हसत ती पलंगाजवळ गेली. शांतपणे अंग मोकळं करून, अद्याप ऊबदार असलेलं ब्लँकेट तिनं अंगावर ओढलं. चकाकणाऱ्या घड्याळाकडे पाहिलं तेव्हा रात्रीचे दोन-सव्वीस झाले होते.

टेबलावर झोपेची गोळी व पाणी दिसत होतं, तिच्या आधी त्या पलंगावर झोपलेली व्यक्ती गोळी घेण्याच्या स्थितीत नव्हती. तिनं विचार केला आणि गोळी तशीच राहू दिली.

उशीवर डोकं ठेवून, डोळे मिटून तिनं झोपण्याचा प्रयत्न केला. पण झोप येणं शक्यच नव्हतं. तिची छाती जोरात धडधड करत होती. तिला एक प्रकारची हुरहूर व भीती वाटू लागली होती. तेव्हाच तिला फार बरं वाटलं. नाटकाच्या स्टेजवर प्रवेश करण्याच्या आधी अशी धडधड व भीती वाटली की नाटकातलं काम चांगलं होतं, असा तिला अनुभव होता.

पण आपल्याला शांत झालं पाहिजे, झोपलंच पाहिजे. कारण पहाटे पाच वाजता उठायचं होतं. वर पाहता पाहता कीव्हमधलं नाटक तिला आठवलं. पेट्रॉव्हची झालेली पहिली भेट आठवली. केजीबी ऑफिसमध्ये बोलावून तिला दिलेली भूमिका, काही महिन्यांनंतर तिच्यावर टाकलेली खरी मोठी जबाबदारी, अॅलेक्स आपल्याला प्रथम केव्हा हवासा वाटला? त्या दोघांचं झालेलं मीलन-ह्या

साऱ्या घटना तिच्या डोळ्यांसमोरून तरळत जाऊ लागल्या.

तिचं मन आता रिकामं होऊ लागलं. कालची आणि उद्याची, दोन्ही चित्रं विरू लागली. हळूहळू तिला झोप येत होती. तिला हे जाणवत होतं. पाच वाजता उठायचं होतं. त्या वेळी नाटकाचा पडदा वर जाऊन खरं नाटक सुरू होणार होतं.

आपल्याला कसं वागायचं आहे ते आठवण्याचा तिनं प्रयत्न केला, पण काहीच आठवेना. त्याची गरजही नव्हती. पाच वाजता पडदा वर गेल्यावर ती अमेरिकेची पहिली स्त्री म्हणून जगासमोर येणार होती. पडदा वर चाललाच होता. तिसरी घंटा होत होती.

झोप लागत असताना तिनं व्हेरा व्हाविलोवाला 'गुडबाय्' केलं आणि तिच्या देहाशी एकरूप झालेल्या अमेरिकन अध्यक्षांच्या पत्नीला, बिली ब्रॅडफोर्डला 'हॅलो!' केलं.

हीच त्या वेळची अखेरची जाणीव...

४

जणू काही न संपणाऱ्या पायऱ्या ती चढत होती. ती हळूहळू शुद्धीवर येत होती पण तिला डोळे उघडता येत नव्हते; डोक्यातील ठणका तसाच होता. तोंड कडू पडलं होतं.

डोकेदुखीमुळे तिला धड झोप लागत नव्हती आणि डोळेही उघडता येत नव्हते. म्हणून ती स्वस्थ पडून राहिली. काल रात्री आपण जेवताना दारू जास्त घेतली असावी! म्हणून काही काळ स्वस्थ पडून राहावं झालं. तिनं कष्टानं डोळे उघडले, दिवा लावून घड्याळात पाहिलं. चारच वाजत होते. अजून एक तास विश्रांती मिळणार होती. पाच वाजता उठायचं होतं.

पण तिला अचानक कसली तरी जाणीव झाली आणि फार मोठा धक्का बसला. तिनं ज्या घड्याळात पाहिलं, ते तिचं नेहमीचं घड्याळ नव्हतं. ती मनात दचकली. थोड्या वेळानं पुन्हा डोळे उघडले आणि घड्याळाबरोबरच सर्वत्र नजर फिरवली. छे! खोली, पलंग सारं काही वेगळं होतं. ती चुकून नोराच्या खोलीत झोपली की काय?

तिनं उठायचा प्रयत्न केला, पण ती उठू शकत नव्हती. आपण कुठे झोपलो आहोत, हे जाणून घेण्याचा विचार तिला स्वस्थ बसू देत नव्हता. थोड्या विश्रांतीनंतर ती पुन्हा उठली आणि खोलीबाहेर गेली! छे स्वप्न तर नव्हे! ते हॉटेल नव्हतं, इमारतही नव्हती. ती गोंधळली. स्वतःला चिमटा घेऊन जागं असल्याची खात्री झाल्यावर प्रथम ती आपल्या रक्षकाला हाक मारायला बाहेर गेली. पण तिथे दुसराच एक धटिंगण उभा होता. तिनं दरवाजा बंद केला. पाच वाजत आले होते. तिची नोकर-सारा-पाच वाजता येणार होती. तिनं थोडा वेळ वाट पाहायचं ठरवलं.

पाच वाजून गेले तरीसुद्धा सारा आली नाही. तिनं स्वतःच काय झालं असावं,

याचा शोध घेण्याचा प्रयत्न करायचं ठरवलं. प्रथम मोठा गाऊन घातला. केस आरशात बघून सारखे केले. आणि नोरा किंवा पार्कर यांना हाका माराव्यात म्हणून ती शेजारच्या दिवाणखान्यात गेली. त्या ठिकाणी पुरुषी बोलण्याचा व हालचालींचा आवाज येत होता.

तिकडे जाताना ती चांगली जागी झाली होती. तिची बुद्धी कुशाग्रपणे काम करत होती. अमेरिकेची पहिली स्त्री कितीही संकटात सापडली, तरी धीरानं वागते, हे तिला दाखवायचं होतं. ती आत गेली तेव्हा दोन माणसं तिथे हलक्या आवाजात बोलताना दिसली. एक तर तिचा गेल्या तीन दिवसांचा दुभाषा ॲलेक्स राझीन होता. दुसरा कोणीतरी त्यापेक्षा मोठा आडदांड दिसत होता. प्रथम त्या दोघांना पाहून तिला आश्चर्य वाटलं. कारण तिच्या दिमतीला दिलेल्या ३१२५अमेरिकेतील गुप्त पोलिसांपैकी तिथे कोणीच नव्हतं.

तिच्याकडे पाहत तो आडदांड इसम म्हणाला, 'नमस्ते, मिसेस ब्रॅडफोर्ड! आपण जाग्या होण्याचीच आम्ही वाट बघत होतो.'

तिनं त्याच्या बोलण्याकडे दुर्लक्ष केलं. ती शांतपणे म्हणाली, 'हा काय प्रकार आहे? मी इथं कशी आले? माझ्याबरोबरचे लोक कुठे आहेत?'

राझीन थोडा पुढे झाला आणि अभिवादन करत तिला म्हणाला, 'हे पहा, मी सर्व खुलासा करतो.'

पण त्या आडदांड माणसानं त्याला गप्प राहण्याची खूण केली व म्हटलं, 'राझीन, ते काम मी करतो, तू आत जाऊन मिसेस ब्रॅडफोर्डसाठी चांगली कॉफी करून आण.' राझीन आत जाईपर्यंत तो गृहस्थ बोलायचा थांबला. तशी खात्री झाल्यावर तो बिलीकडे पाहून म्हणाला, 'मला वाटतं आधी तुम्ही कोचावर बसून घ्या.'

त्याच्या ह्या उद्धटपणाबद्दल व आवाजातील हुकमी स्वरामुळे तिच्या मनात त्याचा अपमान करावा असं आलं. पण तो विचार सोडून ती कोचावर बसली.

'तुमच्या मनाचा गोंधळ उडला असेल, हे मी जाणतो,' तो शांतपणे म्हणाला.

'गोंधळ? त्याहीपेक्षा अधिक काहीतरी. हे काय चाललं आहे?' बिली म्हणाली.

'त्याचा अर्थ मी तुम्हाला समजावून देईनच. पण मी प्रथम माझी ओळख करून देतो. माझं नाव जनरल इव्हॉन पेट्रॉव्ह. तुम्ही माझ्याविषयी ऐकलं आहे?' पेट्रॉव्ह शांतपणे व अदबीनं म्हणाला, 'हे माझं ओळखपत्र. मी रशियन हेरखात्याचा, केजीबी संस्थेचा, चेअरमन आहे.' नंतर आपलं अधिकार-पत्र खिशात ठेवत म्हटलं, 'तुम्ही कुठे आहात, असा प्रश्न तुम्हाला पडला असेल, त्याचं उत्तर असं की तुम्ही क्रेमलिनमधील अत्युत्तम अतिथीगृहात आहात. तुमच्या मनात पुन्हा प्रश्न येईल, मी इथे कशी आले? त्याचं उत्तर असं की आम्ही तुमच्या हॉटेलातून तुम्हाला रात्री

हलवलं आणि इथं आणलं.'

'तुम्ही...काय? काय केलं?'

'तुम्हाला हॉटेलातून हलवून इथे आणलं,' पेट्रॉव्ह म्हणाला, 'कारण तशी जरुरी होती. तुम्हाला आश्चर्य वाटेल...'

त्याला मध्येच थांबवत ती म्हणाली, 'म्हणजे तुम्ही मला झोपेत हलवलंत?'

'आमच्या कृतीचं तसं वर्णन करता येईल,' पेट्रॉव्ह म्हणाला, 'ते करण्यासाठी तुम्हाला गाढ झोप आणणं आवश्यक होतं. त्यासाठी कालच्या निरोप-समारंभात शँपेनमधून तुम्हाला गुंगीचं औषध देण्यात आलं होतं.'

'तुम्ही खरोखर माथेफिरू आहात! ठार वेडे आहात,' ओरडून बिली म्हणाली, 'ज्या वेळी माझ्या यजमानांना हे समजेल...'

'तुमच्या यजमानांना हे कधीच समजणार नाही,' पेट्रॉव्ह म्हणाला, 'माझ्यावर विश्वास ठेवा— तुमच्या यजमानांना हे कधीच समजणार नाही.'

ती अगदी भांबावून, गोंधळून कोचाला खिळून राहिली. तेवढ्यात राझीननं कॉफी, साखर, दूध, पाव आणि जॅम ट्रेमधून आणलं. तो ट्रे तिच्यासमोरील टेबलावर ठेवला. तिची नजर तो टाळत होता. त्याच्याकडे पाहत ती हलक्या आवाजात म्हणाली, 'राझीन? मला सांग, हे खरं नाही ना?'

राझीन अवघडून गेला. तो पेट्रॉव्हच्या मागे दडला.

'मी निश्चित स्वप्नात आहे!' ती स्वत:शी पुटपुटली.

'तुम्ही स्वप्नात नाही. ही अगदी वास्तव घटना आहे,' पेट्रॉव्ह रोखठोक म्हणाला.

'मला वेड लागलं आहे काय?' तिचा आवाज किंचाळल्यासारखा येत होता. 'याला काहीच अर्थ नाही. अमेरिकेच्या पहिल्या स्त्रीला-अध्यक्षांच्या पत्नीला कोणीही पळवत नाही. कोणी पळवू शकतच नाही. ह्याचे काय परिणाम होतील तुम्हाला माहीत आहे? खरोखर तुम्ही शुद्धीत आहात का? तुम्हाला खंडणी वसूल करायची आहे का कपटानं अध्यक्षांवर काही दबाव आणायचा आहे? पण त्याचा काहीही उपयोग होणार नाही. मला थोड्या वेळातच माझ्या विमानात जायचं आहे. मी तुम्हाला बजावते. माझं विमान आठ वाजता सुटणार आहे,' बिली रागानं म्हणाली.

'सकाळचे आठ केव्हाच वाजून गेलेत. आता दुपारचे चार वाजताहेत,' पेट्रॉव्ह म्हणाला, 'तुमचं विमान जाऊन काही तास उलटले आहेत.'

'अशक्य आहे!' बिली म्हणाली, 'मला घेतल्याशिवाय माझं विमान कधीच जाणार नाही.'

'तुमचा कयास अगदी बरोबर आहे,' पेट्रॉव्ह म्हणाला, 'तुमच्या वायुदलाचं नंबर एक विमान अध्यक्षांच्या पत्नीला घेतल्याशिवाय कधीच गेलं नसतं. पण ते

सुटलं त्या वेळी अध्यक्षांच्या पत्नी विमानात होत्या.'

बिली त्याच्याकडे चक्रावल्यासारखी पाहू लागली.

'तुम्हाला हे सारं काल्पनिक वाटतंय. पण मी आता सारं स्पष्टच सांगतो. त्या उप्पर तुमचे काही प्रश्न असले तर तुम्ही राझीनला विचारा. कारण मला फार काम आहे,' पेट्रॉव्ह म्हणाला, 'लवकरच तुमचे यजमान व रशियाचे पंतप्रधान यांची शिखर परिषद होणार आहे. ती ज्या राष्ट्राच्या भवितव्यासाठी होणार आहे, त्यामध्ये युरेनियम भरपूर असल्यानं जगाच्या शांततेचा भावी प्रश्नसुद्धा त्यावर अवलंबून आहे. अमेरिकेच्या आणि विशेषत: तुमच्या यजमानांच्या, प्रेसिडेंटच्या मनात काय विचार चालू आहेत, त्यांचे डाव काय आहेत, हे जाणून घेण्यासाठी अध्यक्षांच्या अत्यंत निकट वावरणाऱ्या लोकांमध्ये रशियाचा एखादा गुप्तहेर असावा अशी आमची योजना होती. अशी योजना करणं हे हेरखात्याच्या दृष्टीनं गैर काहीच नाही. अमेरिकन हेरखात्यानं सुद्धा आमच्या अधिकारी वर्गात आपली माणसं पूर्वी ठेवली आहेत. आमच्या सुदैवानं हुबेहूब तुमच्यासारखी दिसणारी एक स्त्री तुम्ही व्हाईट हाऊसमध्ये जाण्याच्या आधी आम्हाला मिळाली. गेली तीन वर्ष आमचं खातं तिला योग्य वेळी तुमची भूमिका बजावण्यासाठी घडवत होतं.'

'माझ्यासारखी दुसरी स्त्री? शक्य नाही. इतकी अशक्य, अतर्क्य गोष्ट कधी घडली नव्हती-आताही घडणार नाही,' बिली ठामपणे म्हणाली.

'अशा गोष्टी पूर्वी घडल्या आहेत. तुम्ही इतिहासाच्या विद्यार्थिनी आहात. नेपोलियननं 'युजिन रोबार्ड' नावाच्या माणसाचा उपयोग स्वत:च्या जागी अनेक वेळा केला होता. तुमच्या प्रेसिडेंट रुझवेल्टनं स्वत:च्याऐवजी बऱ्याच वेळा तोतया रुझवेल्ट वापरला आहे. 'क्लिफ्टन जेम्स' नावाच्या माणसाला युद्धात अनेक वेळा माँटगोमेरीनं आपल्याऐवजी उभं केलं आहे. आणि तेच आताही होत आहे. बिली ऐवजी दुसरी स्त्री, अध्यक्षांची पत्नी म्हणून या क्षणी वावरत आहे.'

'ही योजना तडीला जाणार नाही,' बिली हताशपणे म्हणाली.

'ती तडीला नेण्याचा आमचा निर्धार आहे,' पेट्रॉव्ह म्हणाला.

थोडा वेळ बिली स्वस्थ बसली व म्हणाली, 'आणि तुम्ही माझं काय करणार?'

'काही नाही; खरंच काही नाही. तुम्हाला कुठलाही धोका नाही. तुम्हाला सन्मानानं अतिथिगृहामध्ये अंदाजे दोन आठवडे ठेवलं जाईल. तुमच्याऐवजी जी स्त्री आज अध्यक्षांची पत्नी म्हणून वावरते आहे-आपण तिला सेकंड लेडी म्हणू-तिनं शिखर परिषदेसाठी योग्य ती माहिती मिळवून दिली की तुम्हाला लंडनला नेण्यात येईल. आणि तुम्ही अध्यक्षांच्या पत्नी म्हणून पुन्हा अमेरिकेला जाऊ शकाल. काय झालं ते कोणालाच समजणार नाही.'

'समजणार नाही?' बिली ओरडली. 'मी काय गप्प बसेन? मी माझ्या यजमानांना

सांगेन. साऱ्या जगाला ओरडून सांगेन.'

'तुमच्यावर कोण विश्वास ठेवील? काय पुरावा आहे तुम्ही ओरडाल त्याला?' पेट्रॉव्ह शांतपणे म्हणाला. 'या उलट तुमच्या बोलण्यानं तुम्ही तुमच्या अध्यक्षांना मोठ्या पेचात टाकाल! तुम्ही जास्त आरडाओरड केलीत तर तुमची रवानगी मोनेगर हॉस्पिटलमध्ये करण्यात येईल. ते ठिकाण मनाच्या दुबळेपणामुळे ज्यांना आभास होतात त्यांच्यासाठी आहे.'

तो थांबून पुढे म्हणाला, 'आमची योजना इतकी अशक्य वाटणारी आहे की त्यामुळेच तिच्यावर कोणी विश्वास ठेवणार नाही. ठेवलाच तरी त्यात अध्यक्ष आणि अमेरिकेचं हसं होईल. तुम्ही नीट विचार केलात म्हणजे मी म्हणतो ते पटेल आणि तुम्ही लंडनला गेल्यावर गप्प बसाल.'

थोडा वेळ थांबून तो उठला. त्यानं टेबलावरची आपली सिगारेटची पेटी कोटात ठेवली. तो म्हणाला, 'मला आता गेलंच पाहिजे. अजून बरीच कामं आहेत. राझीन इथं थांबेल. तो तुमच्या सर्व सुखसोयींकडे पाहील. तुम्ही मजेत राहा. आवडेल ते जेवा, झोपा, वाचा. तुमच्या आवडीच्या लेखकांची पुस्तकं आम्ही इथं ठेवली आहेत. शिवाय अमेरिकन सिनेमांच्या व्हिडीओ टेप्स् पण आहेत. फक्त एकच अट आहे. बाहेर पडण्याचा किंवा बाहेरच्या जगाशी संपर्क साधण्याचा प्रयत्न करू नका. तो केलात तर तुमच्या सर्व सुखसोयींना तुम्ही मुकाल. तुमच्यासमोर दैवानं जी तात्पुरती स्थिती निर्माण केली आहे, ती खुल्या मनानं स्वीकारा. ह्या कक्षेत तुम्हाला पाहिजे त्या वस्तू राझीन पुरवील. मीसुद्धा मधून मधून भेट देईन,' एवढं म्हणून तो झपाट्यानं बाहेर गेला.

तो दरवाज्यातून जात असताना ती दुःखानं, संतापानं ओरडली, 'ह्यात तुम्ही कधीही यशस्वी होणार नाही!'

तो थांबला. त्यानं दरवाज्याचं बंद दार पुन्हा उघडलं आणि म्हटलं, 'आम्ही यशस्वी होत आहोत. राझीन, त्यांना ते दाखव.'

थोड्याच वेळात तिनं स्वतःवर ताबा मिळवला. राझीनकडे वळून बघत म्हटलं, 'तुम्ही या कटात आहात का? गेले तीन दिवस तुम्ही माझ्याशी इतकं चांगलं वागला...'

राझीन बसत म्हणाला, 'मी या कटात आहेही आणि नाहीसुद्धा. ही फक्त रशियाच्या केजीबीच्या आखत्यारीतील कारवाई आहे. मी केजीबीत नाही. पण त्यांना सहकार्य देण्यास मला भाग पाडण्यात आलं. कारण मी अर्धा अमेरिकन आहे. माझी आई अमेरिकन आणि वडील रशियन होते. मी तेराव्या वर्षापर्यंत अमेरिकेत वाढलो. आई वारल्यावर मला वडिलांनी इथं आणलं; पण लगेच वडीलही वारले.'

'मग तुम्ही अमेरिकेत का गेला नाही?' बिलीनं कुतूहलानं विचारलं.

त्यानं बोलावं का नाही याचा बराच वेळ विचार केला. शेवटी तो उठला. त्यानं रेडिओचा आवाज मोठा केला. तिला जवळ बसायला सांगून हळू आवाजात तो म्हणाला, 'माझी अमेरिकेला जाण्याची फार इच्छा आहे. तिथलं जीवन मला आवडतं,' अशी सुरुवात करून त्यानं आपला सर्व इतिहास तिला सांगितला.

'मी तुम्हाला परत अमेरिकन जीवन देऊ शकेन; माझ्या यजमानांजवळ बोलेन. जर तुम्ही मला मदत केलीत तर!' बिली आश्वासनपूर्वक म्हणाली.

'मदत? ती कशी? तुम्ही कुठे आहात याची तुम्हाला कल्पना आहे का? तुम्ही केजीबीच्या गाभ्यात, क्रेमलिनमध्ये आहात, तुम्ही सुटकेचा नुसता विचार केलात तरी ते मृत्यूला निमंत्रण ठरेल!' राझीन हताशपणे म्हणाला.

'तुम्ही सुटकेसाठी मदत करू नका, पण कोणाला तरी कळवा. अमेरिकन वकिलातीमध्ये!' बिली आशेनं म्हणाली.

'पण माझ्यावर कोण विश्वास ठेवणार?' तो तिला थांबवत म्हणाला. 'ते इथे शोधायला येतील तेव्हा तुम्ही मॉस्कोमध्ये नसाल. तुम्हाला कुठेतरी दूर हलवण्यात येईल. मी कळविण्याचा प्रयत्न केला, हे उघडकीला आलं तर हालहाल करून मला ठार मारण्यात येईल. तुमच्या सुटकेचा प्रयत्न मला तरी अशक्य वाटतो,' राझीन शांतपणे म्हणाला.

'पण ते मला दोन आठवड्यांत सोडतील का?' बिली त्याच्या विचाराशी सहमत झाल्यासारखं दाखवत म्हणाली, 'आणि मला काही दुखापत करणार नाहीत ना?'

'तुम्हाला इजा करण्यात त्यांचा काही फायदा नाही. शिवाय ती सेकंड लेडी माहिती मिळवू शकणार नाही, ती तुझ्याकडून मिळवायची त्यांना उमेद आहे, असं मला वाटतं. ही शिखर परिषद संपल्यानंतर ते तुमची पुन्हा अदलाबदल करतील.' राझीन विचारपूर्वक म्हणाला.

तीही विचार करत होती. तिला हे सारंच अशक्य वाटत होतं. 'हे चालू शकणार नाही,' स्वतःशीच ती म्हणाली. 'माझ्या नवऱ्याला माझी, माझ्या शरीरातील कणाकणाची इतकी ओळख आहे की, ती हेलिकॉप्टरमधून उतरताच तिचं बिंग फुटेल. माझ्या नवऱ्याजवळ ती जाताच त्याला समजून येईल की ही बनावट आहे. म्हणजे ती मी नव्हे! आणि जनरल पेट्रॉव्ह म्हणत होता की आम्ही यशस्वी होत आहोत- हे कसं?'

राझीन उठला. त्यानं ब्रीफकेसमधून एक टेपचं रीळ काढलं. रेडिओ बंद करून व्हिडीओ टेप टीव्हीमध्ये बसवताना तो म्हणाला, 'मी तुम्हाला हे दाखवावं अशी त्यांची इच्छा होती.' त्यानं टीव्हीचं बटण फिरवलं.

पडद्यावर राष्ट्राध्यक्षांचं हेलिकॉप्टर, विमानतळावरून व्हाईट हाउसच्या हिरवळीवर

येऊन उभं होतं. त्याला उतरण्यासाठीचा फिरता प्लॅटफॉर्म हिरवळीवर नेला जात होता. हेलिकॉप्टर उतरलं. दरवाजा उघडला. दरवाजात 'बिली ब्रॅडफोर्ड' व्हाईट हाऊसमधील लोकांना व अँड्र्यूला हसतमुखानं हात हलवत उभी होती.

इकडे बिलीला आश्चर्याचा धक्का बसला. ती अवाक् झाली. टीव्हीच्या पडद्यावर तीच होती-शंकाच नाही. तेच नितळ, लांब, चकाकणारे केस, तोच चेहरा, शरीर, कपडे! ती खाली उतरली होती. तिचे यजमान तिला घेण्यासाठी शिडीशेजारी येत होते. ती उतरली, आणि आवेगानं तिनं अध्यक्षांना चुंबन दिलं. त्यांनी तिला आपल्या मिठीत घेतलं आणि तिचं उलट चुंबन घेतलं. फोटोग्राफर व वर्तमानपत्रांचे बातमीदार फोटो घेत असता त्यांनी तिचं पुन्हा चुंबन घेतलं. नंतर त्यांनी तिला दंडाला धरून अनेक मायक्रोफोन्स ठेवलेल्या एका कठड्याकडे नेलं. तिनं छोटसं भाषण केलं. मॉस्कोतील महिला परिषद यशस्वी झाली होती. उद्या ती लॉस एंजल्स् येथे जाऊन महिला मंडळात त्याचा पूर्ण वृत्तांत देणार होती. मॉस्कोनं जरी तिला फार प्रेमानं, सन्मानानं वागवलं होतं तरी घरी आल्याचा तिला फार आनंद होत होता.

बिली वेडावल्यासारखी पडद्याकडे पाहत होती. तिचा नवरा व्हाईट हाऊसच्या दक्षिण भागातून 'त्या' स्त्रीला पत्नी समजून सलगीनं स्वतःच्या घरात नेत होता.

'आम्ही यशस्वी होत आहोत,' पेट्रॉव्हचे शब्द तिला आठवले.

हताशपणे बसलेल्या तिच्याकडे पाहत राझीन म्हणाला, 'पेट्रॉव्ह म्हणतो ते खरं आहे. ते यशस्वी होत आहेत. मला तुमच्याबद्दल सहानुभूती वाटते.'

हात मोकळे सोडून पराभूत झाल्यासारखी ती कोचावर रेलली. तिच्या नवऱ्यानं ओळखू नये, संशयसुद्धा घेऊ नये, इतकी ती सारखी होती! तिचा अभिमान, तिचं नवऱ्यावरील प्रेम क्षणभर वितळलं. पण तिच्या मनात क्षणात एक आशा उंचावली. उद्या ती लॉस एंजलसला भाषण झाल्यावर, तिच्या घरच्या माणसांना भेटायला जाणार होती. तिथे लहानपणापासून ज्यांनी पालनपोषण केलं, तिला मायेनं कुरवाळलं, ते तिचे वडील; जिच्याबरोबर तिनं बालपण काढलं, ती बहीण तरी घरात आलेली ही तोतया स्त्री आहे म्हणून ओळखील. ते गुप्तहेर खात्याला निश्चित कळवतील.

त्याशिवाय आणखी एक आशा तिला वाटली. आज रात्री ज्या वेळी अँड्र्यू शयनगृहात येईल, तेव्हा ही बनावट स्त्री मोठ्या हौसेनं त्याला शरीरसुख देईल. तिला माहीतही नसेल की मला अजून काही दिवस रतिसुख घ्यायचं नाही. त्या सुखासाठी ती अँड्र्यूला भुलवू लागली की त्याला निश्चित संशय येईल.

'ठीक आहे!' तिनं परिस्थिती स्वीकारली असल्याचं क्षीण हास्य केलं. त्यांनी पहिली फेरी जिंकली आहे. पण माझे शब्द लक्षात ठेवा- ही नुसती सुरुवात आहे. 'तिच्या' विनाशाची...

प्रेसिडेंटच्या भोजनगृहातून बाहेर आल्यावर ती व्हाईट हाऊसमधील निळ्या खोलीत येऊन बसली. टेलिव्हिजन पाहत असताना बिली ब्रॅडफोर्ड नेहमी पट्ट्यांच्या सोफ्यावर, बेंजामिन फ्रँकलिनच्या फोटोखाली बसते हे तिला माहीत होतं, त्याप्रमाणे ती बसली. तिच्या बाजूला, थोडं मागे पार्कर आणि नोरा बसली होती. टेलिव्हिजनवर सिनेमा बघणे हा तिचा विश्रांती घेतानाचा छंद होता. त्याप्रमाणे हंफे बोगार्ट व इन्ग्रीड बर्गमनची तिची आवडती फिल्म ती पाहात होती. ती फिल्म बिलीनं एकदाच, नोरानं दोनदा आणि पार्करनं तीन वेळा पाहिली आहे, हे तिला माहीत होतं. व्हेरानं मात्र ती एकदाही पाहिली नव्हती. पण तसं कोणाला वाटू नये म्हणून ती नोराकडे वळून म्हणाली, 'पाहिलेलीच फिल्म पुन्हा बघायला किती गंमत येते नाही!' नोरा संमतिदर्शक हसली.

तिला व्हाईट हाऊसमध्ये प्रवेश करून अकरा तास झाले होते. हेलिकॅप्टरमधून उतरताना आलेली तिच्या मनाची मरगळ प्रेसिडेंट ॲन्ड्र्यूनं तिला बाहुपाशात घेतलं तेव्हाच जाऊन तिचा आत्मविश्वास एकदम वाढला. एका क्षणात ती 'बिली ब्रॅडफोर्ड' झाली. मग पुढचं सारं सोपं गेलं. व्हाईट हाऊसमध्ये शिरताना तिला आनंदाची एक मोठी उर्मी आली. प्रेक्षक तिची भूमिका उत्तम तऱ्हेनं स्वीकारत होते, ह्याची ती संवेदना होती. मोठ्या प्रयासानं तिनं संयम ठेवला. अनैसर्गिक वागण्यानं घात झाला असता. ती व्हाईट हाऊसशी परिचित होतीच. तिने सकाळचे नित्याचे व्यवहार पार पाडले. तीन दिवसांचा सर्वच पत्रव्यवहार नोराकडे सोपवला. फक्त सहीसाठी आणायला सांगितलं. दुपारी काही प्रमुख सिनेटर्सच्या पत्नींबरोबर भोजन ठरलं होतं. बोलण्याचा मुख्य विषय मॉस्कोतील परिषदेचाच होता. त्यामुळे ते सहज जमलं. हजर नसलेल्या बायकांबद्दल व त्यांच्या लफड्यांबद्दलची कुजबूज तिनं ऐकली. त्यानंतर गे पार्कर आत्मचरित्राविषयी बोलायला आला. पण विश्रांती घेण्याच्या सबबीवर तिनं आजची बैठक नको म्हणून टाळलं. त्याला ते अपेक्षितच होतं. 'काल तुला अतिश्रमानं भोवळ आली होती!' तो सहानुभूतीनं म्हणाला.

विमानतळावर जाताना तिची अशीच धडधड झाली होती. पण बरोबरच्या सर्व लोकांनी जेव्हा ती शरीररक्षकांमध्ये उभी असताना तिच्या नावाचा जयजयकार केला, तेव्हा आपण बिली ब्रॅडफोर्ड बनलो या आत्मविश्वासानंच तिनं विमानात प्रवेश केला. विमानात नोरा बराच वेळ झोपूनच होती. तिलाही गुंगीचं औषध देण्यात येईल, असं राझीननं सांगितलंच होतं. आलेला आत्मविश्वास नंतर कायमच राहिला.

आता थोड्या वेळापूर्वी अध्यक्ष ब्रॅडफोर्ड यांनी, त्यांना जेवायला वेळ नसल्याचा व झोपायला उशिरा येऊ असा फोन केला होता. त्या आधी तिनं थोडा वेळ विश्रांती घेऊन, साराला उद्याच्या लॉस एंजल्सच्या प्रवासाची आवराआवर करायला मदत केली होती. नंतर प्रेसिडेंट येणार नसल्यानं कंपनी म्हणून तिनं नोरा आणि पार्करला

तिच्या बरोबर जेवणास ठेवून घेतलं होतं.

जेवणाच्या वेळी सुद्धा नोराचं डोकं जरासं जड होतं. कालची बिलीची परिस्थिती व तिचाही अनुभव यामुळे, रशियन लोकांनी गुंगीचं औषध दिलं की काय असा नोराला संशय येत होता. तो तिनं बोलूनही दाखवला. पण व्हेरा हसत म्हणाली, 'अगं, रशियाच्या मुख्यप्रधानांची पत्नी अमेरिकेच्या पहिल्या स्त्रीला गुंगीचं औषध देईल, हे कल्पनेत तरी शक्य आहे का? काय आहे की त्यांची दारू आपल्यापेक्षा दुप्पट कडक असते. आपल्याला त्याची जाणीव नसल्यानं आपण ती घेतली. म्हणूनच बेभान झालो, इतकंच.' नोरा पण हसली. तो विषय तिथेच संपला.

जेवताना पार्करनं तिच्या घरच्या लोकांचा विषय काढला. त्याच्याशी बोलताना तिनं ओळखलं की त्याचा चौकसपणा चरित्र-लेखनाच्या कामापुरताच आहे. तिनं जुजबी उत्तर दिलं. नंतर पार्करला म्हटलं, 'आतापर्यंत आपण जे काम केलं, चर्चा केली, त्याचा आढावा घेण्यासाठी तुझ्या टेप्स मला पुन्हा ऐकायच्या आहेत.' त्यालाही ती सूचना आवडली. उठताना ती म्हणाली, 'मी लॉस एंजल्सकडून येईपर्यंत चरित्रलेखन थांबवू... उद्या विमानात माझ्या भाषणाचीच तयारी करू.'

'उद्या आपल्याला केव्हा निघायचं आहे?' पार्करनं विचारलं.

'दुपारी चार ते पाचच्या दरम्यान,' व्हेरा म्हणाली. पण नोरानं तिला दुरुस्त करून सांगितलं की पाचच्यानंतर. तिनं पाय लांब केले, आळस दिला आणि त्यांना निरोप देत म्हणाली, 'आता या. मी विश्रांती घेते.'

प्रेसिडेंटच्या शय्यागृहात अंगावरील कपडे काढताना मनातल्या मनात तिनं स्वत:चं अभिनंदन केलं. ती गेले बारा तास शत्रूच्या गुहेत वावरत होती. त्यात तिनं सर्वांना चकवलं होतं, बेमालूम फसवलं होतं. ती एकटी होती आणि शत्रूच्या अगदी हृदयापाशी पोचली होती. पण तिच्या मनात आलं, ती अगदीच एकटी नव्हती. वॉशिंग्टनमध्ये असताना तिनं कोणत्याही रशियन माणसाला किंवा त्याच्या हस्तकाला भेटायचा प्रयत्न करायचा नव्हता. पण अगदीच गरज पडली... भयानक गरज पडली, तर ती एका नंबरवर फोन करू शकत होती.

अर्थात तशी वेळ येणार नाही, अशी तिला खात्री वाटली. बेडरूममध्ये गेल्यावर तिनं ब्लाऊज-स्कर्ट काढला, आणि बिलीचं कपड्यांचं कपाट उघडलं. बिलीचे कपडे भडक रंगाचे व मादकपणाला उठाव देणारे होते. तिची स्वत:ची आवड सौम्य होती. तिनं करड्या रंगाचा एक नाईट गाऊन काढला. इथे असताना ह्या कपड्यांची ती भरपूर मजा घेणार होती.

त्या डबल बेडवर पडल्या पडल्या तिला ॲलेक्सची आठवण झाली. त्यानं किती बारीक सारीक तपशीलासह तिला शिकवलं होतं. मिळालेल्या शिक्षणानं गेल्या बारा तासांत ती उत्तीर्ण झाली होती. त्यामुळे तिला ॲलेक्सबद्दल प्रेमाचं भरतं

आलं. आज दिवसात प्रथमच त्याची आठवण येत होती, त्याबद्दल तिला अपराध्यासारखं झालं. पण किती लक्षपूर्वक, एकाग्रपणे तिला तिची भूमिका वठवावी लागत होती, हे समजून घेऊन तो तिला क्षमा करील अशी तिनं समजूत करून घेतली.

तिनं झोपेची गोळी पाण्याबरोबर घेतली. एका पुस्तकाचं पान उलटते तोच तिला प्रेसिडेंट खोलीत शिरताना दिसले.

'तुझी ट्रीप मजेशीर झाली ना? रशियन लोकांमध्ये किती गंमत आली?' त्यांनी आत येत कपडे काढता काढता विचारलं. 'पंतप्रधानांची भेट झाली?'

'वा! त्यांनी पाहुणचार आणि व्होडका यांची तर खैरातच केली,' व्हेरा म्हणाली, 'मी पंतप्रधानांना दुरूनच पाहिलं. ती महिलांची परिषद होती, हे विसरू नको. पण लुडमिलाबाईंशी मात्र बऱ्याच गप्पा झाल्या.'

'कशा काय आहेत त्या?' ॲन्ड्र्यूनं हसत विचारलं.

'मला तर त्या पंतप्रधानांची बायको वाटण्यापेक्षा एक सुंदर गृहिणी वाटल्या,' व्हेरा म्हणाली, 'त्यांच्या बराचशा गप्पा स्वयंपाकाविषयी होत्या.'

'मीही असंच ऐकलं आहे,' ॲन्ड्र्यू म्हणाले. ते नग्न होऊन बाथरूमकडे निघाले. व्हेरानं एकदोन क्षणच पाहिलं. जास्त औत्सुक्यानं पाहाणं धोक्याचं होतं. ॲलेक्सपेक्षा ते निश्चितच वृद्ध होते, पण वयाच्या मानानं त्यांचं शरीर खूपच रेखीव होतं. इथे असताना तरी त्यांच्याशी शरीरसंबंध ठेवायला नको, म्हणजे ॲलेक्सशी प्रतारणा केल्यासारखं होणार नाही, ह्या विचारानं तिला बरं वाटलं. रात्रीचा गाऊन घालून ते आत येत म्हणाले, 'आजचा दिवस कसा गेला?'

तिनं त्या दिवसाच्या तिच्या कार्यक्रमाचा त्रोटक वृत्तान्त सांगितला. गमतीनं सिनेटर्सच्या बायकांची कुजबूजही कानावर घातली. ती म्हणाली, 'उद्यापासून दोन दिवस कॅलिफोर्नियात.'

'उद्या मी विसरलो तरी तुझ्या वडिलांना माझे नमस्कार सांग,' असं म्हणत दिवा मालवून ते पलंगावर झोपले. तिच्याजवळ सरकत म्हणाले, 'तुझी गैरहजेरी मला फार जाणवते.'

'मला पण तुमच्याशिवाय कमरत नाही,' असं म्हणत तिनं कुशीवर वळून त्यांचं चुंबन घेतलं. त्यांनी केसांतील हातानं तिचं तोंड जवळ ओढून पुन्हा तिचं चुंबन घेतलं. मग गाऊनमध्ये हात घालून तिचे स्तन कुस्करू लागले. आपले स्तन घट्ट होत आहेत, हे पाहून तिला आश्चर्य वाटलं. 'तुम्ही मला उत्तेजित करीत आहात,' ती लाडीकपणे म्हणाली, 'पण आता नाही हं!'

'मी तर दिवस, तास मोजतो आहे,' ॲन्ड्र्यू जवळ सरकत म्हणाले.

'मलाही हा विरह सहन होत नाही. पण काय करणार! डॉक्टरांचा सक्त हुकूम आहे.' त्यांना अलिंगन देऊन मोकळं करत ती म्हणाली. ते बाजूला झाले आणि

थोड्या वेळानं म्हणाले, 'छे! मी फार दमलो! आफ्रिकेचा प्रश्न-बोएन्देची परिस्थिती दिवसेंदिवस फार काळजी निर्माण करत आहे. रशियन्स आपल्याला फार त्रास देतीलसं वाटतं,' ते कुशीवर वळत म्हणाले.

तिला त्या विषयावर आणखी बोलायची इच्छा होती. पण तिनं मन आवरलं. या वेळी व्हेरानं आणखी एक कठीण परीक्षा दिली होती. ॲन्ड्र्यूशी एकांतवासात वागण्याची, समागमाविषयी केजीबीनं दिलेली माहिती किती अचूक होती त्याची तिला प्रचीती आली. तिला केजीबीचं कौतुक वाटलं.

आणखी एक मोठी परीक्षा उद्या द्यायची होती. ती म्हणजे बिलीच्या वडिलांच्या घरातील सर्वांच्या भेटीची... ती एकदा दिली की मग जिंकल्यासारखंच होतं.

लॉस एंजल्सला जाताना विमानात गे पार्कर बरोबर भाषणाची रूपरेखा निश्चित झाल्यावर तिनं त्याला ते लिहायला सांगितलं. थोड्या वेळानं त्याला पुन्हा हाक मारून, तिच्याबरोबर आत्मचरित्राची चर्चा करायला बोलावलं.

तो आल्यावर ती म्हणाली, 'गेल्या चार दिवसांत आपण काहीच प्रगती केली नाही. ॲन्ड्र्यूला तर पुस्तक लवकर तयार पाहिजे. आपण आत्ताच थोडा वेळ बसायचं का?' त्यानं आनंदानं संमती दिली. तो टेपरेकॉर्डर घेऊन आल्यावर ती म्हणाली, 'गेल्या वेळी आपण कुठपर्यंत आलो होतो?'

'पूर्वी आपण बोलताना आयुष्यात जी पहिली खरी नोकरी केली तिचं वर्णन तुम्ही करत होता. लॉस एंजल्स टाईम्सच्या रिपोर्टरचं काम करीत असताना तुम्ही ॲन्ड्र्यूशी कशी ओळख वाढवली, तुमच्या प्रणयाराधनात तुम्ही ॲन्ड्र्यूला घेऊन तुमच्या वडिलांकडे कसे गेलात, ते पण सांगितलंत; पण मला त्याच्या आधी एका बारक्या गोष्टीबद्दल-तुमच्या नोकरीतील पहिल्या जबाबदारीच्या कामासंबंधी विचारायचं आहे,' पार्कर सहजपणे म्हणाला.

'त्या पहिल्या मुलाखतीचं रिपोर्टिंग करताना माझा कसा बोजवारा उडाला ते मी तुम्हाला सांगितलं आहेच,' व्हेरा हसत हसत म्हणाली.

'होय, तुम्हाला जॉर्ज किल्डेनी कसं वाचवलं ते तुम्ही सांगितलंत,' पार्करही खुषीत येऊन म्हणाला.

'नुसतंच जॉर्जनं नव्हे. स्टीव्ह वुड्सनंसुद्धा. त्याला माझी मुलाखत पुन्हा लिहावी लागली ना!' व्हेरा मोकळेपणानं म्हणाली.

आपण बोलावं का नाही याचा विचार करत तो काही वेळ थांबला. 'वास्तविक हे बोलू नये, पण मी जॉर्जची पाच दिवसांपूर्वी भेट घेतली. त्यानं मला सांगितलं की स्टीव्ह वुड्सनं ती मुलाखत लिहिलेली नाही. त्यानं स्वतःच ती मुलाखत लिहिली.

तुम्हाला सत्य माहीत असावं, म्हणून सांगतो,' पार्कर म्हणाला.

'त्यानं समक्ष तुला सांगितलं?' व्हेरानं विचारलं.

'हो,' गे म्हणाला.

'मग तो जॉर्ज आता खरोखर वय वाढल्यामुळे विसराळू होत असला पाहिजे,' व्हेरा थोडंसं गोंधळल्यासारखी चाचरत बोलली. 'कारण त्याच्या तोंडून स्टीव्ह वुड्सनं मुलाखत लिहिल्याचं ऐकल्यावर मी स्वत: त्याची गाठ घेऊन आभार मानले.'

पार्कर आश्चर्यचकित झाला. 'तुमच्याजवळ स्टीव्ह वुडस्नं मुलाखत लिहिल्याचं कबूल केलं?' तो विस्मयानं म्हणाला.

'हो, बरोबर!' व्हेरा म्हणाली.

गेल्या भेटीत जॉर्जनं स्टीव्ह वुडस् ही व्यक्ती अस्तित्वात नाही असं सांगितलं होतं. आता तर बिली स्टीव्ह वुडस्ला भेटल्याचं सांगत आहे. हे पूर्वी कधीही तिनं सांगितलं नव्हतं.

नंतर पाऊण तास चर्चा झाल्यावर व्हेरा त्याला म्हणाली की, 'मी आता विश्रांती घेते.' हे म्हटल्यावर तो उठला. पण त्याच्या बिलीबद्दलच्या विश्वासाला तडा गेला होता.

बिली आजपर्यंत कधी खोटं बोलली नाही. तिला काय झालं आहे, हेच त्याला समजेना.

दीड दिवसांचा लॉस एंजल्स् मुक्काम आटोपून गे पार्कर, नोरा वगैरे अध्यक्षांच्या पत्नीचा सर्व ताफा वॉशिंग्टनकडे परतत होता. पार्करनं त्याचा दारूचा ग्लास उचलून पिऊन टाकला आणि आजूबाजूला पाहिलं. सर्व मंडळी झोपेची आराधना करत डोळे मिटून स्वस्थ पडली होती. त्यानंही झोपायचा प्रयत्न केला, पण झोप येईना. गेले कित्येक महिने पार्करनं, बिली ब्रॅडफोर्डची नोकरी धरल्यापासून तिच्याबरोबर गेलेल्या प्रत्येक वेळेचा अहवाल लिहून ठेवण्याची सवय लावून घेतली होती. त्याप्रमाणे नुकताच त्यानं कॅलिफोर्नियाच्या समग्र भेटीचा अहवाल आपल्या टाईपरायटरनं टाईप करून हातावेगळा केला होता. पण त्याला काही केल्या झोप येईना.

वास्तविक काही बाबतीत कॅलिफोर्नियाचा मुक्काम, त्यांचा दौरा फार यशस्वी झाला होता. बिली ब्रॅडफोर्डनं तीन वर्तमानपत्रांना दिलेल्या मुलाखती विलक्षण गाजल्या. लॉस एंजल्स् टाईम्स्, लॉस एंजल्स् एक्झामिनर, युनायटेड प्रेस इंटरनॅशनल या तिन्ही पत्रांनी तर मुख्य पानावर फोटोसहित छापल्याच, पण त्यातील दोन टीव्हीवर दाखवल्या गेल्या. त्यात तिचा हजरजबाबीपणा, मार्मिक व राजकारणी

उत्तरे देण्याचं कौशल्य आणि रशिया वगैरे राष्ट्रांबाबत अचूक ज्ञान यांची मुक्त कंठानं स्तुती होत आहे.

आंतरराष्ट्रीय महिला परिषदेचा अहवाल महिला मंडळांना सादर करण्याचा तिचा कार्यक्रम तर संपूर्ण टीव्हीवर दाखवला गेला. तिची भाषणपद्धती, बुद्धिमत्ता स्वतःचे विचार लोकांना सोप्या भाषेत समजावून देण्याची क्षमता तर अत्यंत लोकप्रिय झाली. बेसबॉल सामन्यांचं घाईगर्दीच्या कार्यक्रमातून वेळ काढून तिनं केलेलं उद्घाटन सर्वांची मनं जिंकून गेलं. बिली ब्रँडफोर्डची लोकप्रियता तर वाढलीच, पण राष्ट्राध्यक्षांच्या पत्नी म्हणून प्रेसिडेंट ॲन्ड्र्यूची प्रतिमा उजळली. वास्तविक सर्वांच्याबरोबर त्यानंही आनंदी व्हायला हवं होतं; पण तरी पार्कर गोंधळला होता. काहीतरी खटकत होतं. काहीतरी खुपत होतं. त्यानं काय घोटाळा होता हे शोधून काढण्यासाठी सगळे प्रसंग आठवायला सुरुवात केली.

पहिला प्रसंग महिला मंडळानं खाना आयोजित केला होता तेव्हा घडला. नोरानं बिलीला आधी सांगितलं होत की तिची खुर्ची महिला मंडळाची अध्यक्ष व तिची जुनी मैत्रीण ॲग्नेस या दोघींच्यामध्ये ठेवली जाईल. बिली जेवायला गेली त्यावेळी त्या दोघींपैकी एक महिला आधीच बाजूच्या खुर्चीवर बसली होती. व्हेरा त्या बसलेल्या बाईकडे गेली आणि म्हणाली, 'कसं काय ॲग्नेस!' ती बाई गोंधळल्यासारखी दिसू लागली व म्हणाली की, 'मी ॲग्नेस नाही, मी महिला मंडळाची अध्यक्ष आहे.' एवढ्यात नोरा एका बाईचा हात धरून आली आणि म्हणाली की, 'ही तुझी जुनी मैत्रीण अग्नेस.' बिली वरमून म्हणाली, 'या सतत गर्दीच्या कार्यक्रमांनी इतकं गोंधळल्यासारखं होतं.'

पार्कर नोराच्याजवळ जेवायला बसला होता. तेवढ्यात नोरा जरा चुळबुळ करू लागली म्हणून त्यानं कारण विचारलं. नोरा म्हणाली की बिलीला 'ऑइस्टर' जातीच्या माशाचा कुठलाही प्रकार बिलकुल आवडत नाही आणि त्याच पदार्थांची डिश् प्रथम ठेवली जात होती. पण बिली त्या डिश्‌ला हातसुद्धा लावणार नाही. आणि थोड्या वेळानं त्या दोघांनी पाहिलं-बिली तो पदार्थ नीट मन लावून खात होती. त्या दोघांनाही आश्चर्य वाटलं. नोरा म्हणाली, 'बिली आता लोकांच्या भावनेची कदर करू लागलेली दिसते. पूर्वी ती आपल्या नावडीच्या वस्तू बिलकुल घेत नसे.'

हॉटेलमधील जेवण व भाषणाचा समारंभ संपवून बाहेर जात असताना त्यांना सांगण्यात आलं की, 'अध्यक्ष ॲन्ड्र्यू यांच्या खास संमतीनं तिच्या कार्यक्रमात थोडा बदल झाला होता. डॉजर स्टेडियमवर 'कॅलिफोर्निया डॉजर्स' आणि लॉस एंजल्स्‌च्या टीममध्ये धर्मार्थ खेळण्यात येणाऱ्या बेसबॉल सामन्याचं उद्घाटन तिच्या हस्ते ठेवण्यात आलं आहे...' मोटारीमध्ये बिली थोडीशी गोंधळल्यासारखी व त्रासिक दिसत होती. वास्तविक बिली आणि तिचे वडील, दोघंही बेसबॉलचे शौकीन

असल्यानं हा कार्यक्रम ठरवला होता. जरी बिलीला हा अचानक बदल पूर्ण नापसंत होता तरी केवळ प्रेसिडेंटची इच्छा म्हणून तिनं नाईलाजानं ते स्वीकारलं. तिथे गेल्यावर जमावानं तिच्या नावाचा जल्लोष केला. पण प्रत्यक्ष सामन्याचं उद्घाटन करण्यासाठी पंचांनी तिच्या हातात चेंडू दिला त्या वेळी ती खूपच गोंधळल्यासारखी दिसली. तिला काय करावं हेच समजेना. शेवटी पंचांनी चेंडू कसा फेकायचा याचं प्रत्यक्षिक दाखवल्यावर मग बिलीनं उत्साहानं चेंडू फेकला.

ती बेसबॉलची एवढी शौकीन असूनसुद्धा बिलीचं खेळात बिलकुल लक्ष नव्हतं. पण तिच्याजवळ बसलेले एक गृहस्थ आपल्या नातीला खेळाचे नियम समजावून देत होते, ते मात्र ती लक्ष देऊन ऐकत होती. उत्सुकता वाटली म्हणून पार्करनं त्यांना काय संभाषण झालं हे विचारलं होतं. बिली त्यांना म्हणाली होती, 'तुम्ही तुमच्या नातीला खेळ व खेळाचे नियम समजावून देता ते जरा मोठ्यानं सांगा, मी पण ऐकेन. मुलांना खेळ कसा समजावून सांगावा हे मला समजेल.'

बिलीच्या वडिलांच्या घरी गेल्यावर दोन बहिणींची भेट झाली. वडिलांशी गप्पा झाल्या. रशियाहून आणलेल्या वस्तू भेट म्हणून देऊन झाल्या. नंतर बिलीच्या बहिणीचे यजमान व भाचा रिची आला. रिचीला पाहून बिली म्हणाली, 'काय गं! ह्याला पाहून एक वर्ष झालं नाही? किती वाढला आहे!' बिलीची बहीण थोडी चकित झाली. आणि तिला म्हणाली, 'अगं! गेल्याच महिन्यात तो तुझ्याकडे एक दिवस राहून गेला नाही का?'

तिच्या वडिलांनी आत जाऊन एका कुत्र्याला-हॅम्लेटला- बाहेर आणलं. त्याला हातात धरून बिलीला म्हणाले, 'तुला भेटायला आणखी एक पाहुणा आतुर आहे, पाहिलास?' असं म्हणून त्यांनी कुत्र्याला सोडलं. बिली टाळ्या वाजवून त्याला बोलवत म्हणाली, 'हॅम्लेट! इकडे ये. मला पापी दे!' पण कुत्रा जवळ जाईना. तो उलट तिच्याकडे पाहून भुंकायला लागला. बिली रुसल्यासारखं करून म्हणाली, 'मी त्याला वाढवलं, उडी मारून माझी पापी घ्यायला शिकवलं आणि आता माझ्यावरच गुरगुरतो आहे.' सर्वच मंडळी हसू लागली.

कुत्रा ओळख विसरतो! चांगला एकोणीस वर्षांनी भिकाऱ्याच्या वेषात आलेल्या एका मालकाला त्याच्या इमानी कुत्र्यानं ओळखलं. तर मग हे असं का? कुत्र्यानं तिला का ओळखलं नाही? तो बेचैन झाला. त्यानं झोपण्याचा पुन्हा प्रयत्न केला, पण झोप लागली नाही.

उतरण्याच्या आधी त्यानं नोराला विचारलं, 'ट्रीपबद्दल काय वाटतं?'

'या इतकी यशस्वी, आनंदी ट्रीप पूर्वी कधीच झाली नव्हती,' नोरा म्हणाली.

'बिलीवर कुत्रा भुंकला हे तुला विचित्र वाटलं नाही?' पार्करनं विचारलं.

'तू काय विचार करतोयस्?' नोरा म्हणाली.

'मला जरा गोंधळल्यासारखं झालं आहे,' पार्कर म्हणाला.

'मूर्ख आहेस! त्या कुत्र्याला अपचन झालं होतं,' नोरा म्हणाली.

'हं, शक्य आहे!' तो म्हणाला.

अध्यक्षांची पत्नी रात्री उशिरा परत आल्यानं तिला सकाळी दहापर्यंत कोणी उठवू नये, अशी सूचना अध्यक्षांनी देऊन ठेवली होती. तिचे त्या दिवशी फारसे कार्यक्रमही ठेवण्यात आले नव्हते. प्रेसिडेंट ॲन्ड्र्यू मात्र सकाळी उठून, पोहून, न्याहारी करून वगैरे तयार झाले. त्यांच्या निवासस्थानातील गोल ऑफिसमध्ये महत्त्वाची बैठक होती, त्याला हजर राहण्यासाठी बिली उठायच्या आतच ते निघून गेले.

बैठकीला सर्व उच्च अधिकारी व सल्लागार हजर होते. अध्यक्षांचे वैयक्तिक सल्लागार गिब्ज जरा उशीरा आले. त्याबद्दल दिलगिरी प्रदर्शित करून ते म्हणाले, 'कालचं टीव्हीवरचं भाषण आम्हा सर्वांना फार आवडलं, असं आपल्या पत्नीला अवश्य सांगा. त्या भाषणानं तुम्हा दोघांची प्रतिमा फार उंचावली आहे.'

'इलेक्शन दृष्टीपथात असताना अशी कुठलीही घटना आनंददायक आहेच. आपल्याला आता बोएन्देसंबंधी विचार करायचा आहे. राष्ट्राच्या हिताच्या दृष्टीनं आणि माझ्या फेरनिवडणुकीच्या दृष्टीनंही!' अध्यक्ष ॲन्ड्र्यू म्हणाले. 'बोएन्देबाबत आगामी शिखर परिषदेत कशी भूमिका घ्यावी, काय पावलं उचलावीत, हे मुख्यत: ठरवायचं आहे.'

जॅक टिडवेल हे आफ्रिकन प्रश्नांमधील तज्ज्ञ अध्यक्षांच्या सूचनेवरून प्रथम बोलू लागले. 'बोएन्दचे अध्यक्ष व आपले मित्र किबांगु यांच्याजवळ सैन्य आहे. आपल्या गुप्तहेर खात्याचा असा अंदाज आहे की कर्नल न्वापा आणि त्यांच्यामध्ये लढाई झाल्यास आणि दोन्ही बाजूंना कोणीही मदत न केल्यास अध्यक्ष त्या लढाईत बराच काळ टिकाव धरू शकतील. मात्र कर्नल न्वापा यास रशियाने शस्त्र दिल्यास एकदोन दिवसांत किबांगुचा पाडाव होईल. मग रशियाच्या ताब्यात सर्व युरेनियम जाईल. आपण जर त्वरित मदत करू शकलो तर मात्र न्वापाची चढाई करण्याची हिंमत होणार नाही!'

सैन्याच्या प्रमुखांकडे वळून प्रेसिडेंट म्हणाले, 'आपली आणि रशियाची त्या भागात शस्त्रास्त्रं पोचविण्याची क्षमता किती आहे?'

सैन्यप्रमुख रिडली म्हणाले, 'रशियानं बोएन्देजवळच्या इथिओपिया या राज्यात शस्त्रांचा बराच मोठा साठा करून ठेवला आहे. त्याची यादी पुढील प्रमाणे,' असं म्हणून त्यांनी यादी वाचून दाखवली. यादी बरीच मोठी होती व ती घातक अशा शस्त्रांची होती. ती वाचून ते म्हणाले, 'ह्यातील पंचवीस टक्के शस्त्रं वापरली तरी बोएन्दे एका दिवसात पडेल!'

'आणि आपली स्थिती काय आहे?' प्रेसिडेंटनं विचारलं.

सैन्यप्रमुख म्हणाले, 'आपण बोएन्दे यांना फक्त स्वसंरक्षणापुरती जुजबी शस्त्रं दिली आहेत. आपण बरीच अस्त्रं दिली, असा देखावा मात्र भरपूर केला आहे. म्हणूनच न्वापानं अद्याप चढाई केली नाही. रशियाला हे समजलं तर न्वापाला शस्त्रपुरवठा करून ते एक आठवड्यात बोएन्दे घेऊ शकतील.'

'आपण जर बोएन्देला आधुनिक शस्त्रं दिली तर तो देश टिकाव धरू शकेल का?' प्रेसिडेंट.

'नुसती शस्त्रं देऊन भागणार नाही. ती वापरायला आपली माणसं आणि तंत्रज्ञ पाठवावे लागतील. आणि हे झालं की प्रत्यक्ष युद्धात उतरण्याची शक्यता वाढेल,' सैन्यप्रमुख म्हणाले.

'थांबा, जरा मला मधे बोलू दे,' प्रेसिडेंटचे सल्लागार गिब्ज म्हणाले. 'अशा तऱ्हेने अमेरिकेनं मदत देऊन युद्धाचा धोका वाढवण्यास आपले लोक नुसते नाखूष नव्हे तर विरुद्ध आहेत. नुकत्याच संपलेल्या व्हिएतनाम युद्धातील कटु अनुभवानं लोक चिडलेले आहेत. आजच घेतलेल्या लोकमतामध्ये पंचावन्न टक्के लोक युद्धाचा धोका घेण्यास बिलकुल तयार नाहीत. अशा तऱ्हेनं आपण मदत केली तर ब्रॅडफोर्ड यांच्या फेरनिवडणुकीवर त्याचा अत्यंत प्रतिकूल परिणाम होईल.'

प्रेसिडेंटनं थोडा विचार केला व म्हटलं, 'आपण रशियासमोर, आम्ही भरपूर शस्त्रं दिली आहेत आणि वेळ पडल्यास किबांगु यांना सर्व मदत करू, असा देखावा करून आहे ही परिस्थिती अशीच राहावी, असा करार करू शकलो, तरच आपण शिखर परिषद व पुढील अध्यक्षीय निवडणूक जिंकू शकू असंच ना?'

'बरोबर!' गिब्ज म्हणाले.

यावर चर्चा झाल्यावर ॲडमिरल रिडली म्हणाले, 'हा दृष्टीकोन ठेवला तर आता आपल्यापेक्षा काय करायचं हे त्या कम्युनिस्ट टोळीच्या विचारांवर अवलंबून आहे. सध्या तर त्यांची अशी समजूत आहे की, आपण किबांगुला भरपूर मदत केली असून, आणखी करू शकू. लंडनची शिखर परिषद होईपर्यंत त्यांची हीच समजूत राहिल्यास ते हल्ला करण्याचा विचार सोडून देतील.'

सरतेशेवटी प्रेसिडेंट म्हणाले, 'शिखर परिषद व निवडणूक जिंकण्याचं एकच साधन आपल्याजवळ आहे. ते म्हणजे आपण किती मदत केली आहे व किती करण्याचा आपला उद्देश आहे, याबाबत संपूर्ण गुप्तता-नाही का!'

प्रेसिडेंटच्या ह्या बोलण्यावर सर्वांचं एकमत झालं. गुप्तहेर खात्यानं काही आणखी माहिती पुरवल्यास किंवा तह न करता हल्ल्याची तयारी दिसली तरच वरील निर्णयाचा फेरविचार करायचं ठरलं आणि बैठक संपली.

दुपारी व्हाईट हाऊसमधील भोजनगृहात नोरा आणि व्हेरा आली. त्यांनी अल्प जेवण घेतलं. नंतर नोरानं दुपारच्या तिच्या कार्यक्रमाची रूपरेषा दिली.

'लेडीज जर्नलच्या फोटोसाठी बैठक; परदेशी विद्यार्थ्यांबरोबर चर्चा व त्यांची व्हाईट हाऊस भेट. नंतर न्यूयॉर्कमधील प्रकाशकांशी धंद्याची बोलणी, चिनी परराष्ट्रखात्यातील अधिकाऱ्यांच्या बायकांबरोबर चहा, नंतर अगदी आवश्यक असा पत्रव्यवहार; जेवणापूर्वी थोडा वेळ विश्रांती... मग डेमोक्रॅटिक पक्षाच्या प्रमुखांना प्रेसिडेंटतर्फे जेवण.' हे सारं काही सोपं होतं. नोरानं टाईप केलेली कार्यक्रम पत्रिका व प्रत्येक कार्यक्रमाबद्दल आवश्यक त्या सूचनांचा कागद तिच्याजवळ दिला. ती म्हणाली, 'ही तुमच्या कॅलिफोर्नियामधील भाषणांची व कार्यक्रमांची समीक्षणं,' आणि तिनं वृत्तपत्रांची कात्रणं समोर ठेवली. 'सर्व कार्यक्रम कल्पनेपेक्षा यशस्वी झाले असं आम्ही तुम्हाला सांगितलंच आहे. आता हे वर्तमानपत्रांचे अभिप्राय पाहा.'

ते पाहून व्हेराला अवर्णनीय आनंद झाला. गेली काही वर्षं ती रंगभूमीवर काम करत होती. पण इतक्या वर्षांच्या कामात आज आले त्याच्या दहा टक्के अभिप्रायसुद्धा तिच्या कामाविषयी लिहिले गेले नव्हते. आणि इथे दोन दिवसांच्या कामाबद्दल अमेरिकेनं तोंड भरून स्तुती केली होती.

'आणखी एक गोष्ट राहिली. मी तुमच्या उद्याच्या कार्यक्रमांची यादी तयार करून ठेवली आहे. परवा आपण लंडन येथे जायला निघणार आहोत. तेव्हा तुमचे उद्याचे कार्यक्रम पाहून त्यात काही फेरफार करायचा असल्यास विचार करायला वेळ मिळावा म्हणून मी आधीच हे टाईप करून ठेवलं. तुमचा उद्याचा महत्त्वाचा कार्यक्रम आहे, डॉक्टर सादेक यांना भेटणे...नंतर...'

'अं...!' व्हेरानं एकदम चमकून नोराकडे पाहिलं. ती आपल्या स्मरणशक्तीचे कप्पे शोधू लागली. राझीननं तिला जी माहिती दिली होती, त्यात बरीच नावं होती. व्हाईट हाऊसचे डॉक्टर केमिग्ज, ब्राऊन, ॲपेल...पण सादेक हे नाव तिला समजेना. डॉक्टर सादेक-महत्त्वाची भेट. पण कशासाठी? कार्यक्रम पत्रिकेवरील 'महत्त्वाची, खास' हे शब्द तिला त्रास देऊ लागले.

'अरे! मी विसरलेच होते की!' व्हेरा स्वत;ला सावरून घाईघाईनं म्हणाली.

'बिली, मॉस्कोला जाण्याच्या आधी ही भेट कुठल्याही परिस्थितीत टाळायची नाही,असं तू मला सांगितलं होतंस. म्हणून मी त्या कार्यक्रमावर 'महत्त्वाची भेट' असं लिहिलं आहे,' नोरा म्हणाली.

'मला वाटतं, ही भेट कितीही महत्त्वाची असली तरी लंडनहून आल्यावर ती घेतली तरी चालेल,' व्हेरा उडवाउडवी करीत म्हणाली.

'माझी ना नाही,' नोरा म्हणाली, 'पण मॉस्कोला जाण्याच्या आधी तू गुप्तपणे डॉक्टरांकडे जाऊन आल्यावर, मला म्हणालीस की, ही डॉक्टरांची भेट लंडनहून

आल्यावरच होती, पण तुझ्या आग्रहास्तव त्यांनी इतर अनेक महत्त्वाच्या पेशंट्स्ना बाजूला ठेवून तुझ्या भेटीसाठी वेळ दिली. तुझ्या वैयक्तिक दृष्टीनं भेट फार महत्त्वाची आहे, असं तू म्हटल्यावरून मी आज त्यांच्या ऑफिसमध्ये फोन केला. त्यांनी तुझ्या घेतलेल्या चाचण्यांचे अहवाल तयार आहेत, असं सांगितलं आहे.' नोरा बरीच गोंधळली होती. बिली एकदम लंडनहून आल्यावर भेटायचं का म्हणते? तिला काहीच कळेना.

'तपासण्या नाही का? हो हो! मी किती वेंधळी आहे. खरंच ते फार महत्त्वाचं आहे. मी निश्चित येत आहे, असं कळव,' व्हेरा दिलखुलास हसत म्हणाली. नोरानं तिला हसताना पाहून समाधानी हुंकार दिला.

'तपासण्या, त्यांचा निर्णय याचा तुझ्या मनावर किती ताण आला असेल, हे मी ओळखू शकते बिली,' ती सहानुभूतीनं म्हणाली. 'तुला विद्यार्थ्यांना भेटायला अजून अर्धा तास आहे. मी ऑफिसमध्ये थांबते,' असं म्हणून नोरा गेली.

इकडे व्हेराच्या मनातील गोंधळ आणि ताण वाढला. अद्याप तिनं बऱ्याच चांगल्या तऱ्हेनं निभावून नेलं होतं. लॉस एंजल्सच्या मुक्कामात दोनचार चुका झाल्या, पण त्या फार बारीक होत्या. त्याची कोणी दखल घेतली असेल असा संशयसुद्धा तिला नव्हता. एका कुत्र्यानं फक्त तिला ओळखलं होतं. पण तो एक प्राणी होता-बोलू शकत नव्हता. सर्व व्यवस्थित चाललं असताना 'डॉक्टर सादेक' हे संकट नवीनच समोर आलं होतं. अत्यंत आणीबाणीची स्थिती आल्याशिवाय बाहेर कोणाशीही संपर्क साधायचा प्रयत्न करायचा नाही, अशी तिला स्पष्ट सूचना होती. 'ही आणीबाणी होती का?' तिनं विचार केला. निश्चितच होती, कारण डॉक्टर सादेक यांनी 'ती' तपासणी केल्यास 'ही' बिली नव्हे हे त्यांच्या लक्षात सहज आलं असतं. अशा प्रसंगी संपर्क कसा साधायचा हे तिला चांगलं ठाऊक होतं.

ती उठून निळ्या ऑफिसमध्ये गेली. बाहेरचा एक नंबर तिनं मागितला. थोड्या वेळानं पलीकडून फोन उचलल्याचा आवाज आला. 'स्मिथ आहेत का?' तिनं उत्सुकतेनं विचारलं.

'राँग नंबर!' पलीकडून आवाज आला आणि फोन बंद झाला.

तिनं समाधानाचा एक सुस्कारा टाकला. पुन्हा तोच नंबर-फक्त शेवटच्या आकड्यात बदल करून मागितला. दुसऱ्या टोकाकडून फोन उचलला गेल्यावर पुन्हा तिनं विचारलं, 'स्मिथ आहेत का?'

'राँग नंबर!' पुन्हा उत्तर आलं. तिनं फोन खाली ठेवला.

ठरलेल्या सूचनेनुसार ती संकटात आहे, हे केजीबीला समजलं होतं. मात्र तिच्या मदतीला केव्हा कोण येणार, हे तिला माहीत नव्हतं. जो कोणी रशियन हस्तक येईल त्याला थोडक्यात डॉक्टर सादेक भेटीविषयी व त्यातील धोक्यासंबंधी

कसं सांगायचं हे तिनं ठरवून टाकलं.

तिनं घड्याळात पाहिलं. विद्यार्थी येण्यास अजून पंधरा मिनिटं होती. अस्वस्थ मनाला विरंगुळा म्हणून ती पोशाख बदलायला शेजारच्या खोलीत जाण्यासाठी वळली. तेवढ्यात टेलिफोन वाजला. व्हाईट हाऊसमधील मुख्य आचारी तिला फोन करून विचारत होता,

'आज रात्री जेवणाच्या बेतासंबंधी चर्चा करायला वेळ आहे ना?'

'तशी काही जरुरी नाही. नेहमीप्रमाणे तुम्ही उत्तम असेल ते ठरवा!' असल्या फिजूल गोष्टीसाठी तिच्याजवळ वेळ नव्हता.

'बाईसाहेब, तुम्हाला चर्चा करायला नक्की आवडेल. कारण त्यातली मुख्य डिश् डिस्नेलँडमध्ये दिली जाते!' प्रमुख आचारी मॉरिस म्हणाला.

'डिस्नेलँडमध्ये दिली जाते,' हे वाक्य ऐकून आधी तिला काहीच कळेना. पण मग एकदम डोक्यात लख्ख प्रकाश पडला. मुख्य आचारी मॉरिस! रशियाचा हस्तक! कारण केजीबीनं तिला पढवलेलं ते परवलीचं वाक्य होतं.

ती एकदम सावध झाली आणि फोनवर म्हणाली, 'मॉरिस मला निश्चित सांगता येणार नाही, कारण ते फार दुर्मिळ पक्वान्न आहे. तुझ्या त्याबाबतच्या शिफारसी मला ताबडतोब येऊन सांग. कारण मला दहा मिनिटंच वेळ आहे. मी निळ्या खोलीत थांबते!'

नोराला तिनं 'थोडा उशीर होईल' असा निरोप देण्यासाठी साराला पाठविलं. कपडे बदलत असताना तिला केजीबीनं सांगितलेले खुणेचे ठोके दारावर ऐकू आले. तिनं दार उघडलं.

'तुमच्या सूचना द्या,' मॉरिस आत येऊन म्हणाला.

'उद्या दुपारी चार वाजता मला डॉक्टर म्युरी सादेक यांच्याकडे तपासणी- साठी जायचं आहे. ती भेट मी का काय घ्यायची हे मला समजलं पाहिजे. नाहीतर माझ्या हातून चूक होण्याचा संभव आहे. ही भेट मॉस्कोला जाण्याच्या आधी एक दिवस अत्यंत महत्त्वाची म्हणून ठरवली होती.'

'डॉक्टर सादेक हे स्त्रीरोगतज्ज्ञ आहेत. त्यांनी बऱ्याचवेळा बिलीच्या योनीची तपासणी केली आहे. त्यांना तिची योनी बारीकसारीक तपशीलांसह माहीत आहे. एखाद्या हस्तरेषातज्ज्ञानं माणूस ओळखावा त्याप्रमाणं मला तपासल्यानंतर ते मी 'बिली' नाही हे ओळखतील. शिवाय पूर्वी त्यांनी ज्या काही टेस्ट घेतल्या, त्याच्या अहवालावर आज चर्चा आहे. तेव्हा त्यांनी मला 'आतून' न तपासणे आणि त्या पूर्वीच्या टेस्ट काय होत्या ह्याची माहिती मला असणं, ह्या गोष्टींची फार आवश्यकता आहे.'

'मला सर्व समजलं. तुम्ही सांगितलेल्या त्या दोन्ही गोष्टींची आज रात्री पूर्तता केली जाईल. तुम्हाला सकाळपर्यंत काहीतरी निश्चित समजेल. तुम्ही आजच्या

दिवसाचे कार्यक्रम आटोपून रात्री स्वस्थ झोपा,' मॉरिस म्हणाला आणि अभिवादन करून निघून गेला. जाताना त्यानं बरोबर आणलेल्या वहीवर काहीतरी लिहिलं व ती घेऊन तो गेला.

रात्री सर्व कार्यक्रम आटोपून प्रेसिडेंटची वाट पाहात शय्यागृहातील पलंगावर पडल्या पडल्या पुन्हा तिला काळजी वाटू लागली. प्रेसिडेंट आले. ते कपडे काढत असताना तिनं विचारलं,

'रशियन पंतप्रधानांच्या भेटीची सर्व तयारी झाली?'

'बरीचशी,' अॅन्ड्र्यू म्हणाले.

'त्यांची आपली लढाई होण्याची शक्यता आहे का?' व्हेरानं विचारलं.

'आत्ताच काही सांगता येत नाही!' अॅन्ड्र्यू गडबडीत बाथरूमकडे जात म्हणाले.

'तडजोडीची शक्यता किती आहे?' व्हेरानं सूचक विचारलं.

'मी फार आशा ठेवून आहे,' अॅन्ड्र्यू गंभीरपणे म्हणाले.

'लंडनला तुमचा सर्व वेळ कामातच जाणार का? आपल्याला एकत्र फिरायला थोडासुद्धा वेळ मिळणार नाही का?' तिनं उत्सुक स्वरात विषय बदलला.

अॅन्ड्र्यू यांनी गाऊन चढवला. तिच्याजवळ जाऊन झोपत त्यांनी तिचं एक चुंबन घेतलं. तिला कुरवाळत ते म्हणाले, 'तुझ्यासाठी नक्की वेळ काढीन.' थोडा वेळ त्यांनी तिला जवळ घेतलं. मग मृदु स्वरात म्हणाले, 'उद्याच्या डॉक्टर सादेकच्या भेटीची तुला चिंता असेल ना!'

'थोडीशी!' ती पुटपुटली.

'तू काळजी करू नकोस. डॉक्टर सादेक अमेरिकेतील उत्तम स्त्रीरोग चिकित्सक आहेत,' अॅन्ड्र्यू तिला धीर देत म्हणाले.

'कुठल्याही स्त्रीला स्त्री-रोगतज्ज्ञाकडे जाऊन तपासणी केल्यावर त्याचे काय निर्णय होतात हे समजण्याची जेवढी उत्सुकता, जेवढी काळजी वाटावी तेवढी मला वाटते,' व्हेरा त्यांच्या कुशीत लपत म्हणाली.

'काळजी करू नकोस. जे घडायचं असेल ते घडेल. डॉक्टर सादेक एक उत्तम डॉक्टर आहेत. त्यांचा निर्णय स्वीकारण्याची मी तयारी ठेवली आहे,' तिच्या अंगावरून हात फिरवत ते म्हणाले. नंतर बाजूला वळून थोड्याच वेळात झोपी गेले.

व्हेरा जागी होती. 'काय घडायचं ते घडेल,' हे शब्द तिच्या कानात घुमत होते. 'काय घडणार आहे? ऑपरेशन की काय?' पण तिला आता काळजी करण्याचं कारण नव्हतं. केजीबीच्या कर्तृत्वावर तिचा विश्वास होता. जे काही घडणार त्याची काळजी घ्यायला ते समर्थ होते. तिला सकाळीच काय ते समजणार होतं. ह्या विचारांनी ती शांत झाली आणि तशीच केव्हातरी झोपी गेली.

■

५

त्याच वेळी वॉशिंग्टनमधील सोळाव्या रस्त्यावर असलेल्या एका दहा मजली, अत्यंत भव्य इमारतीच्या तळाशी, सफाईचं काम करणारे दोन कामगार आले. त्यांच्याजवळ सफाईचं मशीन व इतर साहित्य होतं. ती इमारत म्हणजे भारी फी घेणारे वकील, हिशेबतपासनीस आणि अत्यंत महागड्या डॉक्टर्सच्या मुलाखतीच्या खोल्या यांनीच भरलेली होती. इमारतीच्या मुख्य प्रवेशद्वारापाशी एक रखवालदार पिस्तुल घेऊन बसला होता.

सफाईच्या दोन कामगारांनी आपली ओळखपत्रं आणि ज्या कंपनीकडून ते सफाई करण्यासाठी आले होते, त्या कंपनीचं पत्र त्याला दाखवलं. त्या पत्रात एका प्रख्यात वकिलानं विनंती केल्यावरून रात्री सफाई करण्यासाठी कामगार पाठवत आहोत, असा उल्लेख होता.

'आश्चर्य आहे? मला मॅनेजरनं पूर्वसूचना कशी दिली नाही? थांबा, मी फोन करून खात्री करून घेतो,' असं म्हणून तो फोन करण्यास वळला. तो पाठमोरा होताच जरा वयस्कर दिसणाऱ्या दोघांपैकी एका कामगारानं त्याच्या पाठीत पिस्तुल टेकवलं. दुसऱ्यानं एका हातानं फोन बाजूला ठेवला व दुसऱ्या हातानं रखवालदाराचं पिस्तुल काढून ताब्यात घेतलं.

'आम्ही सांगतो तसं वागलास तर तुला अपाय होणार नाही! शूर वीर बनायचा प्रयत्न केलास तर मात्र तुझं प्रेतच उद्या लोकांना दिसेल,' वयस्कर कामगार म्हणाला.

पांढराफटक चेहरा पडलेल्या त्या धिप्पाड रखवालदाराला त्यांनी लिफ्टमधून आठव्या मजल्यावर असलेल्या स्त्रियांच्या स्वच्छतागृहात नेलं. तिथे त्याला टॉयलेटवर बसवून नायलॉनच्या दोरीनं त्याचे हातपाय, गुडघे करकचून बांधले. तोंडावर घट्ट

चिकटपट्टी बसवून ते दोघं खोलीबाहेर आले आणि बाहेरून कडी लावली.

'एखादी सुंदर तरुणी सकाळी तुझी सुटका करील.' असं त्यांनी निघताना त्या रखवालदाराला आश्वासन दिलं. नंतर ते चौथ्या मजल्यावर एका ऑफिसपाशी आले. त्या ऑफिसवर पाटी होती.

डॉ. म्युरी सादेक, एम्. डी.

डॉ. (मिस्) रुथ डार्ली, एम्. डी.

स्त्रीरोगतज्ज्ञ

त्यांनी पंधरा सेकंदात आतल्या खोलीत प्रवेश मिळवला. एखाद्या सराईतासारखे ते सर्व जागा धुंडाळू लागले. रिसेप्शन रूम, कन्सल्टिंग रूम, ऑफिस व कागदपत्रांची खोली, सर्व काही. त्या खोलीतील कपाटांतून त्यांनी पेशंटच्या फाईलींचे कप्पे तपासले. त्यातून बिली ब्रॅडफोर्डची फाईल त्यांनी शोधून काढली व शांतपणे वाचायला लागले.

पण त्यांची थोडीशी निराशा झाल्यासारखी दिसली. त्या फाईलमध्ये मुलाखतीला केव्हापासून सुरुवात झाली व तिच्या किती भेटी झाल्या, काय औषधं दिली, तपासणीचे डॉक्टरी भाषेतील त्रोटक अहवाल इत्यादी गोष्टी होत्या. एकच त्यांना समजेल असा उल्लेख निघाला. त्यात बिलीच्या योनीला दीड वर्षांपूर्वी काहीतरी विकार होऊन तो पंधरा दिवसात बरा झाल्याची नोंद निघाली. फाईलच्या शेवटी लघु लिपीत लिहिलेली आठ दिवसांपूर्वीची टाचणं व त्याला 'टाईप करून ठेवणे' अशी चिठ्ठी जोडलेली, असा एक कागद मिळाला.

'बऱ्याच डॉक्टर्सना अशी सवय असते की रोग्यांची माहिती ते नर्सजवळ सांगतात आणि नर्स लघुलिपीत ती उतरून घेते,' तो वयस्कर कामगार म्हणाला.

'मग त्या नर्सला गाठून तिला बोलती करून ही माहिती काय आहे ते विचारायचं का?' तरुण कामगारानं प्रश्न केला.

'म्हणजे उद्या ती पोलिसात तक्रार करून, दोन माणसं अध्यक्षांच्या पत्नीच्या आजाराची माहिती काढण्याचा प्रयत्न करत होती म्हणून सांगेल! वेडा आहेस. आपलं निम्मं काम झालं आहे. आपण फोन करू या,' असं म्हणून त्यांनी फोन केला व आणखी काही सूचना घेतल्या.

दुसऱ्या दिवशी ज्यांच्या भेटी ठरल्या होत्या त्यांची माहिती घेऊन त्यांनी डॉक्टर सादेक यांच्या घरी फोन केला. काही तातडीचं व महत्त्वाचं बोलणं करायचं आहे, म्हणून सांगितलं. डॉक्टर सादेक फोनवर आल्यावर तो म्हणाला, 'डॉक्टर, माझी पत्नी तुमची पेशंट आहे. उद्या तुम्ही तिची भेट घेणार होता. पण आता तिच्या ओटीपोटात व मांड्यांमध्ये फार कळा येत आहेत. ती वेदनेनं विव्हळत आहे. आपण ताबडतोब येऊ शकाल काय?'

डॉक्टरांनी नाव, पत्ता विचारला आणि फोनवर सांगितलं की, 'मला ती केस आठवते. मी पंधरा मिनिटात निघतो, चाळीस मिनिटांत तुमच्या घरी पोचेन.'

त्या वयस्कर कामगारानं पुन्हा एका ठिकाणी फोन केला. 'काम आटोपलं, आपली व्यक्ती तिच्या घरून पंधरा मिनिटांनी निघून ह्या पत्त्यावर पाऊण तासात पोचणार आहे.' त्यानं फोन खाली ठेवला. आपल्या तरुण सहकाऱ्याकडे वळून तो म्हणाला, 'सर्व नीटनेटकं ठेव. आपल्या हाताचे ठसे पुसून टाक आणि चल.'

थोड्या वेळानं सफाईसाठी आलेले ते दोन कामगार त्या इमारतीच्या बाहेर पडले.

दुसऱ्या दिवशी व्हेरा हिरव्या ऑफिसमधील मोठ्या सोफ्यावर बसून नोराच्या बोलण्यात लक्ष असल्याचं दाखवत होती. सकाळी तिनं प्रेसिडेंटना निरोप दिला व सकाळचे सारे कार्यक्रम आटोपले. तिचं सारं लक्ष केजीबीकडून काय समजतं तिकडे होतं. दुपारच्या जेवणाची वेळ झाली तरी काहीही निरोप नव्हता. मिनिटा-मिनिटानं तिची स्त्री-रोग-चिकित्सकाची भेट जवळ येत होती.

नोरा सांगत होती, 'हा तुमचा लंडनमधील दुसऱ्या दिवसाचा कार्यक्रम मला वाटतं तुम्हाला त्रास व्हावा इतका भरगच्च नाही.'

'नाही, पण दुसऱ्या दिवशी संध्याकाळी काय ठरलं आहे ते पुन्हा एकदा सांगशील का?'

'ब्रिटिश प्राईम मिनिस्टर डडले हिटन व त्यांच्या पत्नी पेनलोप हे आपणा दोघांच्या सन्मानार्थ मेजवानी देणार आहेत. अर्थात रशियाचे पंतप्रधान हजर राहतीलच,' नोरानं सांगितलं.

'पार्टी कुठे आहे?'

'व्हाईट हॉलमधील राजेशाही भोजनगृहात.' नोरा म्हणाली. तेवढ्यात फोन वाजला. नोरा तो घेण्यासाठी लगबगीनं पुढेही झाली... पण तिला अडवत व्हेरा म्हणाली, 'थांब, मीच घेते. माझा एक वैयक्तिक फोन यायचा आहे.' तिला वाटलं मॉरिसनं फोन केला असेल. तिनं फोन उचलला व म्हटलं, 'हॅलो!'

एका ब्रिटिश माणसासारख्या पण कर्कश आवाजात एकानं विचारलं, 'कोण, मिसेस ब्रॅडफोर्ड का?' तिला प्रथम हा पुरुषाचा आवाज आहे का बाईचा तेच ओळखेना.

'होय,' ती म्हणाली.

'मी राजकीय व्यवहार-सचिव फ्रेड विल्स् बोलत आहे,' फोनवरून आवाज आला. 'मला तुमच्या लंडन दौऱ्यासंबंधी तुमच्यापाशी बोलायचं आहे.'

तिची फार निराशा झाली. तिला मॉरिसकडून फोन हवा होता. ह्या क्षणाला बाकी

सर्व गोष्टी फालतू होत्या. 'मला आता वेळ नाही,' ती त्राग्यानं म्हणाली, 'पुन्हा नंतर कधीतरी भेटू.'

'मिसेस ब्रॅडफोर्ड, तुम्ही मला ताबडतोब एकदोन मिनिटं तरी वेळ दिला पाहिजे.' आवाज अधिकच कर्कश झाला. 'ताबडतोब' ह्या शब्दानं ती जरा घुटमळली. नंतर म्हणाली, 'ठीक आहे, मी दोन मिनिटांत खाली येते.' तिला आपण कबूल झालो याचाच राग आला.

'मला वाटतं तुम्हाला कोणी भेटायला आलंय का?' नोरानं चौकशी केली.

'फ्रेड विल्स्! तो फोनवर जणू असं बोलत होता की आता भेट झाली नाही तर प्रलय होईल,' व्हेरा उसनं हसून म्हणाली, आणि खाली जायला निघाली.

खाली फ्रेड विल्स् हिरव्या ऑफिसमध्ये बसला होता. तिनं त्याला आतल्या खोलीत बोलावलं.

'मला तुम्ही दोन मिनिटं वेळ देऊ शकलात याचा फार आनंद झाला,' आत येत फ्रेड विल्स् म्हणाला.

'दोनच मिनिटं, जास्त नाही,' ती पुटपुटली. तिला ही कटकट आता नको होती. तिच्याजवळ खुर्ची ओढून घेत व त्यावर बसत तो म्हणाला, 'अत्यंत महत्त्वाचं काम नसतं तर मी तुम्हाला त्रास दिलाच नसता.' तिला त्याच्या सलगीचा फार राग आला. ती त्याला दूर होण्याबद्दल बोलणार तोच तो म्हणाला, 'डिस्नेलँडमध्ये हे केलं जातं.'

ती दचकली. हा तर केजीबीचा परवलीचा शब्द होता. ती त्याच्याकडे डोळे विस्फारून पाहू लागली. केजीबी किती कार्यक्षम होती-किती दूरवर त्या खात्यानं हात पसरले होते. स्वतःला सावरून ती म्हणाली, 'तुम्ही याल अशी कल्पना नव्हती; पण वेळेत आलात, सांगा काय ते!'

'तुमच्या विनंतीपैकी पहिल्या गोष्टीबाबत सांगतो', तो हलक्या आवाजात म्हणाला, 'आम्ही म्युरी सादेक यांचं सर्व रेकॉर्ड तपासलं. पण तुम्हाला जी माहिती हवी होती ती मिळाली नाही. ती माहिती कोठेच नाही.'

'छे! हे फार भयंकर आहे. ही माहिती मिळालीच पाहिजे,' व्हेरा म्हणाली.

'ती माहिती कुठेच मिळाली नाही. शिवाय तुम्हाला वाटतं तितकी ती महत्त्वाची नसावी. बिलीच्या योनीच्या काही तपासण्या करण्यात आल्या, त्यावर चर्चा असावी. तुमच्या दुसऱ्या विनंतीबाबत मात्र पूर्ण यश मिळालं आहे. डॉक्टर सादेक आज तुम्हाला तपासणार नाहीत,' फ्रेड विल्स् दिलासा देत म्हणाला.

'काल रात्री, ते एका पेशंटकडे जायला निघाले असताना त्यांची आणि काही बदमाश पळवत असलेल्या एका चोरीच्या मोटारीची टक्कर झाली. त्यांना गंभीर दुखापत झाली आहे. ते वाचतीलच, पण आणखी काही महिने ते बोलू शकणार

नाहीत. बरे झाले तरी यापुढे प्रॅक्टिस करू शकणार नाहीत. डॉक्टर रुथ डार्ली या त्यांच्यापैकी काही पेशंट्सचं काम पाहणार आहेत. आजच्या दिवसात, केवळ तुमच्यासाठी त्यांनी फक्त तुमचीच एक केस घेतली आहे. आता तर तुम्हाला भीती नाही ना?' फ्रेड विल्सनं माहिती देत विचारलं.

'हो, तरी पण मी तिथे का जात आहे समजलं तर बरं!' व्हेरा म्हणाली.

'डॉक्टर सादेक असते तर तुम्हाला फार कठीण गेलं असतं. पण डॉ. रुथ फक्त सादेकनं तुमच्या आजाराची टिपणं काढली आहेत त्यावरून तपासणार. तेव्हा तुम्हाला कठीण जाऊ नये. तुम्ही प्रसंगावधानी आणि दैवी देणगी असलेल्या आहात. तुम्ही आजवर हे सिद्ध केलं आहे. तेव्हा धीरानं निभावून न्या,' असं म्हणून तो उठला आणि जाण्यास निघाला. जाताना मोठ्यानं म्हणाला, 'ह्याविषयी आपण लंडनला निघताना पुन्हा बोलू. त्या वेळी ब्रिटनची राणी बम्युडाइन येणार आहे का, याची माहिती तुम्हाला देईन.'

ठीक चार वाजता व्हेरा एक साधा आणि अगदी माफक पोशाख करून डॉक्टर रुथ डार्लीच्या ऑफिसमध्ये गेली. डॉक्टर रुथ तिच्या नावाची फाईल काढून पाहात बसली होती. शरीररक्षकांना बाहेर ठेवून आत जाताना ती मुद्दाम हळूहळू चालत होती. कदाचित् रुथ व तिची आधी भेट झाली असण्याची शक्यता होती. कॅलिफोर्नियात झाली तशी चूक आणि घाई पुन्हा व्हायला नको! डॉक्टर रुथची नर्स बाहेर आली व तिनं व्हेराला डार्लींच्या टेबलाजवळ नेलं.

'तुम्हाला पुन्हा भेटायला आनंद होतो,' डार्ली म्हणाली, 'पण असं डॉक्टर - पेशंट या नात्यानं भेटू अशी कल्पना नव्हती.'

नंतर दोघींचं डॉक्टर सादेक यांच्या अपघाताविषयी बोलणं झालं. मग डॉक्टर डार्ली यांनी तिची फाईल घेऊन लघुलिपीतला मजकूर बघितला. त्या म्हणाल्या, 'हा रिपोर्ट समजण्यासाठी मला सादेकच्या नर्सचीच मदत घेतली पाहिजे. ठीक आहे. तुम्ही बाथरूमला जाऊन आला नाही ना?' व्हेरानं नाही म्हटल्यावर डॉक्टर डार्ली म्हणाल्या, 'तुम्ही बाथरूमला जाऊन तुमच्या लघवीचं सँपल टेबलावर ठेवा. तोपर्यंत मी तुमच्या केसचा अभ्यास करून ठेवते.'

व्हेरा बाथरूममधून जाऊन आली व डॉक्टर डार्लीसमोर बसली. डॉक्टर डार्लीनं विचारलं, 'आता बरं वाटतंय् ना?'

'खूपच!' व्हेरा म्हणाली, डॉक्टर डार्ली उठल्या. तिला खुणावून आत जात म्हणाल्या, 'आपण आतल्या खोलीत जाऊ या. मी तुमची तपासणी करते.'

व्हेरानं आत जाऊन कपडे काढायला सुरुवात केली. तोवर डॉक्टर डार्लीनं दार

लावून घेतलं होतं. सर्व कपडे काढून व गाऊन घालून व्हेरा तपासणीच्या टेबलावर झोपली. नर्स आली आणि तिचं ब्लडप्रेशर घेऊ लागली. 'वा छान! अगदी नॉर्मल आहे,' नर्स म्हणाली. तेवढ्यात डॉक्टरांनी तिचे गुडघे वर करून बॅटरीच्या उजेडात तिची योनी तपासायला सुरुवात केली. डॉक्टर डार्लीनं विचारलं, 'आता रक्तस्राव किती होतो?'

व्हेरानं ओळखलं, आता खरी सुरुवात आहे. ती म्हणाली, 'पूर्वी एकसारखा व्हायचा. मग मधून मधून आणि आता दोनतीन दिवस पूर्ण थांबला आहे.' डॉक्टर डार्लीनं समाधान व्यक्त करत म्हटलं, 'डॉक्टर सादेक यांनी हीच अपेक्षा व्यक्त करून ठेवली आहे.'

व्हेरा स्तब्ध पडली होती. डॉक्टर डार्लीनं योनीचं अंतर्बाह्य निरीक्षण करून हातानं सर्व भाग चाचपला. मग एक मशीन आत सरकवलं. मशीनची पाती आपली योनी रुंदावत आहेत, याची जाणीव व्हेराला झाली. 'या आतल्या भागाचंच सँपल आम्ही तपासणीसाठी घेतलं होतं,' डॉक्टर डार्ली सांगत होत्या.

पूर्वी तिची अशी परीक्षा मॉस्को व कीव्हमध्ये घेतली गेली होती. तेव्हा ती शांत होती; पण आता ती घाबरली. हे प्लॅस्टिकचं मशीन आपण तोतया आहोत, हे उघडकीस तर आणणार नाही ना, ह्या विचारानं ती दचकली.

डॉक्टर डार्ली यांनी तिला मशीननं पूर्ण तपासल्यावर एक दु:खाचा सुस्कारा टाकला.

व्हेराला समजलं की तपासणीचं मशीन बाहेर काढण्यात आलं आहे, आणि डॉक्टर डार्लीची बोटं तिच्या योनीची आतून कसून तपासणी करत आहेत. डॉक्टरांची ती तपासणी संपली. त्यांनी म्हटलं, 'काळजीचं कारण नाही. तुम्ही आता कपडे करा आणि माझ्या ऑफिसमध्ये या. आपण थोडी चर्चा करू.'

व्हेरानं सुटकेचा एक निश्वास टाकला. तिनं नर्सच्या मदतीनं कपडे केले. बाथरूममध्ये जाऊन, आवश्यक स्वच्छता करून ती आरशासमोर आली. तिनं केस विंचरून व्यवस्थित केले. लिपस्टिकचा एक हलका हात ओठांवरून फिरवला. नर्सचं अभिवादन स्वीकारत ती डॉक्टर डार्लीच्या ऑफिसमध्ये गेली. डॉक्टर डार्ली तिची वाटच पाहात होत्या. त्या थोडा वेळ तिला निरखून म्हणाल्या की, 'एक वाईट बातमी सांगायची आहे. डॉक्टर सादेक यांनी पूर्वी जेव्हा तपासणी केली, त्यावेळी तुम्हाला गर्भधारणा झाली असावी, अशी त्यांना शंका आली. अगदी प्राथमिक तपासणीत बऱ्याच वेळा हा अंदाज चुकीचा ठरू शकतो. तसा त्यांचा हा अंदाज तुमच्या बाबतीत पूर्ण चुकीचा ठरला आहे. तुम्हाला गर्भधारणा झाली नाही हे सांगताना मला फार दु:ख होतंय्.'

व्हेरानं हे ऐकून धक्का बसल्याचा देखावा केला. तिचे डोळे पाणावले. पण

झटकन् सावरत ती म्हणाली, 'मला इतकी आशा वाटत होती!' तिच्याकडे सहानुभूतीनं पाहात डॉक्टर डार्ली थोड्याशा उत्साहानं म्हणाल्या, 'मला आणखी एक आनंदाची, महत्त्वाची बातमी सांगायची आहे, तुमची योनी, आणि गर्भाशय आता अगदी पूर्णपणे सुधारलं आहे. एकच काय पण तुम्हाला पाहिजे तेवढी मुलं होऊ शकतील. त्या दृष्टीनं तुमच्या शरीरात काही दोष राहिलेला नाही. तुम्हाला केव्हाही – अगदी ताबडतोब सुद्धा गर्भधारणा होऊ शकेल.'

'मला ती इतकी हवी आहेत म्हणून सांगू!' व्हेरा म्हणाली.

'मग मी खात्रीनं सांगते की तुम्ही लवकरच आई बनाल!' डॉक्टरबाई म्हणाल्या. पण व्हेराचं तिकडे लक्षच नव्हतं. आतून तिला अगदी हलकं हलकं, आनंदी वाटत होतं. या तपासणीच्या आधी भेटीबद्दलचं जे गूढ आणि काय होणार याचा मनावर ताण होता, तो गेला होता.

'आणखी एक आनंदाची गोष्ट मला सांगायची आहे. डॉक्टर सादेक यांच्या टिपणावरून असं समजतं की त्यांनी तुम्हाला सहा आठवडे संभोग घेण्यास मनाई केली होती. पण तुमच्यात सुधारणा इतक्या झपाट्यानं झाली की तुम्ही ताबडतोब जरी त्याला सुरुवात केली तरी चालेल. फक्त एक खबरदारी म्हणून तुम्ही वाटल्यास आणखी चार-पाच दिवस थांबा. मग नित्याप्रमाणे वागलात तरी चालेल.'

'चारपाच दिवसात रतिसुख?' व्हेराच्या हृदयात पुन्हा धडधड सुरू झाली. तिच्या मनात आलं की ही बातमी प्रेसिडेंट अँड्र्यूला सांगता कामा नये! खोटं बोललं पाहिजे, तरच मी वाचू शकेन. पण हे विचार ती सराईत नटी असल्यामुळे तिनं आतल्या आत दाबले. प्रत्यक्षात ती म्हणाली, 'मला खूपच बरं वाटलं. मी अध्यक्षांना हे कधी सांगेन असं...'

तिला पुढे बोलू न देता डॉक्टर म्हणाल्या, 'मी ताबडतोब प्रेसिडेंटना फोननं बातमी दिली आहे. वास्तविक ही गोड घटना तुम्हीच प्रेसिडेंटच्या कानावर घालणं इष्ट होतं. पण तुमच्या तपासणीच्या आधी प्रेसिडेंटनी फोन करून तपासणीचा निष्कर्ष त्यांना ताबडतोब फोननं कळवायला सांगितला होता. तुम्ही कपडे करत असताना मी त्यांना फोन केला.'

डॉक्टर डार्लीच्या त्या आगंतुकपणाचा तिला फार संताप आला. हरामखोर, बडबडी, बदमाष कुठली! ती मनात तिला शिव्या देत होती. पण प्रत्यक्षात चेहऱ्यावर हसू आणून म्हणाली, 'तुम्ही घेतलेल्या त्रासाबद्दल आभारी आहे.' ती उठली. दारजवळ पुन्हा आभार मानून त्यांचं ऑफिस तिनं सोडलं. रक्षकाबरोबर गाडीकडे येत असताना तिनं पाहिलं— रस्त्यावर तिला बघण्यासाठी लोकांची चिक्कार गर्दी झाली होती. त्या गर्दीतून रक्षकांनी वाट काढून तिला गाडीत बसवलं आणि गाडी सुरू झाली.

डॉक्टर सादेक यांना भेटण्याच्या या संकटातून ती आता दुसऱ्या मोठ्या संकटात सापडली होती. चारपाच दिवसांत तिला प्रेसिडेंटबरोबर कामक्रीडा करावी लागणार होती. अजून त्या नाटकाचे अडीच आठवडे उरले होते.

प्रेसिडेंट ब्रॅडफोर्ड व त्यांची पत्नी दररोज एकाच बेडवर झोपतात, ह्याची केजीबीनं तिला माहिती दिली होती. आठवड्यात तीनचार दिवस तरी ते आनंद लुटत असावेत हे पण तिला समजलं होतं. इतक्या वर्षांच्या सहवासानं एकमेकांना क्रीडा करताना काय काय केलेलं आवडतं, काय आवडत नाही याची पूर्ण कल्पना असल्यामुळे त्या अनुषंगानेच ती दोघं रतिसुख घेत असणार. त्याचा एक साचा न कळत ठरून गेला असणार. तो साचा किंवा रीत केजीबीच नव्हे तर जगातील कोणीच तिला सांगणार नव्हतं. कामक्रीडा करत असताना ठरलेल्या कार्यक्रमापेक्षा वेगळ्या तऱ्हेनं वर्तन घडलं तर प्रेसिडेंटना निश्चित संशय येणारच!

व्हेराचा अद्याप तीन पुरुषांशी शरीरसंबंध आला होता. स्त्री-पुरुष मीलन हे फक्त दोन इंद्रियांचं मीलन असलं तरी त्याचे असंख्य प्रकार, आसनं होतात, हे तिनं वाचलं होतं. तिच्या जीवनात आलेल्या प्रत्येक पुरुषाची तऱ्हा वेगळी होती. त्यांना सुख देणाऱ्या गोष्टी भिन्न होत्या. तिच्या एका मैत्रिणीनं सांगितलं होतं की, तिच्या पतीला रतिक्रीडेच्या वेळी विव्हळून ओरडलेलं फार आवडायचं. तसं केलं तरच त्याला थोडंसं समाधान होत असे. म्हणून तिची मैत्रीण आनंद घेताना पतीच्या सुखासाठी मुद्दाम विव्हळायची. तसं ॲन्ड्र्यूला काय आवडतं? बिली त्याला काय देत होती? काय नको म्हणत होती?

ॲलेक्स तरी असा कसा? तिच्या प्रशिक्षणाच्या काळात एकदा त्यानं तिला प्रेसिडेंट व बिलीच्या कामक्रीडेची माहिती देतो, म्हणून वचन दिलं होतं. नंतर त्याची जरूर नाही म्हणून त्यानं सांगितलं. असं का? ॲलेक्स आपल्याला फसवेल असं तिला बिलकुल वाटत नव्हतं. पण त्याच्या ह्या विसराळूपणाचा तिला फार राग आला. कारण त्यामुळे इतकं सुंदर रंगत आलेलं नाटक एका 'रात्रीत'च कोसळू शकणार होतं. ती पूर्ण 'बिली' झाली होती. पण ह्या एका गोष्टीत तिचा सारा उत्साह मावळला. ती 'बिली' पासून दूरच होती. ते अंतर कापायला तिला पुन्हा केजीबीकडे धावावं लागणार होतं.

रतिक्रीडेतल्या दोनचार चुकांमुळेसुद्धा ॲन्ड्र्यू चमकेल. त्याच्या मनात संशय निर्माण होईल. तो विचारू लागेल. या विचारांनी तिचं डोकं बधीर झालं... कुठल्याही परिस्थितीत, बिली आणि तिचा पती बिछान्यात कसे वागतात हे कळलंच पाहिजे. तिला वेळ मिळाल्याबरोबर प्रथम तिनं मुख्य आचारी मॉरिस किंवा फ्रेड विल्स् यांच्याशी संपर्क साधायला हवा होता.

मॉस्कोमध्ये सांकेतिक भाषेतून आलेल्या एका संदेशाचा भाषांतरित मजकूर राझीनच्या हातात देताना पेट्रॉव्हनं विचारलं, 'प्रेसिडेंट अॅन्ड्र्यू आणि बिली बिछान्यात काय क्रीडा नेहमी करतात, हे आपण कसं शोधायचं?'

'ही फार अनपेक्षित घटना आहे,' राझीन म्हणाला.

'अशा तऱ्हेच्या कामामध्ये काहीच अनपेक्षित नसतं,' पेट्रॉव्ह रागानं म्हणाला.

केजीबीच्या ऑफिसमध्ये पेट्रॉव्ह, राझीन, पॉलिटब्यूरोचे सदस्य गॅरेनिन, कर्नल झुक व केजीबीचे मुख्य मानसशास्त्रज्ञ डॉक्टर लुन्ट यांची बैठक भरली होती.

पेट्रॉव्हनं सुरुवात केली, 'आपली हेर कॉम्रेड व्हेरा राष्ट्रासाठी एक महनीय कामगिरी बजावत असताना एका पेचात सापडली आहे.' आणि व्हेरासमोर आलेली समस्या त्यानं सर्वांना सांगितली. 'तिची तयारी करून घेताना राझीनच्या हातून ही चूक झाली आहे.'

'चूक कशी म्हणता? आपल्याला असं कळलं होतं की सात आठवडे बिलीला संभोगाची बंदी आहे,' राझीन म्हणाला.

'समजणं वेगळं आणि प्रत्यक्ष परिस्थिती वेगळी!' पेट्रॉव्हनं कडवटपणे त्याला खडसावलं. तो पुढे म्हणाला, 'अमेरिकेची पहिली स्त्री अध्यक्षांबरोबर कशा तऱ्हेनं कामक्रीडा करते याची सेकंड लेडीला माहिती नाही. ती झाली नाही तर व्हेरा उघडी पडून आपली योजनाच कोसळण्याचा धोका आहे.'

'आपण ही योजना मागे घेऊ शकत नाही का?' कर्नल झुकनं विचारलं.

'आपण ती मागे घेऊ शकतो. लंडनला अमेरिकेचे प्रेसिडेंट पोचल्यानंतर पहिल्या एक दोन दिवसात आपण अदलाबदल करू शकू. पण मला तसं करणं इष्ट वाटत नाही. ज्या उद्देशानं ही योजना सुरू करण्यात आली तो सफल झाल्याशिवाय त्यात अर्थ नाही. शिखर परिषद होण्याच्या आधी अमेरिकन सरकारचे डावपेच काय आहेत याची माहिती आपल्या पंतप्रधानांना मिळणं आवश्यक आहे. तरच शिखर परिषदेचे निर्णय आपल्या फायद्याचे होतील. नाहीतर भांडवलदार कुत्र्यांचा फायदा होईल. आणि ही माहिती व्हेरा प्रेसिडेंटबरोबर कामक्रीडा करताना काढू शकेल, असं वाटतं. तेव्हा योजना मागे घेण्यापेक्षा तिला त्यांच्या गुप्त संबंधांची माहिती देणं योग्य वाटतं.'

थोड्या फार फरकानं सर्वांनीच या विचाराला संमति दर्शविली. मग ही माहिती कशी काढायची त्याविषयी चर्चा सुरू झाली.

'त्यांच्यापैकी कोणी मानसशास्त्रज्ञाकडे गेलं होतं का?' डॉक्टर लुन्टनं विचारलं.

'तशी माहिती नाही,' राझीन म्हणाला.

'बिलीनं आणखी काही पुरुषांशी शय्यासोबत केली आहे का?' कर्नल झुकनं विचारलं.

'तशी कुजबुज आहे, पण निश्चित माहिती नाही. शिवाय चार दिवसांत आपण काही त्या पुरुषांना विचारू शकत नाही,' राझीन म्हणाला. 'प्रेसिडेंटचे एका स्त्रीबरोबर विवाहबाह्य संबंध आहेत. पण ती स्त्री कितीही धाकधपटशा दाखवून बोलायला तयार नाही.'

'हे मार्ग चालणार नसतील तर एकाच ठिकाणाहून आपल्याला ही माहिती मिळण्याची शक्यता आहे,' पेट्रॉव्हनं सांगितलं. 'आणि ती म्हणजे खुद्द बिली कडूनच. आपल्या नेहमीच्या मार्गानं!' तो थोडा वेळ विचार करत म्हणाला.

'पण तिचा आपण छळ केला, तर त्याची चिन्हं तिच्या अंगावर राहतील,' राझीन गंभीरपणे म्हणाला.

'छळ एकाच प्रकारचा नाही. आपण उपासमार करू शकतो,' पेट्रॉव्ह म्हणाला.

मानसतज्ज्ञ डॉक्टर लुन्ट म्हणाले, 'मी त्या बाईच्या चेहऱ्याचा, वागण्याचा जो अभ्यास केला आहे, त्यावरून ती नवराबायकोचे बिछान्यातील संबंध कधीही सांगणार नाही. ती भलती निग्रही व सोशीक बाई आहे. आपल्या व्हेराप्रमाणे ती एकवेळ मरेल पण कुठल्याही प्रकारच्या छळाला मान तुकवणार नाही. तुम्हाला हवं ते या मार्गाने मिळणार नाही.'

'मी सुचवलेला प्रत्येक मार्ग कोणीतरी खोडून काढतो आहे,' पेट्रॉव्ह भडकून म्हणाला, 'पण योग्य मार्ग कुठला हे कोणीच सांगत नाही.'

बैठकीत बराच वेळ शांतता पसरली. शेवटी राझीन म्हणाला, 'एक मार्ग आहे. म्हणजे एक कल्पना मी सुचवतो.' मग तो सावकाश पण विस्तारानं बोलू लागला. सर्वजण एकाग्र चित्तानं ऐकू लागले.

क्रेमलिनमधील तिच्या आरामशीर तुरुंगात सकाळची न्याहारी करताना पेट्रॉव्हला पाहून बिली थोडीशी आश्चर्यचकित झाली. गेल्या तीनचार दिवसांत ॲलेक्स राझीनशिवाय तिच्याकडे कोणी भेटीला जात नसे. तो आला म्हणजे अमेरिकन वर्तमानपत्रं वगैरे दररोज देऊन तिची जुजबी चौकशी करून जात असे... कधी कधी एखादा हास्यविनोद एवढंच. पण त्याची आपुलकीची आणि सभ्यतेची वागणूक तिला पसंत पडली होती.

तिच्या पहाऱ्यासाठी आणि सेवेसाठी केजीबीचे दोन हत्यारबंद सेवक सज्ज होते. तेच तिच्या जेवणाची, चहाकॉफीची व्यवस्था पाहत. पण ती कधी त्या माणसांकडे फारसं लक्ष देत नसे.

जेवणखाणाच्या बाबतीत त्यांनी खरोखरच तक्रार करायला थोडीसुद्धा जागा ठेवली नव्हती. अमेरिकेतील व्हाईट हाऊसपेक्षा सरस ठरतील असे विविध खाद्यपदार्थ व उंची मद्य तिला देण्यात येत असे. पण ते एकांतात खाताना तिला बऱ्याच वेळा

आपली भूक मेली आहे, असा भास होई.

वास्तविक तिनं व्यायाम, वाचन, टेलिव्हिजन, रेडिओ यांमध्ये स्वत:ला गुंतवण्याचा सराव केला होता. पण हा एकांतवास तिला असह्य होत असे. तिला एकटं राहण्याची सवय होती. तथापि अशा तऱ्हेनं लादला गेलेला एकटेपणा तिला असह्य होत होता. शिवाय व्हेराचं बिंग फुटून ती 'बिली' नाही, हे समजेल अशी मोठी आशा तिला वाटत होती, ती आता बरीच कमी झाली होती. त्याचाही फारच त्रास तिला होत होता. ॲलेक्स राझीनच्या भेटी, एवढाच थोडा दिलासा होता.

आणि आता हा जंगली पशू, पेट्रॉव्ह आला होता. त्याचं दर्शनसुद्धा तिला नकोसं वाटत होतं. त्यानंच हा कट करून तिची अशी अवस्था केली होती. तो जरी बुद्धिमान दिसत असला, तरी त्याच्या चेहऱ्यावरून तो कावेबाज, धूर्त आणि क्रूर आहे हे झटकन् समजत असे. तो कधीतरी येऊन त्याचा हा कट अयशस्वी झाला असं सांगेल, अशी ती आशा धरून होती. आताही तिला तेच वाटलं.

'तुमचं बिंग बाहेर फुटलं ना?' ती पुटपुटली.

'काय म्हणालात?' पेट्रॉव्हनं विचारलं.

'माझ्या वडिलांनी व्हेराला ओळखलं ना?' बिली मोठ्यानं म्हणाली.

'ते कसे ओळखतील? बिली इथे नाही, ती अमेरिकेत आहे,' पेट्रॉव्ह हसून म्हणाला, 'एवढंच नव्हे तर बिली वडिलांना भेटली, बहिणीला-भाच्यांना भेटली. तिनं सामन्याचं उद्‌घाटन केलं. महिला परिषदेत भाषण दिलं. मुलाखती दिल्या आणि पूर्वीपेक्षा बिली आता अधिक लोकप्रिय झाली आहे. मला वाटतं तुम्ही हे टेलिव्हिजवरून पाहिलं आहे. केजीबीची तीन वर्षांची तयारी तुम्ही अगदीच कमी प्रतीची समजू नका, बाईसाहेब!'

वास्तविक हे तिनं व्हीडिओ टेपवर पाहिलं होतं. वर्तमानपत्रात सगळं वाचलं होतं. पण एक खुळी आशा तिच्या मनात घर करून होती. म्हणून केवळ ती हे बोलली.

'पण तुम्ही यात अपयशी ठरणार आहात, आपला सत्यानाश ओढवून घेत आहात. लंडनची शिखर परिषद होण्याच्या आधी तुमची ही नीच कृती उघडकीस येणार आहे,' बिली त्वेषानं म्हणाली. 'उद्या तुमच्या पंतप्रधानांची बायको जर अमेरिकन हेरखात्यानं पळवून नेली आणि दुसरी त्या जागी ठेवल्याचं जर कळलं तर रशियात किती लोकक्षोभ होईल!'

'अमेरिकन हेरखातं, सी. आय्. ए., हे एक मूर्ख आणि अननुभवी माणसांचं खातं आहे. त्यांना ही गोष्ट सुचणारच नाही. समजा सुचली तरी एवढं मोठं धाडस, त्यासाठी लागणारी कल्पनाशक्ती त्यांच्याजवळ नाही,' पेट्रॉव्ह हसत म्हणाला. 'आम्ही पाहिजे ते मिळवतो. विचार करून जिद्दीच्या प्रयत्नांनी मिळवतो. तुम्ही

अमेरिकन म्हणजे नुसते बडबडे आणि फाजील व्यक्तिस्वातंत्र्याचे भोक्ते आहात. तुम्हाला अशी धाडसी योजना सुचणारच नाही.'

'बरं आहे, आपण पाहू या!' बिली बळंच म्हणाली.

'तुम्ही गेले चार दिवस बघताच आहात. शिवाय मी आणि राझीन यांच्याशिवाय तुम्ही इथं आहात, याची कोणालाही माहिती नाही. तुमचे वडील, तुमची बहीण, तुमचे पती, सारा अमेरिका देश यांच्या दृष्टीनं बिली सध्या व्हाईट हाऊसमध्येच आहे. तेव्हा हे निमूटपणे स्वीकारा. मी सांगितलेले नियम पाळून आमच्याशी आणखी काही बाबतीत सहकार्य केलंत तर दोन आठवड्यांनी तुम्ही तुमच्या मूळ जागी सुखानं, आरामात जाऊ शकाल.'

'आणखी काही बाबतीत सहकार्य?' बिलीनं त्रासिकपणे विचारलं.

'हो! आम्हाला तुमच्याकडून काही प्रश्नांची उत्तरं हवी आहेत. अर्थात् आमच्या फायलीमध्ये तुमची सर्व माहिती आहेच. फक्त तुम्हाला विचारून ती तपासून घ्यायची आहे. विशेषत: तुमच्या पतीविषयी,' पेट्रॉव्ह म्हणाला.

'माझ्या पतीविषयी?' बिलीनं आश्चर्यानं विचारलं.

'हो, प्रेसिडेंट अँड्रयू जगात वावरत असताना जरी शांत, विचारी आणि निश्चल दिसत असले तरी प्रत्यक्षात खाजगीमध्ये ते फार लहरी आणि संतापी आहेत, हे खरं का?' पेट्रॉव्हनं सिगार पेटवत विचारलं.

'तुम्हाला जर सारं माहीत आहे, तर मला विचारता कशाला?' बिली म्हणाली.

'यालाच मी असहकार्य म्हणतो. तुमचं सारं जीवन, सारं स्वास्थ आमच्या हातात आहे, हे तुम्ही विसरता!' पेट्रॉव्ह आवाज चढवून म्हणाला.

'ही धमकी आहे!' बिली हेटाळणीनं म्हणाली.

'तसं समजा! हो, ही धमकीच आहे,' पेट्रॉव्ह म्हणाला, 'तुम्हाला बोलतं करायचे मार्ग आमच्याजवळ आहेत. जरूर पडल्यास आम्ही ते वापरूच.'

तो हे म्हणत असताना राझीन आत आला व चौकसपणे पाहत बसला. 'तुम्ही जर अशाच उद्धटपणे व हेटाळणीनं बोलू लागलात तर तुम्हाला शिक्षा होईल. मी एकच प्रश्न विचारतो. तुम्ही व तुमचे यजमान रतिसुख कसं घेता? मी तुम्हाला एकच संधी देतो. त्याचं उत्तरही जर उद्धटपणे आलं तर मला खरं उत्तर मिळण्यासाठी फारच कडक उपाय योजावे लागतील.'

'मला, अमेरिकेच्या पहिल्या मानाच्या स्त्रीला धमकी? शुद्धीवर आहात का?' बिली कडाडली.

'बाईसाहेब, तुम्ही हे विसरता की इथे तुम्ही पहिली स्त्री वगैरे कोणी नाही. तुम्हाला काहीही अधिकार नाहीत, एवढंच नव्हे तर मी आणि राझीन यांच्या माहितीशिवाय तुम्हाला अस्तित्वच नाही,' पेट्रॉव्ह आवाज चढवून म्हणाला. 'प्रश्न

विचारून उत्तर मिळवणं हे माझं काम आहे. कुठल्याही व कितीही निग्रही माणसाकडून मी माहिती काढू शकतो, हे मी तुम्हाला आताच गार्डला बोलावून दाखवतो,' असं म्हणत पेट्रॉव्ह गार्डला बोलवायला बाहेर जाऊ लागला.

त्याला थांबवत राझीन म्हणाला, 'जनरल! कुठल्याही तऱ्हेची शारीरिक इजा करायची नाही, असं तुम्ही मला सांगितलं होतं!'

'हो, पण तिनं माझ्या प्रश्नांची नीट उत्तरं दिली तरच! ती एक सामान्य अमेरिकन स्त्रीप्रमाणेच दुबळी आणि भावनावश आहे. तूही त्यातलाच नमुना आहेस. मी वाटल्यास तुला संधी देतो. तू बोलून बघ. पण नंतर मी माझे मार्ग वापरीन,' असं म्हणून पेट्रॉव्ह बूट आपटत बाहेर निघून गेला.

राझीननं पेट्रॉव्हला रागानं दरवाजा बंद करताना पाहिलं आणि तो त्याची खुर्ची ओढून बिलीजवळ येऊन बसला.

'जंगली! पशू! नीच माणूस!' बिली त्वेषानं म्हणाली, 'पण तुम्ही त्याला माझ्या अंगाला हात न लावण्याबद्दल कसं बोललात?'

'कारण त्याला अमेरिकन स्त्रियांच्या मनोवृत्तीची माहिती नाही. मी त्याला सांगितलं की शारीरिक छळानं अमेरिकन स्त्री मरेल, पण जुलमापुढे कधीच मान वाकवणार नाही.' राझीन हे बोलत असताना बिली कौतुकानं ऐकत होती. नंतर त्यानं पुढे होऊन स्वत:ला व्होडका व बिलीला व्हिस्कीचा ग्लास दिला. तो बिलीनं घेतला.

तो म्हणाला, 'मी एका अमेरिकन स्त्रीचा मुलगा आहे. माझं बालपण अमेरिकेत गेलं. तरुणपणापर्यंत मी तिथेच होतो. एवढंच काय पण मी चार मुलींबरोबर काही रम्य संध्याकाळी घालवल्या आहेत. रशियन लोकांनी कितीही आव आणला तरी स्त्रीला ते दासीच मानतात. त्यांच्या कामशांतीचं साधन व स्वयंपाकीण म्हणूनच समजतात. मला हे आवडत नाही. म्हणूनच मला अमेरिकेत यावंसं वाटतं.'

'तुम्हाला अमेरिकेविषयी एवढी आस्था आहे तर या कटामध्ये तुम्ही सहभागी कसे झालात?' बिलीनं त्याच्याकडे सहानुभूतीनं बघत विचारलं.

'केवळ स्वत:चा जीव वाचविण्यासाठी. मी नुसताच सहभागी झालो एवढंच नव्हे तर, तुमच्याऐवजी आज जी मुलगी अमेरिकेची पहिली स्त्री अर्थात अध्यक्षांची पत्नी म्हणून वावरत आहे तिला तयार करण्यामध्ये माझा बराच भाग होता. माझ्या अमेरिकन पार्श्वभूमीमुळे मला तो स्वीकारावा लागला. एक प्रकारे नंतर मलाही त्यात आनंद वाटला म्हणा. एक स्वप्न पुरं होत आहे असं वाटलं,' राझीन म्हणाला.

'आनंद वाटला; स्वप्न पुरं होतंय् असं वाटलं म्हणजे काय?' बिलीनं उत्सुकतेनं विचारलं.

'तुमचे फोटो पाहिल्यावर एक उत्तम अमेरिकन स्त्री बघितल्याचा आनंद मला होत असे. सुंदर, मनमोकळी, तेजस्वी, उत्साही अशा अमेरिकन स्त्रीचं तुम्ही प्रतीक

आहात. केजीबीला जेव्हा तुमच्यासारखी स्त्री मिळाली आणि तिला तुमच्याप्रमाणे बनवण्याचं काम माझ्याकडे देण्यात आलं त्यावेळी मी माझ्या स्वप्नात असलेली तुमचीच प्रतिमा बनवत होतो. मी ते काम मेहनत घेऊन मन:पूर्वक करत होतो. कारण मला एका अमेरिकन स्त्रीचा सहवास मिळत होता,' राझीन भावनावश होऊन बोलत होता.

'हे ऐकून मला खूपच आनंद होतोय,' बिली हसत म्हणाली, 'पण त्यांना माझ्या पतीशी मी रतिक्रीडा कशी करते हे कशाला पाहिजे? मी ते जन्मात दुसऱ्याजवळ बोलणार नाही.'

'मी तुम्हाला ते सांगतो, कारण तुम्हाला पटवून दिलं तरच कदाचित तुम्ही सहकार्य द्यालं.' असं म्हणून राझीननं सांगायला सुरुवात केली.

'आम्ही इथल्या स्त्रीला तुमच्यासारखी बनवण्याच्या तयारीला लागलो, तेव्हा तुमची सर्व माहिती गोळा केली. त्यात तुमच्या दोघांच्या शारीरिक संबंधांची माहिती फक्त मिळाली नाही. पण शेवटी शेवटी आम्हाला असं समजलं की सहा आठवडे शरीरसुख घेण्यास तुम्हाला डॉक्टरांनी बंदी केली आहे. त्यामुळे आम्हाला त्याची जरुरीही वाटली नाही. कारण तुमच्या जागी जी नटी वावरते आहे, तिला ह्या निर्बंधामुळे अध्यक्षांना टाळता आलं असतं. पण काल तुमची डॉक्टर सादेक यांच्याशी भेट ठरली होती. त्या भेटीत डॉक्टर सादेक तुमची तपासणी करू शकले नाहीत; कारण त्यांच्या मोटारीला अपघात होऊन ते जबर जखमी झाले आहेत. त्यांच्याऐवजी डॉक्टर डार्ली यांनी तुम्हाला, म्हणजे तुमच्याऐवजी जी तिथे गेली तिला तपासलं. तुमच्या पूर्वीच्या तपासणीचा अहवाल पण सांगितला. मला सांगायला वाईट वाटतं-त्यांनी तुमच्या तपासणीवरून तुम्ही गर्भार नाही असा निष्कर्ष काढला आहे.'

बिली एकदम स्तंभित झाली. 'पण माझा रक्तस्राव...मला सहा आठवडे केलेली बंदी...मला गर्भधारणा नाही...हे सारं केजीबीला कसं समजलं? इतक्या गुप्त गोष्टी...मला गर्भधारणा नाही? नक्की?' बिली आश्चर्यानं पण दु:खावेगानं म्हणाली.

'तुम्ही समजता त्यापेक्षा केजीबी खरोखरच फार चलाख आहे,' राझीन म्हणाला. 'पण मला सांगा, तुम्हाला अजून रक्तस्राव होत नाही ना? तसं असेल तर इथल्या तज्ज्ञ डॉक्टरांकडून उपचारांची व्यवस्था करता येईल,' राझीन सहानुभूतीनं म्हणाला.

'नाही, माझा रक्तस्राव दोन दिवसांपूर्वीच थांबला आहे,' बिली मंद हसत म्हणाली. 'माझी सध्याची परिस्थिती पाहता दिवस गेलेले नाहीत हे उत्तमच झालं म्हणा.'

'ठीक आहे.' राझीन म्हणाला, 'पण डॉक्टर डार्लीनं तपासणी केल्यावर तिनं प्रेसिडेंटना 'हिरवा कंदील' दाखवला असून तुम्हाला केव्हाही गर्भधारणा होऊ शकेल

असा निर्वाळा दिला आहे. फक्त चार दिवस विभक्त राहा, असा त्यांचा सल्ला आहे.'

'ॲन्ड्र्यूला आणि मला खरोखरच अपत्याची फार ओढ लागली आहे,' गंभीरपणे बिली म्हणाली, 'चार दिवसांनी ॲन्ड्र्यू त्या बाईशी शय्यासोबत करील त्यावेळी तिचं बिंग बाहेर पडू नये म्हणूनच आमच्या कामक्रीडेची माहिती केजीबीला हवी आहे, असंच ना?'

'होय!' राझीन म्हणाला.

'आमच्या खाजगी आयुष्याची वाच्यता मी कधीच कोणाजवळ करणार नाही- मी ठाम सांगते,' बिली म्हणाली.

'तुमचा हा निर्धार मला अपेक्षितच होता,' राझीन म्हणाला, 'पण सध्याच्या परिस्थितीत मी कितीही मदत केली, तुमच्या सुटकेचा थोडा जरी प्रयत्न केला तरी आपण दोघेही ठार झालोच म्हणून समजा. तुम्ही माहिती द्यायला नकार दिला तर, ती मिळविण्यासाठी ते अनन्वित छळ करतील आणि त्यावेळी मी काहीही करू शकणार नाही. सर्वात महत्त्वाचं म्हणजे मी तुमच्याकडून काही माहिती मिळवण्यात अयशस्वी झालो तर मी सुद्धा त्यांचा विश्वास गमावून बसेन. त्यामुळे तुमचे माझे संबंध दुरावतील आणि पुढे कधीकाळी मी तुमच्या उपयोगी पडण्याची शक्यताही पार नाहीशी होऊन जाईल,' राझीन अजीजीनं म्हणाला.

'मग मी काय करू?' बिली विचारात पडून म्हणाली, 'पती-पत्नीच्या अत्यंत गुप्त व्यवहाराबद्दल बोलणं किती अवघड, किती कठीण असतं!'

'तुम्ही साग्रसंगीत वर्णन करू नका,' राझीन म्हणाला, 'पण तुम्ही मला मान दिलात हे समजण्याइतकं काही सूचक असं सांगितलंत तरी पुरेल. कुठून तरी, छळ न होता तुम्ही माहिती द्यायला तयार आहात, एवढी त्यांची खात्री पटली म्हणजे झालं. कितीही निर्लज्ज स्त्री असली तरी पतीशी केलेल्या रतिक्रीडेचं रसभरीत वर्णन ती करू शकणार नाही, एवढं ते निश्चित ओळखतील.'

बिली शांत बसली. कसल्यातरी विचारात गढून ती निर्णयाप्रत आली होती. नंतर त्याच्याकडे न पाहता, आपल्या हातांच्या बोटांकडे बघत ती म्हणाली :

'प्रेसिडेंट ॲन्ड्र्यूला...माझ्या पतीला...नैसर्गिक संभोग बिलकूल आवडत नाही.'

■

६

अमेरिकन वायुदलाचं ‘नंबर एक’ विमान खूप उंचावरून अत्यंत वेगानं पण स्थिरपणे अटलांटिक महासागरावरून चाललं होतं. हे विमान प्रेसिडेंट ॲन्ड्र्यू, त्यांची पत्नी, प्रेसिडेंटचे सल्लागार आणि बिलीचा वैयक्तिक सेवकवर्ग यांना घेऊन लंडनला शिखर परिषदेसाठी जात होतं.

विमानाच्या एका कोपऱ्यातील खोलीत आरामखुर्चीवर बिली ब्रॅडफोर्ड आणि जवळच पार्कर बसला होता. पार्करकडे त्याचा टेपरेकॉर्डर होता. त्यांची बिलीच्या आत्मचरित्रावर चर्चा सुरू होत होती.

‘गेल्या वेळी तुमची आणि ॲन्ड्र्यू यांची भेट कशी झाली; परिचयाचं रूपांतर प्रेमात होऊन तुमचा विवाहसमारंभ कसा साजरा झाला, इथपर्यंत तुम्ही माहिती दिलीत. मी त्यातली बरीचशी गोळा केली होतीच. तुम्ही व्हाईट हाऊसमध्ये आल्यानंतरचं जीवन आपण बघणार होतो. पण मला वाटतं की लग्न आणि लग्नानंतरच्या त्या पहिल्या दिवसांत तुमचं प्रेम अगदी खाजगी अशा कोणकोणत्या प्रसंगांतून वृद्धिंगत होत गेलं, ते वर्णन केलंत तर वाचकांना आवडेल. मी ते लिहिल्यावर तुम्ही तपासून नको असलेला भाग गाळू शकता,’ शांतपणे सिगारेट ओढत असलेल्या बिलीला पार्कर म्हणाला.

पार्करला तिचा चेहरा क्षणभर भेदरल्यासारखा दिसला. पण लगेच ती शांत झाली, आणि हसत हसत म्हणाली, ‘पार्कर, तू खुळा आहेस! आम्हा दोघांतील त्या नाजुक, गोड प्रसंगांचं वर्णन मी जगासमोर कसं येऊ देईन!’

पार्करला धक्काच बसला. ‘तुम्हीच तर मधे गमतीनं म्हणाला होता की अमेरिकन अध्यक्षानं पत्नीला कशी गटवली हे मी अगदी बारीक-सारीक तपशीलासह सांगेन. लग्नानंतर तुमचे सूर कसे जुळत गेले, हे लोकांना समजू दे...आणि...’ तो

चकित स्वरात म्हणाला.

'मी बोलले असले तरी विसरून जा,' बिली निग्रहानं म्हणाली.

'मला तुमच्या यजमानांची इतर माहिती सांगता का?' त्यानं विचारलं. 'त्यांच्या लहरी, आवडीनिवडी वगैरे!'

'मला थोडा विचार करू दे!' असं म्हणून ती स्वस्थपणे सिगारेट ओढू लागली. तिचा मूड गेला आहे, एवढं पार्करला समजलं. तो मूड परत यावा म्हणून त्यानं म्हटलं, 'मागे एकदा तुम्ही सांगितलंत की ॲन्ड्र्यूची एका नटीशी दोस्ती वाढू लागली होती. तुम्ही तिला भेटलाही होता...'

'मी तिला भेटले नाही,' बिली एकदम म्हणाली.

'पण तुम्ही तर म्हणाला होता...' पार्कर विस्मयानं म्हणाला.

'आपण आता ही चर्चा बंद करू,' असं म्हणत बिली उठली आणि विमानातल्या अध्यक्षांच्या शय्यागृहाकडे निघून गेली.

गे पार्कर तिच्या या आकस्मिक जाण्यानं चमकला. त्याला अपमानित वाटू लागलं. तो मनातून थोडा गोंधळलाही होता. बिली आजवर असं कधीच वागली नव्हती. टेपरेकॉर्डर उचलून तो खोलीबाहेर पडला. अध्यक्षांची सल्लागार मंडळी आणि अन्य लोक प्रशस्त खुर्च्यांवर गप्पा मारत बसले होते. त्या लोकांच्यात, नोरासमोरील रिकाम्या खुर्चीवर पार्कर जाऊन बसला. अस्वस्थ मनाला शांत करण्यासाठी त्यानं खिशातून पाईप काढला आणि तो पेटवून धूम्रपान सुरू केलं.

'तू बराच अस्वस्थ दिसतोस!' नोरा कुतूहलानं म्हणाली.

'मी गोंधळून गेलो आहे,' पार्कर म्हणाला, 'बिली आज फार चमत्कारिक वागली.'

'हे काय आणखी?' तिनं विचारलं.

'काही दिवसांपूर्वी ती मला म्हणाली होती की त्यांच्या, लग्नाच्या आधी आणि नंतर दोघांच्यात जे खाजगी रागलोभाचे प्रसंग घडले, ते तपशीलवार लिहू या. लोकांना वाचायला गंमत वाटेल, असं तीच म्हणाली. आज मी तो विषय काढल्यावर तिनं मला खुळ्यातच काढलं. त्या दोघांची ओळख वाढत असताना एक सिनेतारका अध्यक्षांवर प्रभाव टाकत होती. एक दिवस ॲन्ड्र्यू एका हॉटेलात बिलीसह गेला असताना योगायोगानं ती नटी त्यांना भेटली. तेव्हा बिलीनं तिची खरडपट्टी काढली, असं तिनंच सांगितलं. पण आज ती म्हणते, तिची त्या नटीशी भेटच झाली नाही. माझा आवाजच बंद झाला. अशा या परस्पर विरोधी बोलण्यानं मी काय समजू?'

'ही परस्पर विरोधी विधानं तू टेप करून घेतली आहेस का?' नोरानं विचारलं.

'नाही. पूर्वी सहज गप्पा मारताना ती हे बोलली होती,' पार्कर म्हणाला.

‘म्हणजे तू स्वत:च्या स्मरणशक्तीवर भरवसा ठेवून बोलत आहेस,’ नोरा हसून म्हणाली.

‘मी वेडा किंवा विसराळू झालेलो नाही,’ पार्कर चिडून म्हणाला, ‘तुला आणखी एक गोष्ट सांगतो. मॉस्कोला जाऊन आल्यापासून बिली एकदम बदलली आहे. पूर्वी तिच्याजवळ चरित्राबद्दल बोलताना हसत खेळत वेळ कसा जायचा, ते समजत नसे. मला ते फार सुखद वाटे. आताची बैठक रटाळ अन् अडखळत होते. मॉस्कोहून आल्यापासून मी वेगळ्याच एखाद्या बिलीशी बोलतोय् असं मला वाटतं.’

‘गेल्या दहा-बारा दिवसांत बिली फारच दमली आहे. अध्यक्षांनी तिच्यावर किती जबाबदाऱ्या टाकल्या आहेत, हे तू बघतोच आहेस,’ नोरा म्हणाली.

‘दमण्यापेक्षा हे काहीतरी अधिक आहे. मी तुला तिच्या असंबद्धपणाची आणखी पाच-सहा उदाहरणं देऊ शकेन.’ पार्कर त्रासिक स्वरात म्हणाला.

‘तू उगीच डोकं शिणवू नकोस. मला आणखी काहीही ऐकायचं नाही. तसा तू मला आवडतोस; पण जेव्हा संशयखोर बनून कल्पनाविलास करायला लागतोस, तेव्हा अगदी कंटाळा येतो. तू असं कर ना-एक कादंबरी लिही. ती मी घेईन. पण या विषयावरची नाही हं!’

त्या संध्याकाळी ब्रिटिश पंतप्रधान व त्यांच्या पत्नी यांनी पाहुण्यांच्या सन्मानार्थ मेजवानी दिली. व्हेरा त्या वेळी फारच उत्तेजित होऊन गेली. रशियन पंतप्रधान आणि त्यांची पत्नी पण हजर राहणार होती.

तिला जर कोणतीच काळजी नसती, तर हा तिच्या आयुष्यातला अत्यंत आनंदाचा काळ ठरला असता. आजपासून दोन दिवसांनी ॲन्ड्र्यूजवळ तिला कामक्रीडा करावी लागणार होती. आणि अद्याप केजीबीकडून तिला काहीच कळलं नव्हतं. ‘त्या’ वेळी कसं वागावं ह्याच चिंतेनं तिचा आनंद बराच कमी केला होता.

काल संध्याकाळी त्यांच्या स्वागतार्थ सर्व सरकारी अधिकारी, खूप मोठा समाज आणि स्वत: पंतप्रधान हीटन सपत्निक हजर होते. ती लंडन शहर पहिल्यांदा बघत होती. त्यांच्या स्वागताचा भव्य झगमगता कार्यक्रम स्वीकारत असताना ह्या काळजीची बोच तिला सतत लागून राहिली होती.

रोल्सराईसच्या ताफ्यांतून ती नॉर्थोल्ट विमानतळापासून १५ मैल प्रवास करून ॲन्ड्र्यू व सहकाऱ्यांसह लंडनमधल्या राजेशाही अशा क्लॅरिज हॉटेलमध्ये आली. हॉटेल मॅनेजरनं त्यांना अदबीनं आतल्या सुशोभित भागात नेलं. अध्यक्ष ब्रॅडफोर्ड आणि बाकीच्यांना त्यांच्या खोल्या दाखवण्यात आल्या. जवळच एका हॉलमध्ये त्यांच्या जेवणाची व्यवस्था होती.

त्यांचं निवासस्थान अत्यंत उंची व ऐतिहासिक दुर्मिळ अशा फर्निचरनं सजवलेलं होतं. झोपण्याची खोली विशेष सजवली होती. व्हिक्टोरियन पलंग आणि सर्व प्रकारची सुखसाधने सज्ज होती.

व्हेराला हे सर्व दाखवून मॅनेजरनं विचारलं, 'ही व्यवस्था पसंत आहे ना?' तिनं पसंतीदर्शक मान हलवली. इतर स्टाफची व्यवस्था तळमजल्यावर होती. अध्यक्षांना खाजगी चिटणीसाबरोबर काम असल्यामुळे ते निघून गेले. ती सुद्धा तळमजल्यावर तिथली व्यवस्था बघायला गेली.

अध्यक्ष आणि ती नंतर झोपी गेली. अँड्र्यू शांतपणे, पण ती मात्र अस्वस्थपणे. तो कालचा दिवस होता.

आज सकाळी, सहकाऱ्यांशी चर्चा असल्यामुळे अध्यक्षांनी लौकर आवरून घेतलं आणि ते निघून गेले. ती ठरलेल्या कार्यक्रमाप्रमाणे लंडन शहर बघण्यासाठी बाहेर पडली. ब्रिटिश म्युझियम, टॉवर ऑफ लंडन, हे सर्व पाहत असताना तिला नाटक करावं लागत होतं. व्हेराला या सर्व इमारती नवीन होत्या. बिलीनं मात्र विद्यार्थीदशेत त्या पाहिल्या असल्यामुळे, ते काही नवीन नाही असा आव व्हेराला आणावा लागत होता.

नंतर सारानं तिचे दुपारच्या जेवणाचे कपडे काढून दिले. तिनं ते चढवले. अँड्र्यूबरोबर जेवताना ती स्वतःच्याच विचारात बरीचशी गुंग होती.

व्हाइट हॉल रस्त्यावरून पुन्हा त्यांचं नगरदर्शन सुरू झालं. महत्त्वाच्या इमारतींची माहिती दिली जात होती. शिखर परिषद जिथे भरणार होती ती भव्य वास्तूही त्यांनी पाहिली. संरक्षण व्यवस्था कडेकोट होती. बाहेर अमेरिकन अध्यक्षांना आणि त्यांच्या सुंदर पत्नीला बघण्यासाठी अलोट जनसमुदाय लोटला होता.

ब्रिटिश सेक्रेटरीनं व्हेराच्या दंडाला हलकेच धरून लोकांचं अभिवादन स्वीकारण्यासाठी नेलं. फोटोग्राफर्सच्या आग्रहावरून अध्यक्ष अँड्र्यूही बाहेर येऊन उभे राहिले आणि असंख्य फोटो काढले गेले.

रात्री ब्रिटिश पंतप्रधानांनी दिलेल्या मेजवानीला हजर राहताना तिला आठवलं की त्या पतीपत्नीची आणि 'आपली' गेल्या वर्षी व्हाइट हाऊसमध्ये भेट झाली होती, हे लक्षात ठेवलं पाहिजे.

मेजवानीला आलेल्या लोकांची ओळख होऊन, त्यांच्या अभिवादनाचा स्वीकार करताना तिचे गाल, जबडा आणि हात दुखू लागले. रशियन पंतप्रधान आणि त्यांच्या पत्नीची ओळख करून घेण्याच्या 'प्रसंगा'तूनही ती पार पडली. बोएन्देचे अध्यक्ष श्री. किबांगु तिला फार बुद्धिमान वाटले. व्हेरा गमतीनं म्हणाली, 'कर्नल न्वापा कुठे आहेत? त्यांना भेटलं पाहिजे.' अँड्र्यू आणि किबांगु या दोघांनाही हसू आलं. अध्यक्ष हळूच म्हणाले, 'शू ऽ ऽ न्वापा अधिकृतपणे अस्तित्वात नाही. पण

त्याच्यामुळेच आपण आज इथे आलो आहोत.'

नंतर अध्यक्ष काही कामासाठी पाच मिनिटं ब्रिटिश मंत्रिमंडळातील काही सदस्यांकडे गेले. व्हेरा एकटीच उभी होती. तिनं सभोवार दृष्टी टाकली. तिच्या बाजूलाच लुडमिला किरचेन्को उभ्या होत्या. तिची म्हणजे बिलीची आणि त्यांची मॉस्कोमध्ये भेट झाली होती, हे जगजाहीर असल्यामुळे ती त्यांच्याजवळ गेली. या वेळी एकदम तिला पोखरणाऱ्या काळजीची जाणीव झाली. आपली काळजी त्यांच्या कानावर घालावी अशी तिला इच्छा झाली. ती लुडमिलाबाईंजवळ सरकून म्हणाली, 'मला तुमची मदत पाहिजे. कृपया हे पंतप्रधानांना सांगा.'

त्यांचा गोंधळलेला चेहरा पाहून तिच्या लक्षात आलं की त्यांना इंग्रजी येत नाही. म्हणून तिनं रशियनमध्ये बोलायला प्रारंभ केला...

पण त्याच क्षणी लुडमिलांनी तिला थोपवलं. त्या हलकेच म्हणाल्या, 'तुला रशियन येत नाही. तसं बोलणं फार धोक्याचं आहे.' त्या झट्कन बाजूला झाल्या आणि गर्दीत मिसळल्या.

व्हेरा पुन्हा एकटी पडली. लुडमिलाबाईंनी तिला वेळीच सावरलं होतं. त्या दोघींच्या पाठीमागेच रशियन केजीबीचा एक रक्षक उभा होता. व्हेरानं त्याच्याकडे बघितलं. नंतर तो लुडमिला यांच्या पाठोपाठ निघून गेला.

तिनं पाहिलं. मेजवानीच्या हॉलचा दरवाजा उघडला गेला. दाराच्या बाजूला अमेरिकन अध्यक्ष आणि किबांगु उभे होते. अॅन्ड्रयू तिला बोलावत होते. ती जवळ गेल्यावर ते म्हणाले, 'रशियन पंतप्रधानांची पत्नी आणि अमेरिकन अध्यक्षांची बायको या एकत्र येऊन काय गप्पा मारत होत्या?'

'छे! तो माझा प्रयत्न खुळचटपणाचा होता. त्यांना इंग्रजी येत नाही आणि मला रशियन कळत नाही,' व्हेरा हसून म्हणाली, 'त्या काय म्हणाल्या कुणास ठाऊक?'

'आपल्याला ते लवकरच कळेल. आपण या हॉलमध्ये सर्वत्र आणि रशियन मंडळींच्यातही आपले गुप्तहेर पेरलेले आहेत. तुझ्या खांद्यावरून पलिकडे पाहा. रशियन पंतप्रधानांच्या पत्नीजवळ तो बारीक केसांचा, लांब नाकाचा रशियन रक्षक पाहिलास? तो ब्रिटिश हेर आहे,' अध्यक्ष खाजगी स्वरात तिला म्हणाले.

व्हेरा भेदरून बघू लागली. तो मघाशी लुडमिलाबाईंच्या मागोमाग गेलेला रक्षक होता. तिच्या बदललेल्या चेहऱ्याकडे पाहून अध्यक्ष म्हणाले, 'उगीच गोंधळू नकोस. आपण जेवायला जाऊ.' आणि तिचा दंड धरून ते त्यांच्या आसनाकडे निघाले.

तिला तर ताबडतोब केजीबीला गाठणं आवश्यक होतं. ती आणि लुडमिला यांच्यात झालेलं बोलणं त्या यांकोविच् नावाच्या रक्षकानं ऐकलं असण्याची बरीच शक्यता होती. त्याच्याकडून होऊ शकणारा संभाव्य अनर्थ टाळण्यासाठी त्वरित हालचाल केली पाहिजे, हे तिला कळत होतं. जेवणाच्या टेबलावर अध्यक्ष

किबांगूंशी बोलण्यात गुंतले आहेत असं पाहून ती उठली. जरा बाहेर जाऊन येत असल्याची खूण करून ती सटकली.

बाहेरच्या हॉलमध्ये तिनं सर्वत्र नजर फिरवली. तिच्या माहितीचा कर्नल झुक तिच्याकडेच एकाग्रपणे बघत होता. डोळ्यांच्या इशाऱ्यानं त्याला जवळ बोलावून ती टॉयलेटमध्ये शिरली. पुन्हा बाहेर येऊन जेवणाच्या हॉलमध्ये शिरताना झुकनं मोठ्या अदबीनं दार उघडलं. त्यांच्यात योग्य ते अंतर असल्यामुळे कोणालाच काही संशय येणं शक्य नव्हतं.

जवळपास कोणीच उभं नव्हतं. यांकोविच हा गुप्तहेर नुकताच त्या जागेतून बाहेर पडत होता. व्हेरा कर्नल झुकला त्वरेनं म्हणाली, 'हा जो रक्षक आता बाहेर पडला, तो ब्रिटिश हेर आहे.'

'कोण, यांकोविच?' कर्नल झुक आश्चर्यानं म्हणाला. यांकोविच हा खास पंतप्रधानांचा रक्षक होता.

'होय! त्यानं मला मिसेस लुडमिलांबरोबर रशियनमध्ये बोलताना ऐकलं आहे.'

खूप वर्षांच्या सरावामुळे झुक निर्विकार चेहरा ठेवून म्हणाला, 'तुमची खात्री आहे?'

'मला स्वत: अध्यक्षांनीच हे सांगितलं,' ती म्हणाली.

किंचित सस्मित मुखानं पण डोळ्यांतून संताप व्यक्त करत कर्नल झुक म्हणाला, 'तुम्ही आता जेवायला जा. मी काय करायचं ते बघतो-जर फार उशीर झाला नसेल तर!'

नंतर व्हेरा सोनेरी झगा सावरत यजमानांजवळ जाऊन बसली. जेवणापूर्वीचं संगीत थांबलं होतं. ब्रिटिश पंतप्रधान हीटन हळू आवाजात लुडमिलाबाईंशी बोलत होते. तिचे यजमान तिच्याकडे थोड्या रागानं बघत होते, असं तिला जाणवलं.

त्याच वेळी मद्याचे पेले उंचावून एकमेकांचं शुभचिंतन झालं. पुढे जेवण, भाषणे इ. कार्यक्रम यांत्रिकपणे पार पडले. तिला सतत एकच भीती वाटत होती-यांकोविच! श्रीमती लुडमिलांजवळ बोलण्यात तिनं फारच चूक केली होती. त्यामुळे तिचा घात होऊ शकणार होता.

सर्व कार्यक्रम आटोपून व्हेरा आणि ॲन्ड्र्यू रात्री एक वाजता हॉटेलच्या मुक्कामी आले. कपडे बदलताना अध्यक्षांनी तिच्यावर राग पाखडला. 'आज काय झालं होतं?'

ते अधूनमधून किंचित रागावत, हे तिला प्रशिक्षणाच्या काळात शिकवलेलं होतं. पण प्रत्यक्ष वेळ आत्ता प्रथमच आल्यामुळे ती गडबडली.

'तुम्ही कशाबद्दल म्हणताय्, मला कळलं नाही.' ती म्हणाली.

'तुला ते चांगलं समजलेलं आहे,' अँड्र्यू संतापानं म्हणाले. 'यापूर्वी तू असं

कधीच वागली नव्हतीस. जेवण सुरू होण्यापूर्वी तू सरळ उठून बाहेर गेलीस! दरबारी रीतीरिवाजांच्या ते विरुद्ध आहे. विशेषत: ब्रिटिशांच्या राज्यात त्याला फार महत्त्व आहे. पंतप्रधान हीटन यांच्याजवळ तुझ्या या वागणुकीबद्दल मला दिलगिरी व्यक्त करावी लागली.'

'अॅन्ड्र्यू! मला माफ कर, पण मला बाथरूमला जावं लागलं,' व्हेरा अपराधी स्वरात म्हणाली.

'बाथरूमला तर तू आधीच जाऊन आली होतीस,' ते जरा शांत होऊन म्हणाले.

'तसं नाही. मला अचानक अस्वस्थ वाटू लागलं. मळमळू लागलं. त्यातून सावरणं भाग होतं. मी बरीच उत्तेजित झाले होते.'

'तुला थोडी कळ काढता आली असती,' ते म्हणाले. एव्हाना ते दुसऱ्याच गोष्टीवर विचार करू लागले होते.

'मला माफ करा, माझं चुकलंच,' ती पुटपुटली.

पुढे अँड्र्यू काहीच बोलले नाहीत. ते बाथरूमकडे गेले. या वेळी परिषदेविषयी बोलण्यात काही अर्थ नाही हे व्हेराच्या लक्षात आलं. नाईट-गाऊन चढवून झोपेची गोळी पाण्याबरोबर गिळली आणि ती पलंगावर जाऊन पडली. तिला बहुधा लगेच डुलकी लागली असावी; कारण ती जागी झाली फोनच्या सतत वाजणाऱ्या घंटेमुळे.

अध्यक्षांनी घाईनं उठून फोन घेतला.

'कोण? पंतप्रधान हीटन? ठीक, ठीक, मी त्या फोनवर येतो.' ते म्हणाले. व्हेराला त्यांनी सांगितलं की ब्रिटिश पंतप्रधानांचा फोन असून तो खाजगी फोनवर घ्यावा अशी त्यांची इच्छा होती. ते बाहेर गेले.

पहाटे सव्वातीन वाजता श्री. हीटन यांचा फोन! व्हेरा चांगलीच घाबरली. तिची झोप पार उडाली. पुढे आपली काय वाट लागणार आहे, याची तिला कल्पनासुद्धा करता येईना. एकदम पळून जावं अशी प्रबळ इच्छाही निर्माण झाली. पण तिला जागचं हलता येईना.

दहा मिनिटांनी अध्यक्ष परत आले. त्यांचा चेहरा थोडा उतरला होता.

'काय झालं अँड्र्यू? काही गंभीर आहे का?' तिनं विचारलं.

'फारच!' ते अस्वस्थपणे बिछान्यावर बसून म्हणाले, 'आपला एक उत्तम एजंट-रशियन गोटातला, ठार झाला आहे. त्यांनी नुकतंच शोधून काढलंय्.'

'ठार!'

'अर्ध्या तासापूर्वी थेम्स नदीमधून त्याला स्कॉटलंड यार्डनं बाहेर काढलं. चाकूनं त्याला असंख्य ठिकाणी भोसकलं होतं. चोरीचा उद्देश त्यामागे नसावा. हा राजकीय खून आहे!'

'आपला माणूस होता का?'

'ब्रिटिश, पण आपल्या वतीनंच मॉस्कोत काम करत होता. यांकोविच-मी तुला जेवणाच्या वेळी सांगितलं नव्हतं का तोच! फारच वाईट. परिषदेची सुरुवात काही शुभशकुनाची म्हणता येणार नाही.'

दिवा घालवून ते पांघरुणाखाली शिरले.

'मला आश्चर्य वाटतं,' ते अंधारात म्हणाले, 'त्याला कोणी उडवलं असेल? बरं, आता आपण झोपलेलं बरं. गुडनाईट बिली.'

'गुडनाईट, डियर.'

काही मिनिटांतच अध्यक्ष घोरू लागले. व्हेराला काय घडलं असावं याची कल्पना आली होती.

त्या हिंसक प्रकारामुळे तिचं अंग शहारलं.

मऊ उशीत तिनं डोकं खुपसलं. आता तिला खूपच हलकं वाटत होतं. तिचा धोका टळला होता. निदान तीन दिवस ती सुरक्षित होती. केजीबीनं तिचं रक्षण केलं होतं. ॲलेक्सनं तिला तसं वचन दिलं होतं. पुन्हा वेळ आली तरी तेच तिला वाचवणार होते.

अध्यक्ष ब्रॅडफोर्ड आणि बरेच अधिकारी लंडनला रवाना झाले असले, तरी त्यांचा मोठा नोकरवर्ग व्हाईट हाऊसमध्येच होता. तिथले डॉक्टर कमिंग्ज यांच्याकडे लहान-मोठ्या दुखण्याच्या तक्रारी घेऊन हे लोक गर्दी करत होते. मिस् रेन्स् ही एकमेव नर्स दवाखान्यात असल्यामुळे तिच्यावर कामाचा फार ताण पडत होता.

आजही ती जरा उशीराच कामावरून मोकळी झाली. आपल्या छोट्या मोटारीतून ती घराकडे निघाली. घर आल्यावर तिनं गॅरेजकडे मोटार न नेता बाहेरच्या दरवाज्याजवळ उभी केली.

आता दरवाजा उघडून ती बाहेर पडणार एवढ्यात गॅरेजच्या आडोशाला उभी असलेली दोन माणसं मोटारीजवळ आली. एक जण बाजूचं दार उघडून रेन्सच्या शेजारी बसला आणि दुसरा तिचा उतरण्याचा रस्ता रोखून उभा राहिला. बाहेरच्या कोणत्याही व्यक्तीला असंच वाटलं असतं की हे तिघंजण निघण्याच्या तयारीनं गमतीनं बोलत आहेत-पण मोटारीत बसलेल्या इसमाच्या हातात एक छोटं पिस्तुल होतं.

'शांत राहा. कसलीही गडबड किंवा आवाज तुमच्या प्रकृतीला अपायकारक ठरेल.'

तिनं ओळखलं की अध्यक्ष ब्रॅडफोर्ड यांच्या कामजीवनाबद्दल माहिती घ्यायला

हाच इसम आला होता. ती एकदम संतापून म्हणाली, 'मला तुमच्यापाशी बोलण्याची इच्छा नाही. तुम्ही माझे शिकागोतल्या माफिया-प्रमुखांशी असलेले संबंध खुशाल जाहीर करा. माझी नाचक्की होऊन नोकरी गेली तरी चालेल, पण अध्यक्षांच्या खाजगी आयुष्याबद्दल मी अवाक्षरही काढणार नाही.'

'बाईसाहेब, तेवढ्यावरच भागणार नाही, तर तुम्हाला एखादा हात, पाय किंवा डोळे हे आत्ताच गमवावे लागतील.' त्या इसमाचा स्वर कठीण होता. 'अर्थात आमच्या एका प्रश्नाचं उत्तर दिलंत तर तुम्हाला इजा करण्याची आमची बिलकुल इच्छा नाही,' दरवाज्याजवळचा तो माणूस पुन्हा सौम्य आवाजात म्हणाला.

त्याच्या नजरेत क्रौर्य असलं तरी बोलणं मात्र प्रामाणिक वाटत होतं. तिला त्यांनी अद्याप साधा स्पर्शसद्धा केला नव्हता. थोडा वेळ थांबून तिनं विचारलं, 'कोणत्या प्रश्नाचं उत्तर पाहिजे.'

'आम्ही असं ऐकलं आहे की प्रेसिडेंट ब्रॅडफोर्ड कधी नैसर्गिक संभोग घेत नाहीत. त्यांना अनैसर्गिक क्रिया आवडतात—तर त्या कुठल्या?' त्या इसमानं शांतपणे विचारलं.

ती एकदम हसली आणि हसतच राहिली. नंतर तिनं विचारलं, 'कुठल्या मूर्खानं तुम्हाला ही माहिती दिली? याच्या इतकी कपोलकल्पित व असत्य बातमी दुसरी नसेल. प्रेसिडेंट अगदी नैसर्गिक रीतीनं कामसुख घेतात.'

'नक्की?' त्या माणसानं खात्री करून घेण्यासाठी विचारलं.

'हे खोटं ठरलं तर तुम्ही वाटल्यास माझे हातपाय तोडा,' ती हसतच म्हणाली.

आणि ते दोघं शांतपणे निघून गेले.

त्यांची गाडी हलल्यावर ती लगेच घरात शिरली. तिला स्नान लवकर उरकणं आवश्यक होतं.

मॉस्को.

ज्या घरात बिलीला ठेवलं होतं, त्या ठिकाणी राझीन प्रवेश करीत होता. गेले २-३ दिवस तो दुपारनंतर येत असे. व्हिस्कीचे घोट घेत गप्पा मारणे, हा बिली आणि राझीनचा एक छंद होऊन बसला होता.

त्यानं बिलीकडे पाहिलं. ती आज भरपूर रडलेली दिसत होती. अगदी उदास होऊन ती कोचावर बसली होती. राझीन येण्याची वेळ झाली म्हणूनच, तोंड धुवून स्वत:चं दु:ख लपवण्याचा क्षीण प्रयत्न तिनं केला होता.

'आज काय विशेष?' ॲलेक्स राझीननं विचारलं.

दारूचे दोन ग्लास तयार करण्यासाठी तो कपाटाजवळ गेला.

'माझ्यासाठी दोन पेग भर,' बिली म्हणाली.

'आज वेळ कसा गेला?' त्यानं विचारलं.

तिनं सांगितलं की नेहमीप्रमाणे व्यायाम, वाचन इ. करून रेडिओ ऐकला होता. 'माझं खरं दु:ख वेगळंच आहे,' ती म्हणाली, 'रेडिओवर ब्रिटनमधल्या शिखर परिषदेची माहिती देण्यात आली. त्यात रशियन पंतप्रधानांच्या शरीर रक्षकाच्या खुनाची हकिगत जरा विस्तारानं सांगितली गेली. खरं आहे का ते?'

'होय,' राझीन म्हणाला.

'मी टीव्हीवर अमेरिकन अध्यक्षांच्या लंडन वास्तव्याची व्हिडिओ लावली आणि त्या वेळी मी तिला पाहिलं. अध्यक्षांच्या हातात हात घालून ती मिरवत होती. ब्रिटिश जनता, मंत्रिमंडळ, हॉटेल स्टाफ यांनी केलेलं अभिवादन, मेजवानीच्या वेळी मी मुद्दाम शिवून घेतलेला सोनेरी झगा तिनं घातला होता. माझा डोळ्यांवर विश्वासच बसेना. मी खरोखर तिला ठार केलं असतं. ती सगळ्यांकडून कौतुक करून घेताना पाहून माझ्या अंगाचा तिळपापड होत होता. तिचं हे नाटक माझ्या नोकरवर्गाला, इतर लोकांना, फार काय प्रत्यक्ष माझ्या पतीला सुद्धा समजू नये?' हे बोलत असताना बिलीचे डोळे पुन्हा पाण्यानं भरून आले.

राझीन उठला आणि सहानुभूतीनं तिच्याजवळ जाऊन उभा राहिला. त्यानं आपला रुमाल काढून तिला डोळे पुसायला दिला. ती त्याच्याकडे हताशपणे बघत होती. त्या जंगली श्वापदांमध्ये एकच अमेरिकन शिष्टाचारांचा सभ्य इसम तिला दिसत होता. हळूहळू त्याचं व्यक्तिमत्व तिला आवडू लागलं होतं.

ती पुढे म्हणाली, 'आता मात्र मी खरंच हरले. जगाच्या दृष्टीनं संपले-नाहीशी झाले. तुझ्याशिवाय माझं अस्तित्व कुणालाही ठाऊक नाही.' पुन्हा तिच्या डोळ्यांत अश्रू तरळले. तिनं राझीनच्या खांद्यावर डोकं ठेवलं. त्यानं लगेच तिला आपल्या मिठीत घेतलं. नंतर त्याच्या खांद्यावर डोकं ठेवून तिनं शांतपणे आपल्या दु:खाला वाट करून दिली.

ती सावरल्यावर जरा दूर झाली आणि कोचावर बसली. थोडा वेळ गेल्यावर राझीनच्या जवळ जात ती म्हणाली, 'ॲलेक्स!' तिनं जीभ चावली. अद्याप एकेरी नावानं त्याला तिनं कधीच हाक मारली नव्हती. तरीपण धीटपणे पुन्हा म्हणाली, 'ॲलेक्स, मी खरंच फार निराश झाले आहे. तू मला वाचव. आणि हे बघ, तू मला यापुढे बिली म्हणूनच हाक मार!'

'ठीक आहे, बिली. पण तुला एक सांगायचं आहे,' ॲलेक्स थोडा दूर होऊन हळुवारपणे म्हणाला. 'तू केजीबीला एका बाबतीत फसवंल आहेस. त्यामुळे ते तुझ्यावर फार नाराज आहेत.'

'मी फसवलं?' बिली आश्चर्यानं म्हणाली, 'कोणत्या बाबतीत?'

'तू प्रेसिडेंटच्या कामक्रीडेची माहिती देताना, त्यांना नैसर्गिक संभोगसुख आवडत नाही असं सांगितलं होतंस,' राझीन म्हणाला. 'पण केजीबीनं दुसऱ्या ठिकाणाहून माहिती काढली आहे. त्यांना असं निश्चितपणे समजलं आहे...'

'पण त्यांना समजलं कसं?' ती आश्चर्यानं उद्‌गारली, 'त्यांचे माझ्या शिवाय अन्य कोणत्या बाईशी संबंध आहेत?'

'ते मला सांगता येणार नाही; पण केजीबीला मिळालेली माहिती अत्यंत विश्वासार्ह आणि अगदी अलीकडच्या काळातील आहे.'

बिली एकदम विचारात पडली. आपल्याशिवाय अँड्र्यूचे अन्य कोणाशी शरीरसंबंध असतील ही कल्पनाच तिला असह्य झाली. पण केजीबीनं आतापर्यंत ज्या ज्या गोष्टी सांगितल्या, त्या खऱ्या निघाल्या होत्या. त्यांची कार्यपद्धती विश्वासार्ह होती, माहिती अचूक होती. तिच्या खाजगी, गुप्त गोष्टीसुद्धा त्यांनी बरोबर शोधून काढल्या होत्या. नवऱ्याबद्दल ही नवीन माहिती समजल्यावर ती मनात फार खिन्न झाली.

राझीन तिला म्हणत होता, 'त्यांच्या मनात तुझ्याविषयी संशय निर्माण झाला आहे. एकदा तू खोटं बोललीस तशी इतरही बाबतीत बोलू शकशील अशी त्यांना खात्री वाटते. म्हणून ते तुला शिक्षा करण्याच्या विचारात आहेत.'

'शिक्षा? ह्यापेक्षा जास्त शिक्षा ते काय देणार?' बिली हताशपणे म्हणाली.

'तुला माहीत नाही. ते उपाशी ठेवतील; पाणी न देता व्याकुळ करतील, नखे काढतील, चाबकानं मारतील, भाजून काढतील...' राझीन म्हणाला.

'मला? अमेरिकेच्या सन्माननीय स्त्रीला ते अशी वागणूक देतील?' बिलीनं विचारलं.

'त्यांच्या आणि जगाच्या दृष्टीनं अमेरिकेची पहिली स्त्री या वेळी लंडनमध्ये वावरत आहे तू अस्तित्वातच नाहीस!'

तिला एकामागून एक मानसिक धक्के बसत होते. ॲलेक्स तिच्याजवळ आला अन् म्हणाला, 'मी शक्यतो हे टाळण्याचा प्रयत्न करीन, पण माझी शक्ती अपुरी आहे.'

'कसंही करून मला वाचव,' बिली असहाय्यपणे त्याच्याजवळ जात, त्याला धरून, त्याच्या खांद्यावर मान टेकवत म्हणाली.

'मी वाचवण्याचा प्रयत्न करीन. त्यात कदाचित तू आणि मी, दोघंही ठार होण्याची शक्यता आहे. तुझी त्याला तयारी आहे का?' राझीन तिला कुरवाळत म्हणाला.

'हे इथलं जिणं जगण्यापेक्षा मरण पत्करलं. मी मृत्यूला सामोरं जायला तयार आहे,' बिली भावनावेगानं म्हणाली. तिनं राझीनला घट्ट धरलं होतं. त्याच्या चेहऱ्याकडे ती दीनपणे बघत होती. तिचे नातेवाईक, खुद्द यजमान, सारं जग तिला

विसरलं होतं.

'ठीक आहे. उद्या दुपारी अत्यंत गबाळे कपडे घालून आणि वेगळी केशभूषा करून तयार राहा. मी इथे आल्यावर पुढं काय करायचं ते सांगीन. पण धोका पत्करण्याची तुझी तयारी आहे ना?'

'आहे, आहे! तुझ्याबद्दल मात्र मला–'

'माझी चिंता करू नकोस. एक योजना तयार आहे. मी आधीच त्यावर विचार करून ठेवला आहे.'

तिनं आपल्या सुटकेच्या नुसत्या कल्पनेनं त्याला आलिंगन दिलं आणि त्याच्या गालाचा मुका घेतला. तो गोंधळूनच गेला.

'पण काय रे, माझ्यासाठी तू का मरण ओढवून घ्यायला तयार झालास?'

त्यानं तिच्या नजरेला नजर दिली. 'कारण माझं तुझ्यावर प्रेम आहे,' एवढं बोलून तो त्वरेनं निघून गेला.

लंडनमधल्या क्लॅरिज हॉटेलच्या नाट्यगृहात 'बिली' पत्रकारांना मुलाखत देत होती. अमेरिकेत नुकत्याच तिच्या दोन पत्रकार-परिषदा फार गाजल्या होत्या त्यामुळे ब्रिटनमध्ये आल्यावर तिथल्या पत्रकारांनी अमेरिकन अध्यक्षांना गाठून त्यांच्यासमोर प्रस्ताव मांडला; आणि त्यांच्या आग्रहामुळे 'बिली'नं हा कार्यक्रम ठरवला होता. तत्पूर्वी ब्रिटनमधील सामाजिक परिस्थिती, स्त्रियांच्या चळवळी, सध्याचे राजकीय प्रश्न यांविषयी तिला माहिती देण्यात आली होती. 'संभाव्य प्रश्नां'ची कल्पनाही दिलेली होती. ब्रिटिश नागरिक आणि वृत्तपत्रं मोठी चाणाक्ष होती. उत्तरांत थोडीसुद्धा चूक होऊन चालणार नव्हतं.

परिषद फार चांगली रंगली. नोरा पाठीमागे बसली होती. एक मनाला चाळा म्हणून ती दर प्रश्नाच्या उत्तराला मार्क देत बसली होती. आतपर्यंत बिलीला ९० टक्क्यांपेक्षा जास्त मार्क पडले होते. बिलीची पत्रकारांशी वागण्याची प्रसन्न वृत्ती पाहून नोराला वाटलं की यापूर्वी सुद्धा अशा मुलाखती घ्यायला पाहिजे होत्या. पत्रकार परिषद गाजवणे ही एक कला असते. ती चांगली झाली की जनमानसातील व्यक्तीची प्रतिमा उंचावते.

'एक वैयक्तिक प्रश्न आहे,' ऑब्झर्व्हरच्या प्रतिनिधीनं विचारलं. 'तुम्हाला जेनेट फॅरली या तुमच्या जीवश्च कंठश्चमैत्रिणीविषयी काय वाटतं?'

'मी तिच्या घरातच इथे राहत होते,' बिली सांगू लागली. 'त्यामुळे मी तिला मैत्रीण समजतच नाही. तिच्या कादंबऱ्या ब्रिटनमध्ये जेवढ्या गाजल्या, तेवढ्या अमेरिकेत का गाजू नयेत, समजत नाही. मला शक्य झालं तर मी त्या दृष्टीनं प्रयत्न करणार आहे; त्यासाठी पुढल्या आठवड्यात मी तिला भेटणार आहे.'

नोरा एकदम उडालीच. तिनं डोळे मिटून घेतले. या उत्तरानं तिच्या मनावर जबरदस्त आघात झाला. हॉलमध्ये प्रथमच पूर्ण शांतता पसरली. आत्तापर्यंतचं खेळीमेळीचं आणि आनंदी वातावरण निघून गेलं. हळूहळू कुजबूज सुरू झाली.

तेवढ्यात 'टॅटलर' वृत्तपत्राची संपादिका बिलीच्या मदतीला आली. 'मला वाटतं तुम्ही काय बोललात ते आम्हाला नीट ऐकू आलं नाही. तुम्ही जेनेटला पुढच्या आठवड्यात भेटणार म्हणालात, पण ती तर दोन आठवड्यांपूर्वीच कॅन्सरनं वारली. तुम्हाला निश्चित समजलं असणार.'

'बिली ब्रॅडफोर्ड' वर सर्वांचे डोळे रोखलेले होते. तिच्या चेहऱ्यावरचा आनंदी भाव जाऊन तो दु:खी झाला; पण ती जरासुद्धा डगमगली नाही.

'माझ्या त्या बोलण्याबद्दल माफ करा! पण ती आज आपल्यात नाही, हे स्वीकारायला माझं मन तयारच होत नाही. मला ती वार्ता तेव्हाच कळली होती. तिच्या थडग्याजवळ बसून मी माझ्या मनाचं समाधान करणार आहे,' बिली उर्फ व्हेरा खेद व्यक्त करून म्हणाली.

एक वात्रट पत्रकार गमतीच्या स्वरात तिला म्हणाला, 'मिसेस ब्रॅडफोर्ड, तिचं थडगं शोधण्यात तुम्ही वेळ घालवू नका— कारण तिचं दहन करण्यात आलं आहे. ती राख मात्र त्यांच्या घरात ठेवलेली असेल!'

बिली तरीही गडबडली नाही. ती तशीच नेटानं म्हणाली, 'मी तेच म्हणत होते. त्यांच्या घरी पुढल्या आठवड्यात मी सांत्वनार्थ जाणार आहे. आणखी काही प्रश्न आहेत का?'

नोरा चांगलीच हादरली होती. अखेरच्या उत्तरला तिनं शून्य मार्क दिले होते. परिषद संपवण्याचा बिलीचा रोख पाहून ती उभी राहिली.

'थँक यू, मिसेस ब्रॅडफोर्ड!' नोरा मोठ्यानं म्हणाली. पत्रकारांना उद्देशून तिनं सर्वांचे आभार मानले. 'सर्वांना निरोप देऊन मी आले,' असं तिनं सांगितल्यावर बिली आपल्या खोलीकडे निघून गेली.

पाच मिनिटात तो हॉल रिकामा झाला. शेवटी रेंगाळलेल्या दोन पत्रकारांचे शेरे कानावर पडलेच.

'शेवटी शेवटी जरा गडबड झाली नाही?' एकजण म्हणाला.

'चमत्कारिकच?' दुसरा. 'काही समजत नाही.'

नोराचं तेच मत झालं होतं. स्वत:ला त्या धक्क्यातून सावरून ती बिलीच्या आलिशान खोलीपाशी आली.

दारावर टक् टक् करून ती आत गेली, तेव्हा आरशासमोर बसून बिली आपल्या केसांशी चाळा करत होती. आरशात नोराला पाहून तिनं विचारलं, 'काय म्हणतेस! परिषद कशी काय झाली?'

'तू आज भलतीच फॉर्मात होतीस; पण शेवटी,' नोरा सांगू लागली.

'पण वगैरे काही सांगू नकोस. जेनेटविषयीच्या उत्तराबद्दलच ना? खरं सांगू का, त्या वेळी माझं मन जाग्यावर नव्हतं. अनवधानानं ती चूक झाली. आणि हे ब्रिटिश पत्रकार तरी काय? मुद्दाम खोचक अन् अडचणीचे प्रश्न विचारत होते,' बिली स्वत:वरच रागावल्यासारखी बोलत होती. 'हरामखोर बदमाष!'

'पण त्यांच्या शेवटच्या प्रश्नात काहीच खोच वगैरे नव्हती,' नोरा सहजपणे बोलली.

'झालं! तूही त्यांचीच बाजू घे! त्यांचा एकही प्रश्न सरळ नव्हता. आता एक मात्र कर. ह्या मुक्कामात कोणाशीही भेट ठरवू नकोस,' बिलीनं बजावलं.

नोरा स्तंभितच झाली. तिनं बिलीला इतकी रागावलेली कधीच पाहिली नव्हती. तोच बिली पुढे म्हणाली, 'आणखी एक कर. गे पार्करला पण सांग की आज चरित्रावर चर्चा नको.'

नोरा अवाक् उभी होती. वास्तविक ब्रिटिश पत्रकार अत्यंत सौजन्यानं वागले होते. पण तिनं जीभ आवरली. बिलीचा मूड गेला होता हे निश्चित– त्यामुळे तिची खोड काढण्यात अर्थ नव्हता. बिलीच्या स्वभावाला मात्र हे साजेसं नव्हतं.

'तुला जर माझी आवश्यकता असेल...' नोरा म्हणाली.

'नाही, तू गेलीस तरी चालेल. आज खूपच काम झालं आहे. मी खरेदीसाठी बाहेर जाणार आहे. काही मिनिटांतच मी तयार होईन, अशी गुप्त पोलिसांना सूचना दे.'

नोराला निरोप दिला असला, तरी ती आरशात बिलीचं प्रतिबिंब बघत बसली.

'तू काय बघतेय्स?' बिलीनं प्रश्न केला.

नोरा गडबडली. 'काही नाही. मी-मी तुझं रूप न्याहाळत होते,' एवढं बोलून ती वळली आणि तिथून तिनं काढता पाय घेतला.

पार्करच्या खोलीजवळ आल्यावर न कळत तिनं दार ठोठावलं.

'अरेच्चा! आज विश्वसुंदरी आपण होऊन माझ्या खोलीत आली आहे!' तिला पाहताच पार्कर आनंदानं म्हणाला.

'आज बिलीबरोबर तुझी चर्चा होणार नाही. राणीसाहेबांचा तसा निरोप आहे,' नोरा दुखावलेल्या सुरात म्हणाली.

'असले निरोप तू नेहमी फोन करून मला सांगतेस. आज काहीतरी वेगळं घडतंय्. तू अशी अस्वस्थ का दिसत आहे?' त्यानं हसतच चौकशी केली.ती आपल्या खोलीवर स्वत:हून आली याचा त्याला फारच आनंद झाला होता.

'गे! आपण कुठेतरी शांत बसून मद्य घ्यायचं का?' नोराचा प्रश्न ऐकून तो आणखीनच सुखावला. 'तू कपडे बदलून खाली ये. तोपर्यंत मी टेबल रिझर्व करते,'

पार्करकडे लोभसपणे पाहून ती म्हणाली.

मद्यगृहात प्रत्येकी दोन पेग शांतपणे घेतल्यावर तिनं आणखी मद्य मागवलं. त्याला विचारल्यावाचून राहवेना. 'आज तुझ्यात आणि बिलीमध्ये काहीतरी झालं आहे. तू किती गोंधळलेली दिसतेस. नेहमीपेक्षा फार बदललेली आहेस!' पार्कर प्रेमळ कुतूहलानं म्हणाला.

'गे! तू मला म्हणाला होतास की बिली फार बदलली आहे. तुला हा संशय कधीपासून यायला लागला?' त्याच्याकडे रोखून बघत नोरानं विचारलं.

'पण तू तर माझ्या संशयाला मूर्खपणा म्हणायचीस!' गे आश्चर्यानं म्हणाला.

'असं बोलू नकोस!' त्याच्या ओठांवर आपली बोटं ठेवत ती म्हणाली, 'अगदी प्रथमपासून सांग बघू.'

पार्कर सविस्तर सांगू लागला. लॉस एंजल्स टाईम्समध्ये बिली नोकरी करत असताना घेतलेली पहिली मुलाखत टुकार झाली होती; म्हणून संपादकांनी स्वत: ती पुन्हा लिहून काढली होती. छापली मात्र स्टीव्ह वुड्स या टोपण नावानं. प्रत्यक्षात तशी कोणी व्यक्ती नव्हतीच. पण मॉस्कोहून परत आल्यावर, विमानातून कॅलिफोर्नियाला जाताना बिलीनं पार्करला असं सांगितलं की, तिनं स्टीव्ह वुड्सची समक्ष भेट घेऊन त्यांचे आभार मानले. तिचा भाचा तीन महिन्यांपूर्वी व्हाईट हाऊसमध्ये राहून गेला होता तरी ती वडिलांना म्हणाली की एक वर्षात त्याला पाहिलं नव्हतं. तिचा लाडका कुत्रा तिच्यावरच भुंकला होता. बेसबॉल खेळाचं जबरदस्त आकर्षण असून त्या सामन्याच्या उद्घाटनाला ती गडबडली होती. एवढं सांगून झाल्यावर पार्कर म्हणाला, 'असं एखादंच उदाहरण घडलं असतं तर मी समजू शकलो असतो. पण या सगळ्या गोष्टींचा विचार केला की-यातून संशय निर्माण होतो. तुझं काय मत आहे?'

'माझं मत असं आहे की आणखी डबल पेग मागव,' नोरा म्हणाली. 'मग तुला तिच्याबद्दल नक्की काय वाटतं?'

'बिली काही पहिल्यासारखी राहिलेली नाही,' पार्कर म्हणाला. नोरा त्यावर काही बोलेल, या अपेक्षनं तो तिच्याकडे बघत राहिला; पण ती काही काळ गप्पच होती.

मग अचानक ती म्हणाली, 'ब्रिटिश पत्रकारांना आज तिनं मुलाखत दिली.'

'ती कशी काय झाली?' पार्करनं विचारलं.

'उत्तमच! शेवटी एकानं तिला जेनेट फॅरलीबद्दल विचारलं त्या वेळी मात्र तिनं कमालच केली.'

'जेनेट म्हणजे तिची जुनी मैत्रीण-लंडनमधली मुलांची पुस्तकं लिहिणारी लेखिका. काही आठवड्यांपूर्वीच ती वारली नाही? मला आठवतंय्,' तो म्हणाला.

'हो ना! फक्त बिलीलाच ती गेल्याचं ठाऊक नव्हतं,' असं म्हणून नोरानं बिलीचं त्या संदर्भातील वक्तव्य त्याला ऐकवलं. 'तिनं पत्रकारांपुढे वेळ मारून नेली खरी, पण माझं समाधान कसं होईल? जेनेट गेल्याचं तिला व्हाईट हाऊसमध्येच कळलेलं होतं. आणि त्याचा बिलीला विसर पडणं कसं शक्य आहे? पुन्हा परिषदेनंतर ती माझ्यावरच खेकसली!'

पार्कर गोंधळात पडला. नोराचा पेला संपलेला पाहून त्यानं विचारलं, 'आणखी पाहिजे?'

नोरानं पेला दूर सारला. 'नको! मी आत्ताच हवेत तरंगतेय!' ती कशीबशी उभी राहिली. आपण तुझ्या खोलीवर जाऊ.'

पार्करनं बिल भागवलं आणि तिच्या दंडाला भक्कम धरून लिफ्टपर्यत नेलं. तिला मद्य जास्त झालं होतं. खोलीत परत जाताना तिच्या कमरेभोवती त्यानं हात लपटले. आत गेल्यावर दिव्याचं बटण तो दाबणार, एवढ्यात नोरानं त्याला मागे खेचलं. 'आणखी प्रकाश नको. आहे तेवढा एक दिवा पुरे!' ती उद्गारली. दार बंद करून तिनं कडी घातली. त्याच्याजवळ उभी राहून तिनं प्रश्न केला, 'मी काहीतरी वेडेपणा करण्यापूर्वी मला एका गोष्टीचं उत्तर दे. मी तुला खरंच आवडते का?'

'खूप, म्हणजे खूपच!'

'अगदी मनापासून?'

'खरोखर मनापासून!'

'ठीक आहे. मला तुझा चेहरा आणि देह पहिल्यापासूनच आवडला होता. पण तू आधी अहंमन्य वाटायचास. आता माझं ते मत बदललं आहे. पहिल्या नवऱ्याचा छळ मी सोसलेला आहे. तो अगदी स्वार्थी होता. म्हणून मी त्याला सोडलं. पण प्रत्येकाला कोणाची तरी गरज असतेच. नंतर मी बिलीबरोबर एकनिष्ठपणे काम करत होते. ती बिली आता पार बदलली आहे. नंतर तू—तू मला खूपच चांगला वाटू लागला आहेस. निर्दोष, गुणी, तसाच आकर्षक; ज्याच्यावर विश्वास टाकता येईल अशा एखाद्या व्यक्तीची आज मला गरज आहे. मी तुझ्या विश्वासावर राहू का?'

त्यानं तिला जवळ ओढलं आणि तिचं एक दीर्घ चुंबन घेतलं. तिचं सर्वांग गरम होऊ लागलं. त्याची बोटं तिच्या ब्लाऊजपाशी चाळा करत होती.

प्रयत्नपूर्वक तिनं त्याला दूर केलं. 'तू मला आवडला आहेस. इतर पुरुषांसारखा तू नाहीस. चल, आज तू मला सर्वार्थानं हवा आहेस. तुझ्या आधाराची, विश्वासाची मला गरज आहे,' असं म्हणून ती स्वतःचे कपडे उतरवू लागली.

पार्कर लगेच म्हणाला, 'हे बघ, तुला दारू जास्त झाली आहे, त्यामुळे तुझ्या मनाचा तोल तर गेलेला नाही ना? तू ताळ्यावर येईपर्यंत आपण थांबू या.'

'मला ताळ्यावर यायची इच्छाच नाही. स्वैरपणे मला आणखी बेहोष व्हायचं आहे,' नोरा म्हणाली आणि पलंगावर पडली.

पार्करनं प्रथम तिला पाहिलं तेव्हापासून मनानं तिला अनेक वेळा त्यानं विवस्त्र केलेलं होतं. त्या स्थितीत ती कशी असेल, याची स्वप्नं त्यानं रंगवलेली होती. आणि आज ती आपण होऊन त्याला देह अर्पण करू इच्छित होती. तिचं हे रूप त्याच्या कल्पनेपलीकडचं होतं. स्त्रीदेहाच्या अनुपम सौंदर्याचा तो नवा आविष्कार त्याला वाटला.

तिची ज्याला गरज होती, असा पुरुष तिला हवा होता आणि पार्कर अगदी तसाच होता.

तो तयार झाला आणि तिच्या शेजारी जाऊन पडला. ती आता पूर्णपणे उत्तेजित झाली होती.

थोड्याच वेळात तिचे हुंकार आणि त्याचे उसासे वाढू लागले. रतिक्रीडा रंगात आली होती.

सुमारे वीस मिनिटांनी दोघांचा ताण हलका झाला. तिच्यापासून विभक्त होऊन तो शेजारी पहुडला.

'तू खरोखर दिव्य आहेस!' पार्कर म्हणाला.

'तू सुद्धा कमी नाहीस,' त्याचं चुंबन घेऊन नोरा म्हणाली. 'मला तू स्वर्गसुख दिलंस. या क्रियेत एवढा आनंद असतो याची मला कल्पनाच नव्हती. पुरुषजातीवर माझा पुन्हा विश्वास प्रस्थापित झालेला आहे. बरं, तुझ्याकडे सिगारेट आहे का?'

पार्करनं बाजूच्या टेबलावरून सिगारेटचं पाकीट घेतलं आणि त्यातून दोन सिगारेट्स बाहेर काढल्या. दोन्ही पेटवून त्यातली एक नोराला दिली.

'एक तासापूर्वी ही गोष्ट आपल्यात घडेल, याची सुतराम शक्यता नव्हती. आजचा दिवस फार भयानक गेला. बिलीनं केलेल्या घोडचुकीमुळे मी खचूनच गेले होते. पण आता मात्र कसलीही फिकीर नाही. फार सुखात आहे मी. दारूचा अंमलसुद्धा राहिलेला नाही. तू मला सगळ्या जगाचा विसर पाडलास.'

पार्करनं तिच्याकडे निरखून पाहिलं. 'तिच्या चुकीचा तुला विसर पडणं शक्य नाही.'

सिगारेटचा दीर्घ झुरका घेऊन ती म्हणाली, 'खरंय! मला जर माहीत नसतं की ती अमेरिकेची फर्स्ट लेडी आहे, तर ती दुसरीच कोणीतरी वाटली असती' पण— ती पार्करकडे टक लावून पाहू लागली, 'पण ते अतर्क्य आहे. नाही का?'

त्यानं खांदे उडवले. 'नोरा, मी एवढंच सांगतो की तू आणि मी, आपण दोघंही आता अशक्य कोटीतल्या गोष्टींचा विचार सुरू केला पाहिजे.'

■

७

रेडिओ या वेळी नेहमीपेक्षा मोठ्यानं वाजत होता.

मॉस्कोमधील बिलीच्या क्वार्टरमध्ये ती आणि राझीन अगदी हलक्या आवाजात कुजबुजत होते. बिलीनं आपल्या लांब केसांचा अंबाडा घालून ते घट्ट बसवले होते. अंगात फिकट रंगाचं ब्लाऊज, त्यावर करड्या रंगाचं जाकिट आणि त्याच रंगाचा स्कर्ट घातला होता. पायात अगदी साधे, सपाट टाचेचे सँडल्स्.

राझीननं सूक्ष्म निरीक्षण करत तिच्याभोवती एक फेरी मारली आणि तो तिच्यासमोर येऊन उभा राहिला.

'कसं काय जमलं आहे?' त्याच्याकडे उत्सुकतेनं बघत बिली म्हणाली.

'छान!' राझीन म्हणाला, 'तू आता देश पाहायला आलेल्या एखाद्या सामान्य प्रवाशासारखी दिसतेस. रेडस्क्वेअरमधे तुला कोणी ओळखणार पण नाही. मी सांगितलेलं वेळापत्रक तुला पाळता आलं तर पन्नास टक्के तुझ्या सुटकेची आशा आहे.'

'उरलेले पन्नास टक्के कशावर अवलंबून आहेत?' बिलीनं विचारलं.

'तुझ्या नशीबावर!' राझीन शांतपणे म्हणाला. 'पण मला वाटतं तुला जमेल.' थोडा वेळ थांबून पुन्हा तो म्हणाला, 'आपण आता आपलं वेळापत्रक परत तपासू या.'

एक : या इमारतीमधून सांगितलेल्या दरवाजानं मुख्य गेटपर्यंत जायचं आणि कुठेही न बघता गेटच्या बाहेर पडायचं-वेळ १० मिनिटे.

दोन : रेडस्क्वेअर हा चौक ओलांडायचा - वेळ ५ मिनिटे.

तीन : नंतर तू पूर्वी गेलेल्या डिपार्टमेंटल स्टोअर्सपासून '२५ ऑक्टोबर' या रस्त्यावर जायचं. तेथील 'व्होडा' कॅन्टीनमध्ये एक पेग मद्य घ्यायचं. त्यासाठी हे

काही कोपेक्स - वेळ १० मिनिटे.

चार : तू तिथे बसलेली असताना हिरवी सूटकेस घेतलेला एक इसम येईल, तो तुझ्याकडे पाहून डोळे मिचकावील. त्याच्या पाठोपाठ तू अमेरिकन वकिलातीत जायचं - वेळ २५ मिनिटे. त्यापुढील जबाबदारी अमेरिकन राजदूताची. तिथे पोचलीस की माझी जबाबदारी संपली.

'आता मी तुला जाण्याचा मार्ग नकाशावरून समजावून देतो. हा नकाशा मी अंदाजानं काढला आहे. या इमारतीच्या स्वयंपाकघरात शेगड्यांच्या बाजूला जमिनीत एक दार आहे. त्यावर लिनोलियम असल्यामुळे ते कोणाला ठाऊक नाही. कदाचित जनरल पेट्रॉव्हला माहीत असेल किंवा नसेलही. बोटानं हलकेच ते दार उघडता येतं. त्या दाराखाली एक लाकडी शिडी दिसेल, ती तळघरात जाते. तिथे गेल्यावर समोरच काही अंतरावर एक जिना लागेल. त्या जिन्यानं सरळ वर जा. तिथेही आधीसारखाच लहान दरवाजा आहे, तो झट्कन उघडता येईल. तिथून तू बाहेर आलीस म्हणजे फर्निचरसाठी वापरात असलेल्या अंधाऱ्या खोलीत निघशील. त्या अंधारातून दिवा न लावता तुला चालावं लागेल; म्हणजे मग पंचवीस फुटांवर असलेला त्या खोलीचा दरवाजा उघडून तू क्रेमलिन रस्त्यावर येशील. मी तो दरवाजा उघडून ठेवण्याची व्यवस्था केली आहे; कारण नेहमी त्याला भलं मोठं कुलूप असतं. आता त्यानंतर कसं जायचं याचा नकाशाच मी तुला दाखवतो.'

त्यानं नकाशा संपूर्ण समजावून दिला. नंतर तो म्हणाला, 'तू आता क्रेमलिनच्या मध्यवर्ती इमारतीत आहेस, हे लक्षात घे. सर्वत्र पहारेकारी व गुप्त पोलिस हिंडत असतात. तू थोडीशी जरी घाबरलीस किंवा गोंधळलीस तरी त्यांच्या ते ताबडतोब लक्षात येईल. म्हणजे तुला आणि मला हालहाल सोसून कुत्र्याचं मरण पत्करावं लागेल. तेव्हा शांतपणे आणि आत्मविश्वासानं हे सर्व अंमलात आण. मी फक्त काही प्रमाणातच तुझं संरक्षण करू शकतो. एक महत्त्वाची गोष्ट लक्षात ठेव. तू लाल चौकात जाईपर्यंत जर भोंगा वाजला तर तू धोक्यात आहेस असं समज.'

रेडिओ मोठ्या आवाजात चालूच होता. राझीननं तिच्याकडून सर्व योजनेची उजळणी करून घेतली. बिली जात्याच बुद्धिमान होती. तिनं सारा मार्ग आणि वेळापत्रक बिनचूक सांगितलं.

ठरलेल्या मार्गावरून जाताना वाटेत दोन ठिकाणी पहारेकरी अडवण्याची शक्यता होती. तसं झालंच तर, 'मी अमेरिकन टूरिस्ट आहे. लेनिनचं थडगं पाहून इथे आले. आमच्या सर्व लोकांनी 'गम्' या डिपार्टमेंटल स्टोअरमध्ये भेटायचं ठरवलं आहे,' असं त्या रक्षकांना सांगायचं होतं. तिथले रक्षक साधारण चांगलेच असतात. आणि चुकामूक होण्याच्या घटना पुष्कळ घडतात, त्यामुळे त्यांना संशय येणार नव्हता.

राझीन हसत म्हणाला, 'तुझ्यासारख्या सुंदर, साध्या बाईला तर ते नक्कीच जाऊ देतील. बरं तुला काही शंका आहेत का? कारण हीच काय ती विचारायची वेळ आहे.'

तिनं विचार करून काही प्रश्न केले आणि त्यानं बारकाईनं त्यांची उत्तरं दिली.

'आता तुला निघायला फक्त पाच मिनिटंच आहेत. न घाबरता, सावधगिरीनं जा,' राझीन म्हणाला. त्यानं नकाशा उचलून त्याचे बारीक तुकडे केले, संडासात नेऊन टाकले व पाणी सोडून दिलं. परत येऊन तो बिलीला म्हणाला, 'तू अमेरिकन वकिलातीमधे पोचेपर्यंत मी इथेच क्रेमलिनमधे अन्य कामासाठी थांबेन. भोंगा झाला नाही तर तू सुखरूप पोचलीस असं समजेन. ठीक आहे, मी निघतो,' असं म्हणून तो निघाला.

'थांब!' बिली म्हणाली. एका हातानं तिनं त्याला जवळ ओढलं आणि घट्ट आलिंगन देऊन त्याच्या ओठांचं दीर्घ चुंबन घेतलं. 'तुझे कसे आभार मानू हेच समजत नाही,' ती म्हणाली. काही बोलायचं म्हणून राझीन एक-दोन मिनिटं थांबला-पण नंतर एक शब्दही न बोलता तो निघून गेला.

पाच मिनिटं ती स्वस्थ बसली. तिची छाती धडधडत होती. तिला ते चांगलं जाणवत होतं. मग ती जाण्यासाठी उठली. स्वयंपाकघरात जाऊन तिनं लिनोलियम उचललं. खालचं दार उचलून उसन्या अवसानानं पण लटपटत्या पायांनी ती लाकडी शिडी उतरू लागली. तिच्या थोड्या वजनानं सुद्धा त्या जुन्या पायऱ्या करकरत होत्या. भ्यायचं नाही असं ठरवलं असलं तरीही त्या आवाजानं तिच्या पायातली शक्तीच गेली. एक-दोन मिनिटांत तिला वेळेचं बंधन आठवलं. तशीच ती चालत तळघरातील हॉल ओलांडू लागली. राझीननं सांगितल्याप्रमाणे जिना लागला. तो चढून तिनं तिथलं दार लोटलं. ते उघडंच होतं. फर्निचरच्या खोलीत थंडीनं ती अगदी गोठून गेली.

पुन्हा एकदा तिला भयानं ग्रासलं. शरीराच्या त्या बधीर अवस्थेत आपण नियोजित वेळेत जाऊ शकू का नाही, याचा तिला संभ्रम पडला. थोडा वेळ ती खोलीत तशीच बसली. पण एका बाजूनं दिलेली वेळ पाळण्यासाठी मनाची सारी शक्ती एकवटत होती. या रशियन लोकांचं अचूक वेळापत्रक पराकोटीत मोडणारं होतं. तिला कॉफी किंवा जेवण घेऊन येणारे रक्षक सेकंदाचाही फरक करत नव्हते. तिनं थोडा अधिक वेळ लावला असता तर दुपारची कॉफी आणणाऱ्या रक्षकाच्या गडबड लक्षात येऊन सारी योजनाच फसली असती. या विचारानं ती उठली आणि गारठणाऱ्या थंडीतून बाहेर व्हरांड्यात येऊन लाल चौकात जाण्यासाठी निघाली.

क्रेमलिनच्या लाल भिंती, स्टेट टॉवर पाहून प्रथम ती गोंधळली. नकाशावर तिला फक्त रस्ता दाखवण्यात आला होता. सभोवतालच्या इमारतींची कल्पना

देण्यात आलेली नव्हती. त्यामुळे एक-दोन मिनिटं थांबून रस्ता आठवण्याचा तिनं प्रयत्न केला. तिच्या लक्षात आलं की तिला टोकाच्या रस्त्यानं जायचं होतं; म्हणून ती जलद निघली. पण, 'घाईनं जाऊ नकोस' हे राझीनचे शब्द तिला आठवले. ती संथ चालत गेटजवळ आली. तिथे पहारेकारी होते. त्यांच्याकडे लांबून बघत बसताना तिला पुन्हा भीतीनं ग्रासलं. तिला चालणं शक्य होत नव्हतं. तिनं घड्याळात पाहिलं. पहिल्याच टप्प्याला आठ मिनिटं जास्त लागली होती. पुन्हा स्वत:ला सावरून ती पहारेकऱ्यांच्या अंगावरून सरळ लाल चौकात गेली. लेनिनच्या भव्य पुतळ्यावरून ती उजवीकडे वळली. तेवढ्यात एक रशियन सैनिकांचा ट्रक जोरानं जवळून गेला.

ती टॉवरजवळ आली. त्या टॉवरच्या बाहेर पडली की ती किल्ल्यातून बाहेर पडणार होती. टॉवरजवळ येऊन आता वळणार तोच... तिच्या कानांवर भोंग्याचा कर्कश्श आवाज आला. तो हळूहळू मोठा होता होता. राझीनची सूचना तिला आठवली. भोंगा वाजला म्हणजे तिला धोका होता; आणि तो तर वाजतच होता!

ती एकदम घाबरली. तिचा चेहरा पांढराफटक पडला. तिनं आजूबाजूला पाहिलं, तोपर्यंत बऱ्याच रशियन सैनिकांनी रस्ता भरून गेला. त्यापैकी तिघंजण तिच्याकडेच बोट दाखवीत होते. पुढच्या क्षणी ती धावू लागली आणि बाजूच्याच एका इमारतीत घुसली.

त्या इमारतीच्या तळमजल्यावर बरीच कार्यालये होती. पण तिकडे लक्ष न देता ती कडेच्या उघड्या दरवाज्यात शिरली. आत एक वयस्क जाडगेली स्त्री तिला कोचाजवळ उभी दिसली. बिलीनं चारपाच दिवसात शिकलेल्या एक दोन रशियन शब्दांचा उच्चार केला-पण त्या स्त्रीला काहीच बोध झाल्यासारखा दिसला नाही. धापा टाकत बिलीनं विचारलं, 'तुम्हाला इंग्रजी येतं का?'

हा प्रश्न ऐकल्यावर ती बाई हसून म्हणाली, 'मी टेक्सासहून इथे आलेल्या अमेरिकन सांस्कृतिक मंडळातील सदस्य आहे. माझं नाव मिसेस् व्हाइट. आताच रशियन सांस्कृतिक खात्याच्या मंत्र्यांशी माझी चर्चा आहे.'

'तुम्ही अमेरिकन आहात!' आश्चर्यानं बिली ओरडली, 'मग तुम्ही मला मदत केलीच पाहिजे. कृपा करून मी सांगते तसं करा. अमेरिकन वकिलातीत जाऊन युंगदल या राजदूताला भेटा. त्यांना सांगा की मला रशियात पकडून ठेवण्यात आलं आहे. माझ्या जागी जी वावरते आहे ती दुसरी स्त्री तोतया आहे.'

मिसेस व्हाइटच्या चेहऱ्यावर आश्चर्य दिसलं. त्या हसून म्हणाल्या, 'अहो, पण तुम्ही कोण?'

'माझ्याकडे नीट पहा ना! मला ओळखलं नाही! मी अमेरिकन अध्यक्षांची पत्नी बिली ब्रॅडफोर्ड. अमेरिकेची फर्स्ट लेडी!' बिलीचं वाक्य पुरं होण्याच्या आतच

त्यांच्याजवळ एक इसम आला. त्यानं मिसेस् व्हाइटना मिनिस्टर ताबडतोब बोलावत असल्याचं सांगून जवळजवळ ओढतच त्यांना हॉलमध्ये आत नेलं.

त्याचक्षणी दोन राक्षसी रक्षकांनी बिलीला धरून जोरात बाहेर खेचलं. ती झोकांड्या खात व्हरांड्यात पडली. 'मला मारू नका,' असं क्षीण आवाजात म्हटल्यावर तिची शुद्ध गेली...

...ती शुद्धीवर आली तेव्हा तिचे हात एका खुर्चीमागे करकचून बांधलेले होते. पायपण बांधलेले होते आणि अंगाभोवतीसुद्धा दोरी बांधलेली होती. तिच्याजवळ दोन रक्षक उभे होते. तिसरा फोनवरून रशियनमध्ये काहीतरी बोलत होता. फोन ठेवल्यावर त्यानं बिलीकडे पाहिलं. ती शुद्धीवर आल्याचं दिसताच तो तिच्याजवळ आला.

'तू पळून जायचा प्रयत्न करत होतीस. आम्ही तुझी झडती घेतली. तुझ्या खिशात एका चिटोऱ्यावर एक लहानसा नकाशा दिसला. तो तुला कोणी दिला? बहुधा अमेरिकन गुप्तहेर खात्यानं आमच्यात पाठवलेला एखादा इसम असला पाहिजे.' तो रक्षक दरडावून म्हणाला. 'तुला हा नकाशा कोणी दिला? तू सांगितलंस की आम्ही तुला लगेच मोकळं करतो.' तो मोडक्यातोडक्या इंग्रजीत बोलत होता.

बिलीनं त्याच्याकडे पाहिलं. तिला वेदना होत होत्या, पण तरीही ती म्हणाली, 'कोणी नाही!'

हे उत्तर ऐकताच त्या रक्षकानं तिच्या मानेवर एक जोराची चपराक दिली. तिची पुन्हा शुद्ध गेली. ती शुद्धीवर आली तेव्हा तिच्या चेहऱ्यावर गार पाणी मारण्यात येत होतं. तिनं डोळे उघडून पाहिलं. मघाचाच रक्षक तिला म्हणाला, 'तू स्वतःला फार मोठी समजत असशील; पण आमच्या दृष्टीनं तुला कवडीची किंमत नाही. आमच्यात कोण फितूर आहे हे आम्हाला जाणून घ्यायचं आहे. तुला नकाशा कोणी दिला हे सांग,' असं म्हणून त्यानं आणखी एक चपराक दुसऱ्या बाजूला मारली. या वेळी मात्र तिची शुद्ध गेली नाही.

तिसरी थप्पड मिळणार एवढ्यात दाराशी राझीन उभा असलेला तिला दिसला. तिच्याकडे थोडंदेखील लक्ष न देता तो मारणाऱ्या रक्षकाला म्हणाला, 'हे काय चाललंय्? तिला ताबडतोब सोडा.'

'आम्हाला वरून हुकूम आहेत, त्याप्रमाणे आम्ही करतोय्!' तो रक्षक खंबीरपणे म्हणाला.

'हिच्याबाबतीत माझ्याशिवाय कोणीच हुकूम देऊ शकत नाही,' राझीन ओरडून म्हणाला. 'नाहीतर मी जनरल पेट्रॉव्हना फोन करतो.'

जनरलचं नाव ऐकताच ते रक्षक नरमले. म्हणाले, 'आम्हाला क्रेमलिनच्या सुरक्षा अधिकाऱ्यांची आज्ञा आहे.'

'या बाईच्या बाबतीत स्पेशल केस आहे आणि ती माझ्या कक्षेत आहे,' राझीन म्हणाला. 'तुम्ही फोनवरून विचारून घ्या.'

तिसरा रक्षक फोनजवळ गेला. फोनवर बोलून झाल्यावर तो परत आला. मग तिन्ही रक्षकांनी बांधलेल्या दोऱ्या सोडून बिलीला मोकळं केलं आणि राझीनला सलाम करून ते निघून गेले.

ते गेल्याचं पाहून बिली राझीनला म्हणाली, 'अगदी शेवटच्या टप्प्यात भोंगा वाजला!' तिच्या चेहऱ्यावर अपराधी भाव होते. 'तू आलास हे बरं झालं; नाहीतर मी मेलेच असते.'

राझीन तिच्याजवळ आला. थकव्यानं तिला भोवळ आली होती. त्यानं तिला गुडघ्यात आणि मानेखाली हात घालून उचललं. तो तिला घेऊन झोपण्याच्या खोलीकडे गेला. हलकेच तिला बिछान्यावर झोपवलं. थोडा वेळ पडल्यावर बिलीनं पुन्हा डोळे उघडले. ती शुद्धीवर आल्याचं पाहून राझीन म्हणाला, 'तुझ्या नाकातून, ओठांतून रक्त येतंय. जरा थांब, त्यावर काही उपचार करता आले तर बघतो.' तो उठला आणि बाहेर जाऊन एक मद्याची बाटली घेऊन आला. त्यानं तिचे ओठ धुतले, नाक पुसलं. तिला थोडी शक्ती यावी म्हणून मद्य दिलं.

थोड्या वेळानं त्यानं विचारलं, 'बिली, आता बरं वाटतं ना?'

'होय,' बिली म्हणाली. 'त्यांनी पकडलं तेव्हा मी फार घाबरले. शिवाय त्यांनी मला फार दुखापत केली. अजूनसुद्धा माझी मान आणि पाठ झोंबतेय. छातीला तर त्यांनी बांधलेल्या दोरांचे चांगले वळ असतील.' तिनं ते दाखवण्यासाठी आपला ब्लाऊज काढला. नंतर ब्रेसियर ढिली करून छातीवरचे लाल वळही दाखवले.

त्यानं बिलीकडे मायेनं पाहिलं. तिची मान व पाठ हळूवार हातांनी तो चोळू लागला. त्याच्या या स्पर्शानं, चोळण्यानं बिलीला खूप बरं वाटू लागलं. थोड्या वेळानं त्याची बोटं हलकेच तिच्या स्तनांवरून फिरू लागली. त्याला समजलं की तिची स्तनाग्रं ताठ, उंच होऊ लागली होती. त्यानं आपला हात खाली नेला. बेंबीजवळ नाजूकपणे तो फिरवू लागला.

बिली आता बरीच उत्तेजित झाली होती. तो बसला होता आणि त्याच्या छातीवर ती पाठमोरी टेकली होती. काही वेळानं त्याचा हात बेंबीच्या खाली जाऊ लागला तेव्हा तिनं तो हलकेच धरला. त्याच्या गालाचा तिरकी मान करून मुका घेत ती म्हणाली, 'राझीन, तू मला फार आवडतोस. तुझाच मला आधार आहे. पण मी अध्यक्षांची पत्नी झाल्यापासून दुसऱ्या पुरुषाबरोबर असं काही केलं नाही. तुला निराश करताना वाईट वाटतंय, पण मला क्षमा कर.'

राझीनचा खाली जाणारा हात थांबला. तो दोन मिनिटं तसाच बसला; नंतर उठून उभा राहिला. तो रागावला किंवा काय हे बिलीला समजत नव्हतं. पलंगावर

पुन्हा झोपून ती म्हणाली, 'मला ते पुन्हा मारणार नाहीत ना?'

'मी त्याची काळजी घेईन - कारण माझं तुझ्यावर फार प्रेम आहे!' तो म्हणाला. 'सुरक्षा अधिकाऱ्याला तू माझ्या अखत्यारीतील स्पेशल केस आहे, याची कल्पना नाही. मी त्याला भेटून येतो, म्हणजे तुला पुन्हा त्रास होणार नाही,' असं म्हणून तो खोलीबाहेर निघून गेला.

तो गेल्यावर तिच्या मनात राझीनविषयी कृतज्ञता तर निर्माण झालीच, पण त्याच्या आत्ताच्या वागण्यानं बरंच कुतूहलही वाटू लागलं. त्याची ओळख केवळ तो एक दुभाषा म्हणून करून देण्यात आली होती. मग आपली 'स्पेशल केस' म्हणजे काय? मी त्याच्या ताब्यात कशी? क्रेमलिनच्या रक्षकांनी त्याच्या आज्ञा बिनतक्रार मानल्या हे कसं काय? सुरक्षा अधिकारी सुद्धा त्याच्या ऐकण्यातला कसा? या विविध प्रश्नांनी बिली अस्वस्थ झाली.

तिला काहीच उत्तरं मिळेनात. कितीही विचार केला तरी त्यातून काहीच निष्पन्न होईना. तिनं सहज समोर पाहिलं. जवळच्या टेबलावर राझीननं त्याच्या कोटाच्या आतलं जाकिट काढून ठेवलं होतं. तिचं कुतूहल इतकं वाढलं होतं की अंग असह्य दुखत असताना ती उठली. त्याबरोबर राझीननं सोडलेला तिचा स्कर्ट गळून पडला. तो प्रथम तिनं सावरला. ब्रेसियर छातीवर नीट बसवून हूक अडकवले आणि ब्लाऊज घातला.

खरं म्हणजे एक पाऊल टाकणं देखील तिला कष्टाचं होतं. शिवाय राझीन केव्हाही परत येऊ शकत होता. तरी तशीच ती टेबलाजवळ गेली आणि त्याच्या जाकिटाचे खिसे चाचपू लागली. बाहेरच्या एका खिशामध्ये कंगवा, पेन, एक सुटं बटन एवढंच हाती लागलं. दुसऱ्यात सिगारेटचं पाकीट व लायटर होता. पुन्हा चाचपल्यावर आतला खिसा मोठा लागला. त्याच्या आत हात घातला तेव्हा करड्या रंगाचं एक लांबलचक - चामडी पाकिट बाहेर आलं.

ह्या एवढ्या जाडजूड पाकिटात काय असेल? ते उघडावं का नाही, याचा बिली विचार करत होती. न कळत तिनं ते उघडलं. त्यातून प्रथम एक पैशाचं लहान पाकीट बाहेर आलं. त्यात बऱ्याच नोटा होत्या. नंतर प्लॅस्टिकवर रशियन भाषेत कोरलेली पाच-सहा कार्ड मिळाली. मागून एक रंगीत फोटो तिच्या हाताला लागला. तो पाहून बिली चकितच झाली. तिचाच फोटो होता तो!

तिनं तो फोटो अधिक जवळ आणला. छे! निरखून पाहिल्यावर तिला समजलं की त्या फोटोतल्यासारखा तिचा एकही ब्लाऊज नव्हता. म्हणजे तिच्याऐवजी आज जी अध्यक्षांची पत्नी म्हणून वावरत होती, तिचाच तो फोटो असावा. राझीन अमेरिकेत वावरला असल्यामुळेच त्याला या योजनेत सहभागी करून घेतलं होतं, हे तिला आठवलं. त्या मुलीवर राझीनचं प्रेम जडलं असावं. ती दोघं अधूनमधून

संभोगसुखही घेत असावीत. थोड्या वेळापूर्वी त्यानं आपल्याशी तसा प्रयत्न करून पाहिला होता, तो फोटोतल्या मुलीवरच्या प्रेमामुळेच असणार ! पण राझीन सभ्यपणे वागला होता. बिलीनं नकार दिल्यावर त्यानं कसलीही जबरदस्ती केली नव्हती, हे विशेष.

नंतर आणखी एक चामड्याची वहीसारखी वस्तू दिसली. तिनं ती पाहिली आणि एकदम दचकलीच...

केजीबी या रशियन गुप्तहेर खात्यामधील एक मोठा अधिकारी असल्याचं ते राझीनंच ओळखपत्र होतं !

'विश्वासघातकी ! बदमाष !' ती पूर्ण हादरली होती. घाईघाईनं तिनं सगळ्या वस्तू मोठ्या पाकिटात कोंबल्या आणि ते जाकिटाच्या आतल्या खिशात टाकलं. थरथरत्या हातांनी तिनं सिगारेटचं पाकीट उचलून त्यातली एक सिगारेट पेटवली. बिछान्याच्या कडेला बसून ती विचार करू लागली. विचार करणं सुद्धा यावेळी सोपं नव्हतं. राझीनची खरी ओळख पटल्यावर तिला जो मानसिक धक्का बसला, तो जबरदस्त होता.

हळूहळू तिला एकेक प्रसंग आठवू लागले. वास्तवाचा स्वीकार करणं तिला भागच होतं. सारं काही स्पष्ट झालं होतं. म्हणजे - ॲलेक्स राझीन हा तिचा मित्र, मदतनीस, सौजन्यशील दुभाषा, मूळचा अमेरिकन मुलगा म्हणजे अखेरीस केजीबी एजंट निघाला ! यापेक्षा आपल्या बाबतीत वाईट काय असेल? तिला पळून जाण्यात त्यानं मदत केली. पाशवी रक्षकांच्या तावडीतून तिला सोडवलं – पण तो एका मोठ्या नाटकाचा खेळ होता.

बिलीनं भरपूर कादंबऱ्या वाचल्या होत्या; चित्रपट पाहिले होते. माहिती काढून घेण्यासाठी पोलिस खातं कसा डाव करतं, हे तिला ठाऊक होतं. प्रथम वाईट पोलिस त्रास देणार आणि मग चांगला पोलिस सुटका करणार ! त्याची सहानुभूती मिळाल्यामुळे 'स्थानबद्ध' व्यक्ती आपण होऊन मन मोकळं करते. इथे जनरल पेट्रॉव्हनं वाईट पोलिसाची भूमिका केली - तिला दहशत घातली. राझीन चांगला पोलिस बनला. रक्षणकर्ता बनून तिचा विश्वास त्यानं संपादन केला. कैदेतून पलायन हा नाटकातला क्लायमॅक्स होता. राझीनबद्दल शंकेला जागाच राहू नये म्हणून !

पण अखेर त्यातून काय साधायचं होतं?

संभाव्य उद्देशांवर बिलीनं विचार केला आणि एकच शक्यता तिला दिसू लागली. तिच्या डोक्यात स्वच्छ प्रकाश पडला. लंडनमध्ये तिच्या जागी वावरणाऱ्या दुसऱ्या बाईला आपल्याबद्दल सर्व काही माहिती मिळालेली होती. पण एका बाबतीत ती अंधारात होती. गेले काही दिवस बिलीला अध्यक्षांबरोबर शरीरसंबंध ठेवायला बंदी होती. त्यामुळे तोतया स्त्रीला रात्री बिछान्यात कसं वागायचं याची

चिंता नव्हती. पण आता डॉक्टरांनी तपासून तिला समागमाची परवानगी दिली होती. हिरवा दिवा दिसल्यावर अध्यक्ष एक दिवसही थांबणार नाहीत. त्यांना कोणत्या प्रकारे कामसुख द्यावं, याबाबतीत दुसरी स्त्री पूर्ण अंधारात होती. बिछान्यातली त्यांची क्रीडा केजीबीला एखाद्या बंद पुस्तकासारखी होती. आणि त्यात जर का चूक झाली तर सगळी योजनाच रसातळाला जाणार होती.

बिली ब्रॅडफोर्डचे लैंगिक व्यवहार जाणून घेण्याचा एकच मार्ग होता - तो म्हणजे खुद्द तिच्याकडूनच ते समजलं तर ! तथापि, तिच्याकडून हे काढायचं म्हणजे नेमकं कसं?

तात्काळ बिलीच्या लक्षात त्यांचा डाव आला.

तिचा चेहरा काही एका निश्चयानं ताणला गेला. तिनं स्वत:ला बजावलं की लाख वर्ष गेली तरी त्यांना 'त्या' गोष्टीबद्दल पत्ता लागून द्यायचा नाही.

अँड्रयू किंवा अन्य पुरुषाबरोबर ती बिछान्यात कशी वागते? नाही, नाही, त्यांना त्याबद्दल पुसटशी कल्पनादेखील मिळणार नाही.

या विचारानं एक आशा तिच्या मनात बळावली- ती म्हणजे तिची तोतया स्त्री बिछान्यात काहीतरी चूक करील आणि अध्यक्षांना त्यांच्या तथाकथित बायकोचा संशय येऊन ते तिच्याकडून सत्य बाहेर काढतील- आणि केजीबीची सगळी योजना चव्हाट्यावर आणतील.

पण पुन्हा, त्यावर विचार करताना ती आशासुद्धा मावळली. न कळत ती दुसरी बया चुकणार देखील नाही, आणि त्यांचाच विजय होईल. दोन्ही शक्यता पन्नास-पन्नास टक्के होत्या.

अरेच्या ! आणखी एक आशा आहे. आपण विसरलोच होतो की ! ते आठवल्यावर बिली पुन्हा उत्साहित झाली. ती पळून जात असताना जी जाडजूड अमेरिकन बाई तिला भेटली तिचं काय? मिसेस व्हाइट. आपण तिला मॉस्कोतल्या अमेरिकन वकिलातीत जायला सांगितलं होतं. घाईघाईनं, अस्पष्टपणे का होईना, तिच्या डोक्यात आपण संकटात असल्याची सूचना घुसवली होती.

प्रश्न एवढाच होता - ती वकिलातीत जाईल का?

त्याच दुपारी मॉस्कोतल्या अमेरिकन वकिलातीमध्ये मिसेस व्हाइट गेल्या. एका उंच, सडपातळ अधिकाऱ्यानं त्यांना आगमनाचं कारण विचारलं.

'मी इथे आलेय् ती अत्यंत महत्त्वाच्या कामासाठी आणि राजदूतांखेरीज कोणाजवळ मी बोलू शकत नाही,' त्या म्हणाल्या.

'इतक्या अनपेक्षितपणे त्यांना भेटणं अवघड आहे. श्री. युंगदल यांना दुपारी खूपच भेटी उरकायच्या आहेत.'

'मी त्यांना सांगणार आहे, ते त्याहून महत्त्वाचं ठरू शकेल,' मिसेस व्हाइट आग्रहानं म्हणाल्या.

'पण त्यांना वेळ नाही.'

'मग मी इथेच थांबेन.'

बाईंचा कृतनिश्चय पाहून त्या अधिकाऱ्याचा निरुपाय झाला. तो आत कुठेतरी निघून गेला. थोड्याच वेळात परतून तो म्हणाला, 'ठीक आहे; राजदूत तुम्हाला अगदी थोडा वेळ भेटतील. पण पाचच मिनिटांनी त्यांची दुसरी मुलाखत ठरलेली आहे.'

वेळ न गमावता ते श्री. युंगदल यांच्या तळमजल्यावरील कार्यालयात हजर झाले. बाईंना वाट दाखवणारा अधिकारी त्याच्या कामाला निघून गेला. श्री. युंगदल यांनी मिसेस व्हाइटकडे पाहून प्रयत्नपूर्वक हास्य केलं.

'बोला बाईसाहेब ! आपलं काय म्हणणं आहे?'

बाईंनी इकडे-तिकडे पाहिलं. 'इथे फक्त आपण दोघंच आहोत ना?' त्यांनी विचारलं.

'अर्थातच!'

'नाही; माझ्या म्हणण्याचा अर्थ इथं बोलणं सुरक्षित आहे ना?'

राजदूत युंगदल यांना हसू आवरलं नाही. 'म्हणजे तुम्हाला म्हणायचंय् की, रशियन लोकांनी या खोलीत गुप्तपणे मायक्राफोन वगैरे बसवला आहे का? मला काही तसं वाटत नाही- पण कुणी सांगावं ! दिवस फार बदललेत.'

'मग मला तुमच्याशी बोलता येणार नाही. माझ्या दृष्टीनं ते धोक्याचं ठरेल.'

ही पर्यटक बाई तासन् तास याच पद्धतीनं बोलत बसेल अशी पूर्ण खात्री झाल्यामुळे श्री. युंगदल गंभीरपणे म्हणाले, 'मिसेस व्हाइट; बाजूची खोली गुप्त चर्चेंसाठी पूर्णपणे सुरक्षित बनवलेली आहे. तिथल्या भिंती कुठलेही संदेश द्यायला आणि घ्यायला अटकाव करतात. आपण तिथे जाऊ.'

त्या खोलीत गेल्यावर बाईंना बसायला खुर्ची देऊन ते म्हणाले, 'आता बोलायला काही हरकत नाही ना?'

मिसेस व्हाइट यांचा चेहरा समाधानी दिसला. त्या बोलू लागल्या, 'आज दुपारी माझी रशियन सांस्कृतक मंत्र्यांशी मुलाखत होती. त्या वेळी मी स्वागतकक्षात वाट बघत असताना एक तरुण स्त्री धावतच आत आली. ती बहुधा कुठेतरी लपायच्या प्रयत्नात असावी. मी दिसल्यावर ती प्रथम एकदोन रशियन शब्द बोलली; पण मी फक्त इंग्रजी जाणते हे कळल्यावर तिला अत्यानंद झाला. ती उत्तम अमेरिकन इंग्रजीत पण धापा टाकत बोलू लागली.'

'अच्छा !' युंगदल कुतूहल दाखवत म्हणाले.

'ती असं म्हणाली की अमेरिकन राजदूताची भेट घ्या आणि त्यांना सांगा की अध्यक्षांच्या पत्नीला, अमेरिकेच्या पहिल्या मानाच्या स्त्रीला त्यांनी इथे पकडून ठेवलं आहे. तिच्याजागी एक बनावट स्त्री अध्यक्षांची पत्नी म्हणून वावरत आहे.' मिसेस व्हाइट स्पष्टपणे एक एक शब्द उच्चारत म्हणाल्या.

'काय?' राजदूत आश्चर्याने आवाज चढवून म्हणाले. 'तुम्ही त्या स्त्रीला पाहिलं म्हणता तर तुम्हाला ती अध्यक्षांची पत्नी वाटली का? मिसेस ब्रॅडफोर्डना तुम्ही प्रत्यक्ष पाहिलं आहे का?'

'मी समक्ष पाहिलेलं नाही, पण त्यांना टीव्हीवर मुलाखत देताना पाहिलं आहे.'

'मग तुम्हाला दोघींच्यात काही साम्य वाटलं का?' श्री. युंगदल यांनी विचारलं. कारण त्यांचा या गोष्टीवर विश्वास बसणं अशक्य होतं. अमेरिकेचे राष्ट्राध्यक्ष आपल्या पत्नीसमवेत त्या वेळी लंडनमध्ये होते; आणि बिली मॉस्कोहून परत जाताना स्वत: त्यांनी तिला विमानतळावर निरोप दिला होता.

मिसेस व्हाइट म्हणाल्या, 'निश्चितच साम्य होतं. अर्थात मला भेटलेल्या बाईचा पोशाख आणि केशरचना ही अध्यक्षांच्या पत्नीपेक्षा वेगळी होती; पण चेहरा आणि अंगलट खात्रीनं तीच होती.'

'त्यांनी तुम्हाला नक्की काय करायला सांगितलं?'

'तुम्हाला भेटून फक्त तुमच्याच कानावर ही गोष्ट घालायला तिनं सांगितलं. तेवढ्यात मंत्र्यांचं तातडीचं बोलावणं आल्यामुळे मला जास्त काही बोलता आलं नाही. सारं संभाषण दोन-अडीच मिनिटात संपलं. मी परत आले तेव्हा त्या बाई तिथे नव्हत्या.'

युंगदल म्हणाले, 'काय हो, तुम्ही मंत्र्यांना भेटण्यापूर्वी जेवण करून निघाला होता का?'

मिसेस व्हाइट आश्चर्यानं म्हणाल्या, 'का बरं? सांस्कृतिक शिष्टमंडळातील आम्ही सर्वांनी आधीच एकत्र जेवण घेतलं होतं.'

'मग त्या वेळी जरा कडक मद्य घेतलं होतं का? किंवा इथे येण्याच्या आधी एखाद्या मादक पदार्थाचं सेवन केलं होतं का? अहो, मिसेस ब्रॅडफोर्ड या वेळी अध्यक्षांसमवेत लंडनला आहेत.'

हे ऐकून मिसेस व्हाइट रागावल्या. त्या किंचित कडक शब्दात म्हणाल्या, 'मिस्टर युंगदल, क्रेमलिनमध्ये मी पूर्ण शुद्धीवर होते, आणि या घटकेलाही तितकीच भानावर आहे. एक अमेरिकेची नागरिक म्हणून कर्तव्य बजावयाला मी इथे आले. घडलेली घटना तुमच्या कानावर घालायला नको होती का?'

'छे छे, तसं नव्हे ! तुम्ही योग्य तेच केलं.' राजदूत ताठ बसत म्हणाले, 'मी फक्त एवढंच सांगतो की मी काल फोनवरून लंडनला असलेल्या फर्स्ट लेडीशी

बोललो. मला सूचना मिळाल्याशिवाय एका रात्रीत त्या मॉस्कोला येणं शक्य नाही.'

मिसेस व्हाइट लगेच म्हणाल्या, 'साहेब, मला अधिक काही सांगायचं नाही. ती बाई मला असं म्हणाली की आपण कैदी आहोत. तिच्याजागी दुसरीच कुणीतरी वावरते आहे. तिनं हे तुम्हाला सांगायची विनंती केली त्याप्रमाणे मी सांगितलेलं आहे. बस्स् एवढंच.'

राजदूत मोठ्या कष्टानं हसले. 'तुम्ही केलंत ते चांगलंच आहे. ही गोष्ट निश्चितच असाधारण आहे. ती माझ्या निदर्शनास आणल्याबद्दल धन्यवाद. याबाबत मी योग्य ती हालचाल करीन, याची खात्री बाळगा.' ते उठून उभे राहिले. त्यांच्या कार्यालयात परत येऊन त्यांनी बाईंना निरोप दिला.

राजदूतांचा आपल्यावर बिलकूल विश्वास बसलेला नाही, हे मिसेस व्हाईटना समजत होतं. त्यांना राग आला, पण आपल्या सदसद्विवेक बुद्धीमुळे त्या मनोमन कृतार्थ झाल्या होत्या. त्यांना राहूनराहून आश्चर्य वाटत होतं की क्रेमलिनमध्ये भेटलेली ती बाई खरोखर कोण असावी? आणि तिला नेमकं काय झालं असावं?

त्याच दिवशी संध्याकाळी लंडनमधल्या क्लॅरिज हॉटेलमध्ये अध्यक्ष ब्रॅडफोर्ड यांच्या खाजगी कार्यालयात नोरा बसली होती. अध्यक्षांचे सचिव श्री. मार्टिन यांना बिलीच्या दुसऱ्या दिवशीच्या कार्यक्रमाची रूपरेषा ती देत होती. अध्यक्षांबरोबर बिलीनं कुठे कुठे जायला पाहिजे, हे विचारून घेत होती. एवढ्यात खास अध्यक्ष किंवा त्यांच्या पत्नीनंच वापरायचा फोन वाजला. नोरा फोनजवळ होती म्हणून तिनं मार्टिन यांच्या सूचनेवरून फोन उचलला. 'बघ कुणाचा फोन आहे. अध्यक्ष बाहेर मीटिंगमध्ये आहेत म्हणून सांग.'

फोनवरून आवाज आला, 'बिली? मी मॉस्कोहून युंगदल बोलतोय्.'

नोरा त्यांना ओळखत होती. ती घाईनं म्हणाली, 'सर, मी नोरा ज्युडसन, श्रीमती ब्रॅडफोर्ड यांची प्रेस सेक्रेटरी.'

'ओह, नोरा ! छान. कसं काय?'

'उत्तम, थँक्स् ! काही निरोप-?

'खरं म्हणजे मला अध्यक्षांशी बोलायचं होतं. ते जवळपास आहेत का?'

'नाही, ते बाहेर मीटिंगमध्ये आहेत. काही महत्त्वाचं असेल तर तिकडे फोन देता येईल.'

'तशी आवश्यकता नाही,' राजदूत म्हणाले. 'शिखर परिषदेसंबंधी सहज चौकशी करायची होती. पण मी पुन्हा फोन करीन. बरं, बिली कुठे आहे?'

'ती बोएन्दे वकिलातीमध्ये रिसेप्शनसाठी गेली आहे,' नोरा म्हणाली. 'आणि परिषद अजून सुरू झालेली नाही.'

'असू दे. बिलीला आजची एक गंमत सांगायची होती,' राजदूत म्हणाले. 'प्रत्यक्ष तिच्याशीच त्याचा संबंध आहे. मी तुलाच सांगतो आणि ती परत आल्यावर तिलासुद्धा मजा म्हणून ही गोष्ट सांग.'

'जरूर!'

राजदूत युंगदल खळखळून हसले. 'बिलीला सांग की आत्ता या वेळी ती लंडनमध्ये नसून मॉस्कोत आहे. तिला कदाचित हे ठाऊकही नसेल! एक अमेरिकन पर्यटक बाई आज दुपारी माझ्या कार्यालयात आली होती. चांगली जाडजूड होती. तिचा असा जबरदस्त दावा होती की बिली ब्रॅडफोर्डला तिनं क्रेमलिनमध्ये दुपारी पाहिलं.' ते पुन्हा जोरजोरात हसू लागले. मिसेस व्हाईट यांची सगळी कथा त्यांनी नोराला ऐकवली. 'म्हणजे बिलीच्या जागी लंडनमध्ये एक तोतया स्त्री वावरते आहे.'

नोरानं रिसीव्हर कानाला घट्ट लावला होता. तिच्या चेहऱ्यावरचे रंग उडून गेले. जागच्याजागी गोठल्याप्रमाणे ती मॉस्कोतल्या राजदूताची हकिगत ऐकत होती.

रात्रीच्या जेवणापर्यंत पार्कर तिला भेटणार नव्हता. तरी नोरानं त्याला हुडकून काढलं आणि 'कॉकटेल्साठी थोडं लवकरच ये,' असं फर्मावलं.

'क्लॅरिज' मधल्या जेवणाच्या हॉलमध्ये ती दोघं एका कोपऱ्यात बसली. पार्कर पेय घेता घेता नोराचा प्रत्येक शब्द लक्षपूर्वक ऐकत होता. ती हलक्या आवाजात पण उत्तेजित स्वरात बोलत होती. आपण 'बिली ब्रॅडफोर्ड' आहोत, असा दावा करणाऱ्या क्रेमलिनमधल्या बाईची श्री. युंगदल यांनी सांगितलेली ती कहाणी नोरानं त्याला ऐकवली.

'ती बाई म्हणाली की तिच्या जागी फर्स्ट लेडी म्हणून दुसरीच बाई सध्या वावरते आहे, आणि खरी बिली क्रेमलिनमध्ये बंदिवान आहे.'

'श्री. युंगदल गंभीरपणे सांगत होते का?'

'बिलकुल नाही,' नोरा म्हणाली. 'त्यांना उलट ही गोष्ट सांगताना मौज वाटत होती. मीसुद्धा शेवटी बळंच हसले. दुसरं काय करणार?'

'मग तू आपल्या फर्स्ट लेडीला ही गोष्ट ऐकवणार का?'

'काही समजत नाही. एकीकडे वाटतं की तिला हे सांगून तिची प्रतिक्रिया बघावी. दुसरा विचार असा की तिला सावध करण्यात अर्थ नाही. तुला काय वाटतं, पार्कर? मी आपल्या बिलीला सांगू?'

'मुळीच नको. माझं मन सांगतं की गप्प राहणं चांगलं.'

'ठीक आहे.'

'कदाचित टेक्सासच्या त्या बाईला शुद्ध नसावी किंवा तसं काही घडलंच

नसावं. एखाद वेळेला ती घटना घडली असेल, पण त्या बिली म्हणणाऱ्या बाईचं डोकं फिरलेलं असेल. त्या उलट, आपल्याला जो संशय येत होता, तसंच प्रत्यक्षात असेल तर आपली शंका रास्तच होती म्हणावं लागेल.'

'ते खरंय् !' नोरा म्हणाली, 'पण पार्कर, रशियन लोक इतका कुटील आणि धोकादायक डाव खेळू शकतील? एखाद्या बाईचा ब्रेनवॉश करणं शक्य आहे. पण अशी योजना प्रत्यक्षात आणायची कल्पनाच अशक्य कोटीतली आहे.'

'हे बघ, कल्पनेहूनही अद्भुत गोष्टी घडू शकतात. आपल्याला शंकास्पद गोष्टी आढळल्या, त्या विचारात घे ना !'

'पण पार्कर, आपण आता करायचं काय?'

'आपण हे अध्यक्षांना सांगू,' तो लगेच म्हणाला.

'अध्यक्षांना? आपल्याजवळ सबळ पुरावा नसताना? ते आपल्याला मूर्खातच काढतील आणि नोकरीवरून लाथ घालून हाकलतील.'

'शक्य आहे. पण कदाचित ऐकूनही घेतील. त्यांनाही जर आपल्यासारखा संशय आलेला असेल, तर त्याला पुष्टी मिळेल आणि ते सावध राहतील.'

नोरा म्हणाली, 'पण अध्यक्षांनी शय्यागृहात हीच गोष्ट त्यांच्या लाडक्या बिलीला गंमत म्हणून ऐकवली तर ! ती खरी असो अगर नसो; माझी ताबडतोब सुट्टी करील आणि तुझीही.'

'मग तुझं म्हणणं काय आहे?' पार्करनं विचारलं.

'आपण डोळ्यांत तेल घालून इथल्या बिलीवर लक्ष ठेवू. तिची आणखी एखादी मोठी घोडचूक होऊ दे. आपल्याला सांगण्यासारखा पुरावा मिळू दे.'

पार्कर विचारात गढला. अध्यक्षांच्या हाताखाली काम करायला मिळावं, अशी त्याची खूप दिवसांची महत्त्वाकांक्षा होती. त्यांची भाषणं आपल्याला लिहायला मिळावीत, अशी त्याची इच्छा होती. शासकीय यंत्रणेत सहभाग हवा होता. तशी संधी या घटनेतून मिळणार काय? अर्थात नोराजवळ हा विचार यावेळी बोलून दाखवणं इष्ट नव्हतं.

तो नोराला म्हणाला, 'बघ्याची भूमिका मला रुचत नाही. त्यापेक्षा अधिक काही करायला पाहिजे. मी आता बिलीच्या मागावर राहतो. ती जिथे जिथे जाईल, तिथे एक पाऊल मागे मीही असेन. अपराधी भावनेसारखा तिचा पिच्छा पुरवतो.'

'बघ बुवा ! तिच्या फार जवळ जाशील, तर तुला इजा होऊ शकेल.'

'आणि जर गेलो नाही तर आपण सर्वच जण धोक्यात येऊ शकू,' पार्कर म्हणाला.

८

दुसऱ्या दिवशी साडेबाराचा सुमार. गे पार्कर हॉटेलच्या तळमजल्यावर लॉबीत शांतपणे कोचावर बसून तिथल्या धावपळीचं निरीक्षण करत होता. त्याचं लक्ष लिफ्टच्या दारातून बाहेर जाणाऱ्या एका व्यक्तीकडे गेलं आणि तो एकदम दचकला.

ती बिली होती का? हो, निश्चितच ती बिली होती. तिला कोणीही ओळखलं नसतं, पण त्यानं मात्र ओळखलं. नेहमी तिच्या पाठीवर रुळणारे आणि स्त्रियांनासुद्धा हेवा वाटावा असे तिचे केस यावेळी हॅटमध्ये लपलेले होते. बऱ्याच मोठ्या आकाराच्या गॉगल्समुळे तिचा चेहरा झाकून गेलेला होता. ब्लाऊजची उंच कॉलर तिच्या तोंडापर्यंत आली होती. या सर्व गोष्टींमुळे कोणालाही ती बिली ब्रॅडफोर्ड आहे, हे ओळखू आलं नव्हतं.

काल संध्याकाळी आणि पुन्हा रात्री नोराशी बोलणं झाल्यावर पार्करनं एक अतिशय वेगवान मोटार भाड्यानं घेतली. हॉटेलच्या सेवकांना भरपूर लाच देऊन ती मुख्य दारासमोर ठेवण्याची व्यवस्था केली होती. बिलीवर सतत पाळत ठेवायचा निर्णय त्यानं घेतलं होता. नोरा रात्री त्याच्या खोलीत आल्यावर तिनंही सहकार्य द्यायचं कबूल केलं. त्याप्रमाणे आज पहाटेच तिनं बिलीचे पक्के झालेले कार्यक्रम सांगितले. त्यात सकाळी ९ ते ११ या वेळेतल्या दोन कार्यक्रमानंतर संध्याकाळी सहा वाजेपर्यंत तिनं कुठलेही कार्यक्रम स्वीकारले नव्हते. इतकंच नाही तर आधी ठरलेले रद्द केले होते. प्रकृती ठीक नसल्यातुळे दुपारी आपण विश्रांती घेऊ आणि कुठल्याही कामासाठी उठवायचं नाही अशी सक्त सूचना बिलीनं दिली होती. सकाळचे कार्यक्रम आटोपून ती अध्यक्षांच्या शयनगृहात केव्हाच गेलेली होती.

पण नेहमी तिच्याबरोबर असलेल्या गुप्त पोलिसांना तिनं कसं टाळलं हे पार्करला समजेना. नंतर त्याला आठवलं की अध्यक्षांच्या खोलीला लागून एक

लिफ्ट होती. तिची चावी फक्त अध्यक्ष आणि बिलीजवळ होती. इतर लोकांसाठी ती लिफ्ट तात्पुरती बंद करण्यात आली होती. अध्यक्ष राहत होते त्या मजल्यावर आणि ऑफिस स्टाफ असलेल्या मजल्यावर अमेरिकन गुप्त पोलिसांचा कडेकोट बंदोबस्त होता. पण वरच्या मजल्यावर तशी काहीच व्यवस्था नव्हती. अध्यक्षांच्या खोलीजवळ असलेल्या लिफ्टनं वर जाऊन मग दुसऱ्या सार्वजनिक लिफ्टमधून खाली आलं तर कोणाच्याही लक्षात येणार नव्हतं.

हा विचार करत पार्कर बिलीच्या मागोमाग तिला दिसणार नाही अशा बेतानं बाहेर पडला. आपल्या भाड्याच्या मोटारीत बसून त्यानं इंजिन चालू केलं. बिली गेटमनला टॅक्सी आणायला सांगत होती. टॅक्सी लगेच आली. त्यात बिली शिरली. ती टॅक्सी आणि तिच्या मागे आणखी एक गाडी गेल्यावर पार्करनं गाडी चालू केली. बिलीला संशय येऊ न देणं आवश्यक होतं.

एक एक रस्ता मागे टाकत बिलीची टॅक्सी हाइड पार्कला वळसा घालून सरळ पुढे गेली. मधे एकदोन मोटारी असल्या तरी पार्कर तिला सहज दृष्टिक्षेपात ठेवत होता. वाटेत ठिकठिकाणी खांबावर सायंदैनिकांची पोस्टर्स त्याला दिसत होती. अमेरिका-सोविएत युनियन यांच्यातल्या शिखर परिषदेसंबंधी वृत्त देणारे जाड टाईपातले मथळे त्यावर झळकत होते.

आज सकाळीच सोविएत वकिलातीमध्ये परिषदेचा प्रारंभ झाला होता. त्यासंबंधी थोडक्यात अहवाल पार्करच्या कानावर आला होता. अध्यक्ष ब्रॅडफोर्ड यांनी असा प्रस्ताव मांडला की कुठल्याही आफ्रिकन देशात रशिया किंवा अमेरिकेनं कसलाही हस्तक्षेप करायचा नाही. सैनिक, सल्लागार किंवा शस्त्रपुरवठा होऊ नये, अशी त्यांची सूचना होती. रशियन पंतप्रधान किरचेन्को यांनी हाच मसुदा थोडा वेगळ्या पद्धतीनं मांडला. फक्त शस्त्रपुरवठ्यावर बंदी त्यांना नको होती. कारण काही आफ्रिकन देशांना आक्रमक शेजाऱ्यांपासून स्वसंरक्षणार्थ शस्त्रांची गरज असते. बोएन्दे हे नाव मात्र कोणीच उघडपणे घेतलं नाही.

खऱ्या बिलीऐवजी जर रशियानं दुसरी स्त्री पाठवलेली असेल, तर अध्यक्ष ब्रॅडफोर्ड यांचे परिषदेसंबंधी गुप्त मनसुबे तिच्यामार्फत रशियाला कळण्याची शक्यता होती. त्या आधारावरच रशियन पंतप्रधानांनी शस्त्रपुरवठ्याचा मुद्दा पुढे रेटला असावा.

बिलीची टॅक्सी बेलग्रेव्ह चौकातून पुढे गेल्यावर तिचा वेग मंदावला. पार्कर सुद्धा हळूहळू जाऊ लागला. तिचं ठिकाण लवकरच आलं. पार्करनं आपली गाडी टॅक्सीच्या पुढे नेऊन पन्नास फुटांवर थांबवली. तो मागच्या काचेतून पाहू लागला. फर्स्ट लेडीनं टॅक्सीड्रायव्हरला भाडं चुकतं केलं. राहिलेले पैसे परत न घेता ती पायी चालू लागली. पार्कर गाडीखाली उतरला. श्रीमंत रहिवाश्यांची त्या भागात वस्ती

होती. बिली इकडे कोणाकडे आली असावी?

असंख्य दुकानं ओलांडून ती एका दाराशी थांबली आणि दरवाजा ढकलून आत शिरली. ती दिसेनाशी झाल्यावर गे पार्कर वेगानं पुढे जाऊ लागला. तिला दिसू न देण्याची सावधगिरी आवश्यक होतीच; कारण तसं झालं तर त्याला कुठलंही स्पष्टीकरण देता आलं नसतं. अखेर त्याला दुकानाची शोकेस एकदाची दिसली. तिथे निळ्या रंगाचा उंची गाऊन लावलेला होता. वर सोनेरी अक्षरात मोठी पाटी होती : 'लाडबरी ऑफ लंडन.'

गेल्या आठवड्यात पार्करनं व्हाइट हाऊसमध्ये लाडबरीला पाहिलं होतं. उंची कपडे शिवण्यात निष्णात असलेला तो शाही शिंपी होता. बिलीनं त्याच्या कडूनच काही कपडे शिवून घेतलेले होते.

बिलीचं या वेळी त्याच्याकडे काय काम होतं? आणि गुपचूप इकडे येण्याचं कारण काय? पार्कर उलटसुलट विचार करत दुकानासमोरील दुसऱ्या फूटपाथवर गेला. लाडबरीच्या दुकानात असलेल्या काचेच्या हलत्या दारातून तो लक्षपूर्वक आत पाहू लागला.

स्वत: लाडबरी यांनीच बिली उर्फ व्हेराला आपल्या कार्यालयात नेलं. दार लावून घेताच ते नाखुषीच्या स्वरात म्हणाले, 'तू इथे यायला नको होतं. अगदी तातडीची—'

'अगदी तातडीची गरज लागली म्हणूनच मी इथे आलेय्,' व्हेरा म्हणाली.

'पण गुप्त पोलिसांना चुकवून तू इथे कशी आलीस?'

'मी त्यांना गुंगारा दिला. त्यात काहीच अडचण आली नाही,' ती म्हणाली.

'तू इथे आल्याचं कुणालाही ठाऊक नाही?'

'त्याबद्दल निश्चिंत राहा. मी फार अडचणीत सापडले आहे. मला तुमची मदत पाहिजे.'

'त्यासाठीच तर मी इथे हजर आहे. बोल!'

'राष्ट्राध्यक्ष उद्या, उद्या रात्रीपासून आपल्या पत्नीसमवेत कामक्रीडा सुरू करणार होते.'

'मला ठाऊक आहे!'

'आज सकाळी ते मला म्हणाले की उद्यापर्यंत थांबायची गरज नाही. मी आता पूर्ण बरी झाल्याची त्यांची खात्री आहे. डॉक्टर गेले उडत, असं ते म्हणाले.'

'त्यांना तू विरोध नाही केलास?'

'मी खूप प्रयत्न केला. एका दिवसानं काय होणार आहे, असं सांगून पाहिलं. पण ते ऐकायलाच तयार नाहीत. म्हणून माझा निरुपाय झाला. मी म्हणाले, 'ठीक आहे. मलाही आता धीर नाही.' काय करणार! ते खूष होऊन निघून गेले.'

लाडबरी यांचा चेहरा अधिक गंभीर झाला. 'म्हणजे आज रात्रीच सुरुवात आहे तर!'

'त्यातून वाईट गोष्ट अशी की आज रात्री आमचं मीलन झाल्यानंतर ते बोएन्देसंबंधीचं धोरण मला सांगणार आहेत. मी लगेच खोदून विचारायचा प्रयत्न केला, पण व्यर्थ! ते म्हणाले, 'रात्री माझा मानसिक ताण तू हलका केल्यानंतर मी तुला राजकारणाचे धडे देईन.' आपला हेतू साध्य होण्याची वेळ आलीय्— पण त्यात मोठीच अडचण आहे. त्यांची बिछान्यात माझ्याकडून काय अपेक्षा आहे, हेच मला ठाऊक नाही. बिली ब्रॅडफोर्ड या वेळी कसं वागते, हे मला अद्याप समजलेलं नाही. बारीकशी चूक जरी झाली तरी अध्यक्ष जाणतील की ही आपली लाडकी बायको नव्हे. त्यांना संशय आला तर पुढे काय घडेल, हेच मला कळत नाहीये.'

'व्हेरा, शांत हो!'

'शक्यच नाही! मॉस्कोतले मूर्ख लोक इतका वेळ काय करताहेत? ते अजून का पुढे येत नाहीत? आपल्याला मुळीच अवधी नाही. मला ताबडतोब ती माहिती मिळणं आवश्यक आहे. त्याशिवाय मी काहीच करू शकत नाही. तुम्ही त्यांना कळवाल का?'

'नक्कीच कळवीन,' लाडबरी उभे राहत म्हणाले, 'तू स्वत:वर काबू ठेव. आज संध्याकाळपर्यंत वाट पाहा. मी किंवा कोणीतरी तुझ्याशी संपर्क साधेल. विश्वास ठेव! आता मी तुझ्यासाठी टॅक्सी बोलवतो.'

बिलीच्या मागोमाग गे पार्कर हॉटेलमध्ये दाखल झाला. नंतर घाईघाईनं आपल्या खोलीत जाऊन त्यानं टेपरेकॉर्डर उचलला. फर्स्ट लेडीबरोबर त्याची चर्चा ठरलेली होती.

त्यांची चर्चा सुरू झाली. मधोमध टेप ठेवलेला होता. बिली व्हाईट हाऊसमध्ये आल्यानंतर पहिल्या वर्षातील घटना ती सुमारे ५० मिनिटे सांगत होती. पार्करनं पुढचे प्रश्न तयार ठेवले होते. तो पहिला प्रश्न विचारणार, एवढ्यात त्या खोलीचं दार उघडल्याचा आवाज झाला.

अध्यक्ष ॲन्ड्र्यू ब्रॅडफोर्ड यांनी आत प्रवेश केला. ते आपल्याच विचारात दंग होते. एक आत्मविश्वासपूर्ण उमदं व्यक्तिमत्त्व पार्करला जाणवलं. त्यांनी चष्मा काढून जाकिटाच्या वरच्या खिशात ठेवला आणि मद्य घेण्यासाठी कोपऱ्यातल्या बारजवळ गेले.

'हाय्. अँड्र्यू!' बिली उद्गारली.

'ओह, हाय् डार्लिंग; हॅलो पार्कर!' पेला हातात घेऊन अध्यक्ष बिलीजवळ आले

आणि त्यांनी तिच्या गालाचा मुका घेतला.

'तुम्ही लवकर आलात. रशियन्स काय म्हणतात?' बिलीनं सहजपणे विचारलं.

'अपेक्षेप्रमाणे!' ते म्हणाले. 'किरचेन्को चांगल्या मूडमध्ये होते; पण लवकरच आमच्यात मतभेद सुरू होतील. एकमत होणं सोपं नाही; तरीही मला वाटतं की आपल्याला हवा असलेला करार साध्य होईल. इतका वेळ मी तिथे बसलो होतो; पण आता कंटाळा आला. आपले लोक त्यांच्याशी वाटाघाटी करत बसलेले आहेत. मला वाटलं की थोडा वेळ बायकोबरोबर काढावा, आणि आराम करावा.'

'किती छान!' बिली म्हणाली.

अध्यक्षांनी टायची गाठ सैल केली. 'तुझा दिवस कसा गेला? काही पाहिलं का? कुठे कुठे गेली होतीस?' त्यांनी विचारलं.

'खरं म्हणजे मी आळसात वेळ घालवला. फारसं काहीच केलं नाही. दुपारी खोलीबाहेर पाऊल सुद्धा टाकलं नाही.' ती पार्करकडे वळून म्हणाली, 'मला वाटतं आज झालं तेवढं बस्स्! थँक्स्. उद्या जमलं तर पुन्हा बसू. नोरा तुला सांगेलच.'

पार्करनं टेपरेकॉर्डर उचलला आणि पति-पत्नींना गुडबाय् करून तो बाहेर पडला.

त्याला नोराला भेटायचं होतं. तिच्या खोलीचं दार वाजवून तो आत गेला. ती पत्र लिहीत टेबलाशी बसली होती. 'माझं झालंच आहे. आज काही विशेष?' तिनं विचारलं.

'आहे की!' पार्कर म्हणाला. 'बिलीबरोबर आज थोडी चर्चा झाली. थोड्या वेळानं अध्यक्ष आले आणि आमची मुलाखत आटोपली. त्या वेळची गंमत सांगू? तिनं अध्यक्षांना सांगितलं आज दुपारी ती खोलीतच लोळत पडली होती. त्यांचं हे बोलणं टेप झालेलं आहे. वाटलं तर ऐक!'

त्यानं रेकॉर्ड झालेला टेप मागे नेला आणि बिली-अॅन्ड्र्यू यांचं संभाषण नोराला ऐकवलं.

नोरानं विचारलं,'यात विशेष काय? ती दिवसभर इथेच होती. तिच्या कार्यक्रम-पत्रिकेवर एकही नोंद नाही.'

'तुझ्या माहितीप्रमाणे नाही. पण तिनं स्वतंत्रपणे कार्यक्रम आखलेला होता. दुपारी सर्वांचा डोळा चुकवून ती बाहेर पडली होती. अर्थात एकटीच. माझ्या नजरेतून मात्र ती सुटली नाही. तिनं टॅक्सी पकडली होती.'

'काय सांगतोस?' नोरा सावरून बसली. 'आश्चर्य आहे. ती कुठे गेली तुला कळलं?'

'मी तिचा पाठलाग केला. ती थेट लाडबरीच्या दुकानात गेली.'

'लाडबरी ऑफ लंडन? त्याच्याकडेच तिनं कपडे शिवले होते. पण त्यांच्याकडे

आज जायचं काय कारण?'

'म्हणजे गुप्तपणे त्याच्याकडे जायचं कारण काय, असंच ना?' पार्करनं विचारलं.

'होय! त्यात काहीच अर्थ दिसत नाही.'

'ती जर फर्स्ट लेडी नसेल, तर खूपच अर्थ आहे. तिला रशियन लोकांशी संपर्क साधायचा असेल.'

'लाडबरी हा त्यांचा एजंट असेल असं तुला म्हणायचंय्?'

'काय अशक्य आहे? अशा लोकांचा त्यांनी यापूर्वी उपयोग करून घेतलेला आहे. मी लाडबरीविषयी माहिती काढणार आहे.'

'ती कशी काय?'

'अध्यक्षांची मदत घेऊन.'

नोरानं भुवया उंचावल्या. 'तू खरंच अध्यक्षांना सांगणार?'

'इलाज नाही!'

'बघ बुवा! पण मला एक शंका आहे.'

'काय?'

'आपली मालकीण जर फर्स्ट लेडी नसेल, तर तिला रशियन एजंटला भेटायचं कारण काय असेल? तिची काय अडचण आहे?'

'बाईसाहेब, तोच तर सगळ्यांत मुख्य प्रश्न आहे.'

मॉस्कोत तेव्हा पहाट होत होती. बिली ब्रॅडफोर्ड आपल्या खोलीत त्या वेळी अस्वस्थ फेऱ्या घालत होती. मनाशी तिचा काहीतरी विचार सुरू होता. काल रात्री बऱ्याच उशिरा शारीरिक व मानसिक थकव्यामुळे केव्हातरी तिला झोप लागली होती. आपण कुठल्या परिस्थितीत सापडलो आणि मार्ग कसा काढायचा, हेच तिला कळेनासं झालं होतं. पहाटे जाग आली तेव्हापासून तिच्या मनात पुन्हा काहूर माजलं.

ॲलेक्स राझीन हाच तिच्या विचारांचा केंद्रबिंदू होता. कालच्या प्रसंगानंतर आणि तो केजीबीचा मोठा अधिकारी आहे, हे समजल्यानंतर त्याच्याशी आता कसं वागायचं, याबाबतीत तिचा निर्णय होईना. त्यानं दिलेली मित्रत्वाची वागणूक, तिच्याशी केलेली सलगी, रक्षकांकडून होणाऱ्या मारहाणीपासून तिचा केलेला बचाव, हे सारं तिच्याबद्दलच्या आत्मीयतेपोटी नसून केवळ त्याच्या कर्तव्याचा तो एक भाग होता, यात शंकाच नव्हती.

राझीन या नावाबद्दल तिच्या मनात घृणा निर्माण झाली. त्याचं तोंड सुद्धा पाहू नये इतका तिरस्कार वाटत होता. पण वरून तसं दाखवणं इष्ट नव्हतं. तो नेहमीच्या

रिवाजाप्रमाणे सकाळी तिला भेटायला येणार होता. पूर्ण विचारानं त्याच्याशी वागणूक कशी ठेवायची, हे तिला ठरवायचं होतं. मनाला आलेली मरगळ घालवण्यासाठी तिनं पेल्यात कॉग्नॅक ओतून घेतली आणि सोफ्यावर स्वस्थपणे बसली.

राझीनचा उद्देश तिच्या समोर स्पष्ट झाला होता. तिच्या जागी केजीबी संघटनेनं तिच्यासारखीच दुसरी स्त्री पाठविली होती. तिला आता लवकरच, अगदी थोड्याच काळात अध्यक्षांबरोबर शय्यासोबत करावी लागणार होती. अध्यक्षांच्या पत्नीकडून काय अपेक्षा असतात, त्यांना कोणत्या प्रकारची कामक्रीडा आवडते हे केजीबीला ठाऊक असणं अशक्य होतं, म्हणून बिलीकडून ती माहिती काढून तोतया स्त्रीला कळवण्याशिवाय दुसरा मार्ग नव्हता. या माहितीच्या अभावी दुसरी बाई अध्यक्षांशी एखाद्या अनभिज्ञेसारखी वागली असती किंवा अध्यक्षांना नावडणारी एखादी कृती तिच्या हातून घडल्यास तिच्याबद्दल संशय येऊन केजीबीचा सगळा कटच उद्ध्वस्त होण्याची शक्यता होती. म्हणून अध्यक्ष आणि बिली ब्रॅडफोर्ड यांचे बिछान्यातले संबंध कशा प्रकारचे आहेत, हे रशियाच्या दृष्टीनं आत्यंतिक महत्त्वाचं होतं. ती माहिती काढण्यासाठी केजीबी कुठल्याही टोकाचा मार्ग अनुसरायला मागेपुढे पाहणार नाही, याची बिलीला खात्री पटली होती आणि राझीनची त्याच कामावर नेमणूक झाली होती.

तिला एकदा वाटलं की राझीनला स्पष्टपणे तोंडावर सांगावं की, तुझं खरं स्वरूप मी ओळखलेलं आहे. त्याला हवी असलेली माहिती आपण दिली तर त्याची परिणती काय होईल? कालच्या प्रसंगावरून तिनं ओळखलं की मारहाणच नव्हे तर अनेक यातनांना तिला तोंड द्यावं लागेल. त्या यातना सहन करताना आपलं मनोधैर्य टिकेल, याची तिला शाश्वती नव्हती. प्रत्यक्ष मृत्यूलाही सामोरं जाण्याची तयारी ठेवणं भाग होतं. मृत्यूला ती घाबरत होती, अशातला भाग नव्हता. अशाप्रकारे कैदेत राहून असह्ण जीवन कंठण्यापेक्षा मरण केव्हाही पत्करलं! तेवढं धैर्य तिच्यात निश्चितच होतं; पण असं मरण पत्करून नेमकं साधणार काय, याची तिला शंका होती.

बिलीनं एव्हाना ओळखलं होतं की तिच्या जागी जी दुसरी बाई वावरत होती ती अत्यंत बुद्धिमान आणि प्रसंगावधानी होती. एखादी चतुर स्त्री पुरुषाला काय हवं आहे, ते ओळखून त्याप्रमाणे वागण्यात जशी यशस्वी होते, तशी ही दुसरी बया नक्कीच चाणाक्ष असेल हे उघड होतं. त्यामुळे अध्यक्षांबरोबर क्रीडा करत असताना, त्यांच्याच कलानं घेऊन ती त्यांना आनंदी करू शकेल, हे नाकारता येत नव्हतं. तसं झालं तर तिच्या यातना किंवा मृत्यू निष्कारण वाया जाणार होता. अध्यक्षांशी तिच्या झालेल्या पहिल्याच भेटीत व्हाईट हाऊसमध्ये प्रवेश करताना ज्या धैर्यानं आणि हिकमतीनं ती वागली, ते बिलीनं टी.व्ही. वर प्रत्यक्ष पाहिलेलं होतं. त्याच चातुर्यानं

ती बिछान्यात सुद्धा अध्यक्षांना जिंकेल, असा स्वत: बिलीलाच भरवसा वाटत होता. मग सारंच धुळीला मिळणार होतं.

मग आपल्याला काही कळलेलंच नाही, अशा तऱ्हेनं राझीनशी वागून त्याच्याबरोबर मैत्रीचं नाटक वठवलं तर? हा विचार मोठ्या कष्टाचा आणि त्रासदायक होता. अध्यक्षांची पत्नी झाल्यापासून तिनं त्यांच्याशी मानसिक किंवा शारीरिक, कुठल्याही प्रकारचा व्यभिचार केला नव्हता. तसा तिचा परपुरुषाशी कधीच संबंध आला नव्हता, असं नाही. लग्न होण्याआधी दोन पुरुषांबरोबर वेगवेगळ्या प्रसंगी शरीरसंबंध आले होते. पण ते थोड्या काळापुरते आणि अगदी सहजगत्या घडून गेले होते. ॲन्ड्र्यू हे सिनेटर असताना त्यांच्यावर प्रेम जडून विवाहबद्ध झाल्यानंतर तिनं दुसऱ्या पुरुषाचा विचारसुद्धा मनात आणला नव्हता. अध्यक्षांची पत्नी आणि अमेरिकेची पहिली मानाची स्त्री म्हणून तिचं खाजगी जीवन अत्यंत चोख होतं. कुठल्याही अफवेला तिनं संधी दिली नव्हती. राझीनशी प्रेमाचं नाटक करायचं, म्हणजे काल त्यानं आपल्या कृतीनं व्यक्त केलेली इच्छा तिला पूर्ण करावी लागणार होती. ते तिला असह्य होतं.

हा विचार चालू असताना एक वेगळीच कल्पना तिच्या डोक्यात चमकली. राझीनला तिनं पूर्वीच स्पष्टपणे सांगितलं होतं अध्यक्ष कशी कामक्रीडा करतात हे प्राण गेला तरी ती सांगणार नाही. राझीनला ते पटलंही होतं. तेव्हा प्रत्यक्षात जे तोंडानं आपल्याकडून कळणार नाही, ते कृतीनं समजावून घेण्यासाठी म्हणून तर राझीननं उपभोग घेण्याची इच्छा दर्शवली नसेल? प्रत्यक्ष अनुभव घेऊन राझीन दुसऱ्या बाईला ते कळवू शकेल! बिलीला हीच शक्यता अधिक वाटू लागली. या विचारातूनच त्यांचा हा सारा डाव उधळून लावण्याची योजना तिच्या मनात येऊ लागली.

राझीनशी प्रेमाचं नाटक करताना कामक्रीडा अपरिहार्य झाली, तर त्या बाबतीत तिला शत्रुपक्षाची दिशाभूल करता येणार होती. म्हणजे अध्यक्ष ज्याप्रमाणे रतिसुख घेतात, त्यापेक्षा अगदी वेगळ्या तऱ्हेनं राझीनला उपभोग दिला की तो चुकीचा अहवाल दुसऱ्या स्त्रीकडे पाठवेल आणि अध्यक्षांबरोबर झोपताना त्या स्त्रीनं तशी संभोगासने केली की अध्यक्षांना आपल्या भागीदाराबद्दल संशय निर्माण होईल.

संकटग्रस्त बिली अशा निरनिराळ्या शक्यतांवर असहाय्यपणे विचार करत होती. काय करावं? राझीनला प्रतिकार करावा का त्याच्याशी नाटक खेळून आपला देह विटाळून घ्यावा? आपण इतकं खालच्या पातळीला जावं का? तो हरामखोर केजीबीचा अधिकारी आपली वासना शमवून पुन्हा कर्तव्यदक्ष अधिकारी ठरेल!

तिला काहीच सुचेना. ती कोचावरून उठली आणि आणखी एक पेला तिनं रिचवला. तो द्रवपदार्थ पोटात गेल्यावर तिचे विचार पक्के झाले. तिनं ठरवलं की

त्यांचाच डाव त्यांच्यावर उलटवायचा. हे एकदा निश्चित झाल्यावर ती बाथरूममध्ये गेली. गार आणि गरम पाण्याचे नळ आवश्यक तेवढे फिरवून ती कोमट पाण्याचा शॉवर घेऊ लागली. सचैल स्नान उरकून तिनं सर्वांग स्वच्छ केलं. त्या नंतर मान, दोन्ही स्तन आणि गुप्तेंद्रियावरील केसांना भरपूर सेंट लावला. आपले केस पुरते कोरडे करून ती विंचरू लागली.

अचानक एक शंका येऊन ती चांगलीच दचकली. समागम करताना राझीनचं बीज तिच्या कुशीमध्ये पडून ते वाढू लागलं तर? तिच्या अंगावर शहारे आले. तेवढ्यात तिला आठवलं. तिच्या हॅण्डबॅगमध्ये संततिनिरोधक साधन आणि जेली होती. तिला हायसं वाटलं. तिनं आपल्या गुप्तभागात जेली लावून प्रतिबंधक साधन नीट बसवलं. नंतर कपाटाशी जाऊन मुद्दामच पांढरा पारदर्शक गाऊन निवडला आणि तो अंगावर चढवला. गाऊनच्या आत दुसरं कुठलंही वस्त्र नव्हतं; त्यामुळे तिचं 'सर्व काही' दिसू शकत होतं. मग ती झोपायच्या खोलीत गेली. डबलबेड सारखा करून मऊ उशा बिछान्याच्या मध्यावर ठेवल्या. आणखी एक मद्याचा पेला घेऊन झाला, तोच तिला राझीन दरवाजातून येताना दिसला.

तिनं बेडरूममधूनच त्याचं स्वागत केलं. ती म्हणाली, 'आज तुला यायला जरा उशीर झाला का? आता असं कर— तुला आणि मला इकडे खोलीतच मद्य आण आणि काहीतरी सुंदर संगीत चांगलं मोठ्यानं लाव. मला ते इथे चांगलं ऐकू आलं पाहिजे.'

राझीननं त्याप्रमाणे केलं. मद्याचे पेले घेऊन तो आत आला. तिच्याकडे अनिमिष नेत्रांनी बघत म्हणाला, 'वा! काय लावण्य आहे!'

तिनं त्याच्याकडे एक मादक कटाक्ष टाकला. मद्याचा पेला त्याच्या हातून घेत, तो वर उंचावून ती म्हणाली, 'तुझ्या उत्तम सहवासासाठी आणि काल माझे प्राण वाचवल्याबद्दल!'

तो बिलीच्या पायाशी खाली जमिनीवरच बसला.

'जीवन जरी असंच चालणार असेल, तरी त्याला अंतच असू नये, नाही?'

'बिलकूल नाही.'

'मग आपण त्याची मजा लुटू या. चल मद्य घे.' एव्हाना तिच्या पोटात बरंच मद्य गेलं होतं. तिच्या अंगात उष्णता उतरत होती. किंचित गरगरू लागलं होतं. तिनं त्याच्याकडं पाहिलं. तो तिला कमालीचा तरुण वाटला.

त्यानं वर पाहिलं. 'कशी आहेस?' त्यानं विचारलं.

'उत्तम,' ती म्हणाली, 'आजच्या इतकी स्वस्थ मी कधीच नव्हते. तू कसा आहेस?'

त्यानं आपलं पेय एका दमात संपवलं. 'तुला खरंच जाणून घ्यायचंय्?'

‘अर्थातच.’

त्यानं आपला हात तिच्या उघड्या मांडीवर ठेवला. ‘बिली, मी तुझ्यावर जिवापलिकडे प्रेम करतो. तुला प्राप्त करण्यासाठी वाट्टेल ती किंमत मोजायला मी तयार आहे.’

तिनं त्याचा हात धरला. ‘मीही तोच विचार करत होते. काल मी खरोखर मूर्खपणाच केला. मलाही तू हवा आहेस. अगदी मनसोक्त हवा आहेस. आपण अधिक वेळ गमावण्यात काहीच अर्थ नाही.’

तिनं मनोमन सुटकेचा नि:श्वास टाकला. तिच्या नाटकाचा पहिला प्रवेश उत्तम वठला होता.

तो गडबडीनं उठला. तिचा एक हात घट्ट पकडून त्यानं तिला बाहुपाशात घेण्याचा प्रयत्न केला; पण ती हलकेच निसटली. ‘मला आपल्या दोघांच्यात कपड्यांचा अडसर नको आहे,’ ती अस्फुट स्वरात म्हणाली. ‘ताबडतोब बिछान्यावर चल. आपल्यात कसलाच आडपडदा नको.’

तिनं गाऊनची गाठ सोडून तो जमिनीवर घसरू दिला. बिछान्यावर अंग झोकून ती राझीनची वाट पाहू लागली. त्यानं बूट-मोजे केव्हाच भिरकावून दिले होते. तो भराभर कपडे उतरवू लागला. त्याची रुंद, भरदार छाती उघडी झाली. तिला त्याच्याकडे बघावसं वाटत नव्हतं आणि बघितल्यावाचून राहवत नव्हतं. बापरे! हा राक्षस आता आपला चोळामोळा करणार! तिला क्षणभर भीतीनं घेरलं. तिनं देवाची प्रार्थना सुरू केली.

तो एकटक तिच्या नग्न सौंदर्याचा आस्वाद घेत होता. तिला स्वत:ची अत्यंत शरम वाटू लागली. आपलं ‘स्त्रीत्व’ झाकून घ्यावं; भराभर कपडे अंगावर चढवावेत असं तिला तीव्रतेनं वाटलं. पण आता उशीर झाला होता. तिनं मन आवरलं. स्वातंत्र्यासाठी द्यावी लागणारी ही किंमत होती. विचारपूर्वक ही योजना तिनं आखलेली होती.

तिला ॲन्ड्र्यूची बिछान्यावरील सौजन्यपूर्ण, नाजूक, संथ क्रीडा एकदम आठवली. एक शब्दही न बोलता उत्कर्ष बिंदूपर्यंत त्यांचा प्रवास चालायचा. त्यानंतर दोघंही शांतपणे पडून राहायचे. पुन्हा जमिनीवर उतरले की अध्यक्ष सिगारेट शिलगावायचे. तिलाही एक द्यायचे. हळूहळू ते गप्पा सुरू करत. तिचे कार्यक्रम, त्यांची धावपळ, मंत्रिमंडळाच्या बैठका, इतर सभा, आशा-निराशा, काही गुप्त गोष्टी. मग झोपेच्या स्वाधीन व्हायचं.

सुसंस्कृत, सुखद, ऊबदार!

राझीनच्या स्पर्शानं ती भानावर आली. तिची छाती धडधडू लागली. आता सुरुवात होणार होती. पण कशी? ती मनात थबकली. नेहमीची सरधोपट क्रिया

सोडली तर अन्य विकृत लैंगिक समाधानाचा तिला अनुभव नव्हता. फक्त ऐकीव गोष्टी, कादंबऱ्या आणि चित्रपटांमधून जे पाहिलं तेवढंच! त्यातूनच तिला आपली भडक प्रतिमा उभी करायची होती.

राझीन तिच्या स्तनांवरून हात फिरवू लागला. ती चट्कन सावध झाली. तिला बेभान करणारं सुख अपेक्षित नव्हतं, तर वेगळंच काही साधायचं होतं. तिच्या अंगावर तो चढणार, तोच ती म्हणाली, 'थांब, थांब! एवढ्यात नको. मी दाखवते मला काय आवडतं ते, नाहीतर मजा येणार नाही.'

मुखमैथुनाची तिला अत्यंत किळस वाटत असे. अनुभव तर नव्हताच. आपण हे काय करतोय् हेच तिला समजेना. राझीनला मात्र तो प्रकार आवडला असावा. कारण तो आनंदाच्या भरात रशियनमध्ये चीत्कार करू लागला. तिची जाणीवशक्ती हरपू लागली. शेवटी त्या अनोख्या खेळानं ती बेभान झाली, आणि उन्मादाच्या भरात राझीनला दूर लोटून तिनं आपले पाय पसरले. 'ये! आता सुरू कर. मला भरपूर सुख दे!' ती ओरडली.

तिला संभोगाचा हा अनुभव पूर्णपणे नवीन होता. राझीनचा जोम अलौकिक होता. त्यात ती रममाण होऊ लागली. हळूहळू चार पेले मद्याचा जोष उतरू लागला. ती दमली पण त्याचा जोर वाढतच होता.

आपला परमोच्च बिंदू जवळ येत आहे याची तिला जाणीव झाली परंतु मनात दुसरे विचार आणून तो क्षण दूर ठेवण्याचा प्रयत्न ती करू लागली. इतकं भयानक पाशवी सुख ती प्रथमच अनुभवत होती. तिच्या देहाचा कण अन् कण पिंजून निघत होता. राझीनही जोरजोरात उसासे टाकू लागला. आपली शुद्ध हरपलेली आहे आणि आपल्यासह सर्व जग विरघळून जात आहे असं तिला खोलवर वाटू लागलं. अतीव आनंदाची ती परिसीमा होती.

दोन-तीन क्षणांतच राझीन तिच्यापासून अलग होऊन शेजारी उताणा पडला. तोच तिला आपलं ध्येय आठवलं. त्याला अजून पुरतं फसवायचं होतं. तिनं त्याला ढोसलं, 'ऊठ, ऊठ! अजून माझं पुरतं समाधान झालेलं नाही.' तिनं सारं बळ एकवटलं. शरमेची भावना जाळून तिनं त्याच्या जिभेला स्पर्श केला. 'याचा वापर कर!' ती म्हणाली.

'तुला असं आवडतं?' असं म्हणत तो उठला. त्यानं तिच्या अपेक्षेप्रमाणे करायला सुरुवात केली. वास्तविक अशा तऱ्हेच्या क्रीडा तिनं स्वप्नातदेखील केल्या नव्हत्या. अॅन्ड्र्यूला तर हे बिलकुल पसंत नव्हतं. पण पुस्तकात वाचूनच, अशा प्रकारे काहीजण करतात हे तिला माहीत होतं. तिला दुःख या गोष्टीचं झालं की हे करून घेताना ती आनंदून जात होती.

थोड्याच वेळात तिला ग्लानी आली. तिच्या स्त्री-देहाला एक अपूर्व असा

कामक्रीडेचा आनंद मिळाला होता. तथापि, त्याहीपेक्षा समाधान या गोष्टीचं होतं की राझीन तिच्या जागी वावरणाऱ्या स्त्रीला हे सर्व कळवील. आणि नेहमीची नाजूक, मृदुभावी बिली अशी रानटी कशी काय बनली, याचा अ‍ॅन्ड्र्यूला नक्कीच संशय येईल! तोच तर आपला उद्देश आहे, ती मनात म्हणाली.

राझीन तृप्त होऊन उठून बसला. तिनं कृतज्ञतेची भावना दाखवून नुसतीच मान हलवली.

'थँक्स्, अ‍ॅलेक्स!' ती काही वेळानं म्हणाली, 'मला कमालीचं सुख दिलंस, आता ते संगीत बंद कर आणि मला झोपू दे.'

ती एका बाजूला वळली अन् तिनं उशीत डोकं खुपसलं. राझीन बिछान्यावरून उठून बाथरूममध्ये गेल्याचं तिला समजलं. थोड्याच वेळात तो कपडे करून निघून गेला.

तिला गुंगी चढत होती. अंगातलं सगळं त्राण गेलं असूनही ती धडपडत उठली. बाथरूममध्ये जाऊन स्वच्छ होऊन परतली. झोपेच्या गोळीची आज तिला गरज नव्हती. बिछाना अजूनही ऊबदार होता.

अमेरिकेची पहिली मानाची स्त्री! जीझस्! जर तिकडे कोणाला हे कधी काळी समजलं तर!

आपला हा अपूर्व त्याग वाया जाऊ नये. यामुळे अध्यक्षांना धोक्याची जाणीव होईल. तेही वाचतील आणि मलाही वाचवतील. सात वर्षे जिच्याबरोबर संसार केला, ती बिली ही नव्हे, असं अध्यक्ष तात्काळ ओळखतील आणि अखेर सत्य उघडकीस येईल.

ती दुसरी बाई अभिनेत्री असेलही; पण खऱ्या बिली ब्रॅडफोर्डलाच फक्त ठाऊक होतं की या शतकातली सर्वोत्कृष्ट भूमिका आज ती जगली होती.

तिचे विचार मिसळत गेले. केव्हातरी तिला शांत झोप लागली.

त्यानंतर तास-दीड तासानं राझीननं आपल्या कार्यालयात लिहिण्याचे कागद घेऊन पेन उघडलं. बिलीला आवडणाऱ्या कामक्रीडेविषयी अहवाल लिहायचा होता. म्हणून सुरुवात कशी करायची यावर तो विचार करू लागला.

त्याला लवकरच लक्षात आलं की काम तितकं सोप नाही. जो जो अधिक विचार करावा, तितका तो अधिकच गोंधळून गेला. वास्तविक, अशा तऱ्हेनं मन आणि शरीर सुखावणारं-काहीसं थकवा आणणारं कामसुख त्यानं प्रथमच अनुभवलं होतं. जणू काही व्हेराकडूनच त्याला ते मिळालं होतं. पण 'व्हेरा' त्याला आनंद देण्याची आटोकाट कोशिश जरी करत असली तरी स्त्रीनं पुढाकार घेऊन, इतक्या

आक्रमक पद्धतीनं पुरुषाला शोषून घ्यावं, हा नवीनच अनुभव होता.

हा विचार मनात येताच, त्या सुखाला आणखी एक अभिमानाची झालर होती, असं राझीनच्या लक्षात आलं. अमेरिकेच्या पहिल्या स्त्रीला, खुद्द अध्यक्षांच्या पत्नीला त्यानं मनसोक्त भोगलं होतं.

अशा तऱ्हेचं सुख पुन्हा आपल्याला मिळेल का? किंवा बिलीसुद्धा ते देऊ शकेल का? त्याच्या मनात याविषयी संदेह निर्माण झाला होता. कदाचित बिली स्वतःच्या दुःखदायक परिस्थितीतून तात्पुरती सुटका व्हावी म्हणून अशा तऱ्हेच्या 'साहसा'ला तयार झाली असावी. पण ती पुन्हा तयार होईल का? स्वतःचा मान, मोठेपणा विसरून ती एका सामान्य माणसाला इतकं जवळ करील का? त्याला तर प्रामाणिक शंका होती.

या शंका दूर सारणं भाग होतं; कारण व्हेराला ताबडतोब बिलीच्या 'आवडी-निवडी'ची माहिती कळवणं आवश्यक होतं. त्याची अत्यंत आवडती, लाडकी व्हेरा संकटात होती. रशियाला हवी असलेली माहिती अमेरिकन अध्यक्षांबरोबर शय्यासोबत करून तिनं एकदा काढली, म्हणजे व्हेरा मोकळी होणार होती. त्याची व्हेरा त्याला परत मिळणार होती आणि व्हेरा या वेळी क्षणाक्षणाला माहिती मिळवण्यासाठी कासावीस झाली होती, हे त्याला ठाऊक होतं. तो अस्वस्थ झाला. बिलीच्या समागमाविषयी त्रयस्थपणे त्यानं विचार सुरू केला.

मात्र लिहावं काय, हा गोंधळ तसाच कायम होता. पण त्याला काही तरी खटकत होतं. ते नेमकं काय असावं, हे शोधण्याचा प्रयत्न चालूच होता. त्याच्या लक्षात आलं की बिलीची नेहमीची वागणूक आणि रतिक्रीडेतील हालचाली ह्या दोन्ही गोष्टी पूर्णपणे विसंगत होत्या.

बिली ही एक नाजुक, सभ्य आणि सुसंस्कृत स्त्री होती. तिच्या इतर वागण्यावरून ती बिछान्यात इतकी हिंस्र, एखाद्या वेश्येसारखी वागेल, हे त्याच्या बुद्धीला पटत नव्हतं. प्रत्यक्ष समागम चालू असताना तिच्या डोळ्यांत क्षणभर तरळून गेलेली किळस त्याच्या नजरेतून सुटली नव्हती. थोड्या वेळातच तिचा आवेश, तिचा जोर कमी पडत चाललाय, हे त्याला जाणवलं होतं. तिच्या या उसन्या अवसानामुळे त्याला जरी खूपच आनंद मिळाला, तरी अशा तऱ्हेच्या दीर्घकाळ चालणाऱ्या समागमाचा तिला अनुभव नाही, हे त्याच्या लक्षात आलं.

राझीन स्वतःच्या कर्तबगारीवर रशियन हेरखात्यात वर चढलेला होता, मोठा अधिकारी बनला होता. भावनांच्या आहारी न जाता, वस्तुस्थितीचं सूक्ष्म निरीक्षण करून अक्कलहुषारीनं निर्णय घेण्याची, तसंच त्याप्रमाणे वागण्याची त्याच्यात क्षमता होती. नेहमीच्या सवयीप्रमाणे तो बिलीच्या कृतीचं विश्लेषण करू लागला. तिनं नाटक करून फसवलं की काय, ही शंका आता दृढ होऊ लागली.

सुरुवातीला तिनं स्वत:ला अगदी पारदर्शक पोशाखात बिछान्यावर दाखवून त्याला मोहात पाडलं होतं. ती निश्चितच त्याला चुकीच्या रस्त्यानं नेत होती. काय लिहावं? एकएक क्षण मोलाचा होता. तो शांतपणे खुर्चीला रेलून बसला. त्यानं डोळे मिटून मन एकाग्र करण्याचा प्रयत्न सुरू केला; तेव्हा त्याला समजलं की आपलं शरीर आणि मनही थकलेलं आहे. तरी पण त्यानं बिली ब्रॅडफोर्डची फाईल काढली आणि तो चाळू लागला.

त्या फाईलीवरून राझीनला एवढंच समजलं की लग्नापूर्वी बिलीचे दोघांशी शरीरसंबंध आले होते. पण त्या वेळेच्या कामक्रीडेचा उल्लेख त्यात असणं शक्यच नव्हतं. त्याही बाबतीत निराशाच झाली. शिवाय लग्नानंतर तिची शय्यासुखाची तऱ्हा बदलली असण्याची शक्यता होती.

काही वेळा अगदी सभ्य, नाजुक दिसणाऱ्या स्त्रिया बिछान्यात वखवखल्याप्रमाणे वागतात, हे त्यानं अनुभवलं होतं. त्यामुळे बिलीच्या बाह्य वागणुकीवरून तिची आक्रमक भूमिका विलक्षण विसंगत वाटली तरी तिनं आपल्याला फसवलं असेल असं राझीनला खात्रीपूर्वक वाटेना. वेश्या अशा वेळी यांत्रिकपणे वागतात; तसा बिलीच्या क्रियेत कृत्रिमपणा नव्हता. ती प्रेमाच्या खेळात समरस झाली होती. एवढंच नव्हे तर वाढत्या उत्साहानं सहभागी झाली होती.

त्यामुळे अहवाल काय द्यावा, हे प्रश्नचिन्ह कायम राहिलं होतं. शेवटी, बराच वेळ विचार करून त्यानं लिहायला प्रारंभ केला. त्याच्या माहितीच्या आधारे व्हेरा त्या दिवशी रात्री अध्यक्षांजवळ 'खेळणार' होती आणि त्याच वेळी तिचं भवितव्य ठरणार होतं.

■

१

त्या दिवशी संध्याकाळी लंडनच्या क्लॅरिज हॉटेलमध्ये गे पार्करनं सचिव श्री. मार्टिन यांच्यामार्फत अध्यक्ष ब्रॅडफोर्ड यांची भेट ठरवली.

वास्तविक या भेटीला नोरानं नापसंती दर्शविली होती. तिच्या मते अजून काही काळ वाट पाहून सबळ पुरावा जमवावा; मगच पार्करनं वाटल्यास त्यांची भेट घ्यावी, हा रास्त विचार होता. पण अमेरिकेच्या पहिल्या स्त्रीनं लाडबरी यांच्या दुकानात दिलेली गुप्त भेट आणि त्या भेटीसंबंधी अध्यक्षांची केलेली फसवणूक पाहून पार्करनं ध्यासच घेतला होता. म्हणूनच अध्यक्षांच्या घाईगर्दीच्या वेळापत्रकात मार्टिन यांच्या मध्यस्थीमुळे दहा मिनिटं भेट मिळवली होती.

ठरलेल्या वेळी तो अध्यक्षांच्या खोलीत गेला. त्याला पाहून श्री. ब्रॅडफोर्ड म्हणाले, 'तुझं काहीतरी महत्त्वाचं काम असणार. मी फारच घाईत आहे, त्यामुळे थोडक्यात काय ते सांग.'

पार्कर त्यांच्याकडे बघत नम्रतेनं म्हणाला, 'सर, शिखर परिषदेपेक्षाही मला हे काम महत्त्वाचं वाटलं म्हणून मी तुमची भेट घेतोय्. अन्यथा माझ्या कर्तव्याला मी चुकलो असं झालं असतं.'

अध्यक्ष हसले. म्हणाले, 'ठीक आहे, मी ऐकतोय्. तुझं गूढ काम काय आहे ते मोकळेपणानं सांग.'

पार्कर त्यांच्याकडे जरा निरखून बघत म्हणाला, 'माझं काम सांगण्याअगोदर तुम्हाला एक प्रश्न विचारायचा आहे. तो असा की तुमच्या पत्नी बिली या मॉस्कोहून परतल्यानंतर तुम्हाला त्यांच्यात काही फरक आढळला का?'

अध्यक्ष जरा गोंधळले. 'तू काय म्हणतोय्स हेच मला समजत नाही.'

पार्करला त्यांचं हे उत्तर जणू आधीच ठाऊक होतं. तो म्हणाला, 'अध्यक्षमहाराज,

गेले सहा महिने मी मिसेस ब्रॅडफोर्ड यांच्या सहवासात आहे. मी त्यांचं जवळून निरीक्षण केलेलं आहे. मॉस्कोहून परत आल्यानंतर त्यांच्या वागणुकीत फारच बदल घडला आहे. असं वाटतं की मूळची बिली मॉस्कोला गेली आणि पूर्ण बदललेली दुसरी बिली परत आली.'

अध्यक्ष त्रासिक बनले. 'फार लांबण लावू नकोस. काय बोलायचं ते थोडक्यात आणि स्पष्टपणे बोल.'

पार्कर क्षणभर स्तब्ध राहिला, मग म्हणाला, 'मला असं सुचवायचंय् की बिली पहिली राहिलेली नाही. फार फार बदलली आहे. तुम्हाला हा फरक जाणवला नाही?'

अध्यक्ष थोडंसं त्राग्यानं म्हणाले, 'तुझं म्हणणं अजून मला समजलेलं नाही. बिली ही बिलीच आहे. ती माझी धर्मपत्नी आहे आणि तिच्यात काहीही बदल झालेला नाही.'

या उत्तरानंतरसुद्धा पार्करनं धीर धरून तिच्यातील बदल ऐकण्याची अध्यक्षांना विनंती केली. त्याला खटकलेल्या गोष्टी तो एकएक करून सांगू लागला. लॉस एंजल्स् टाईम्समधल्या तिच्या लेखाबद्दल तिनं केलेली परस्परविरोधी विधानं; लॉस एंजल्स्मध्येच भरलेल्या महिला परिषदेतर्फे आयोजित केलेल्या जेवणाच्या वेळी बिलीची अत्यंत जुनी आणि जिवलग मैत्रीण ॲग्नेस हिला न ओळखण्यात झालेली चूक पार्करनं सांगितली. त्याचप्रमाणे बेसबॉल सामन्याच्या वेळी नवशिक्यासारखी दिसलेली तिची वागणूक; वडिलांच्या घरी तिच्यावर तिनंच वाढवलेला कुत्रा कसा भुंकला आणि तिचा भाचा महिन्यापूर्वीच व्हाईट हाऊसमध्ये भेटून गेला होता तरीही तो वर्षानं भेटत असल्याबद्दल काढलेले तिचे उद्गार पार्करनं ऐकले.

अध्यक्ष त्याला मध्येच म्हणाले, 'तू शुद्धीत आहेस ना? बिली गेले काही दिवस आजारी होती. लोकांच्या गर्दीमध्ये, एकामागून एक कार्यक्रम उरकताना कोणाच्याही हातून अजाणता किंवा विस्मरणामुळे अशा चुका होतात. अगदी माझ्या हातूनसुद्धा घडतात. कुत्र्याबद्दल बोलशील तर तो आता म्हातारा होऊन मृत्युपंथाला लागलेला आहे.'

पार्करनं तरीही माघार घेतली नाही. तो आपला मुद्दा तसाच रेटत म्हणाला, 'पूर्वी तिनं सांगितलं होतं की तुमच्या ओळखीची एक सिनेमा नटी तिला एकदा भेटली होती; आणि मॉस्कोहून परत आल्यावर आपण तिला कधीही भेटलो नाही असं ती म्हणाली. त्याचप्रमाणे बिलीची मैत्रीण जेनेट कॅन्सरनं वारली, हे तिला ठाऊक असूनही परवा इथे दिलेल्या मुलाखतीत ती म्हणाली की, पुढील आठवड्यात तिला भेटायला जाणार आहे. हे विचित्र वाटत नाही का?'

'बिलकुल नाही!' अध्यक्ष रागानं म्हणाले. 'हा मानवी मनाचा कमकुवतपणा

आहे. आपल्या सगळ्यांच्याच बोलण्यात आणि वागण्यात विसंगती आढळून येते. तुला ज्या शंका आलेल्या आहेत, त्यांना सहज उत्तर देता येईल. तू एवढंच सांगण्यासाठी माझा वेळ खाल्लास का? तुझ्या मनात अजून काहीतरी असलं पाहिजे. ते एकदा लवकर सांग म्हणजे झालं!'

पार्कर सांगू लागला. 'माझा तोच प्रयत्न आहे-पण थोडं थांबा. मॉस्कोहून राजदूत युंगदल यांचा इथे तुम्हाला फोन आला होता. तुम्ही कामात असल्यामुळे नोरानं तो घेतला. त्यांना एका अमेरिकन प्रवासी बाईनं वार्ता दिली की क्रेमलिनमध्ये एक तरुण बाई कैदेत असून ती दुसरीतिसरी कोणी नसून तुमची पत्नीच आहे. तिच्या जागी रशियन लोकांनी बिलीसारखीच दिसणारी एक तोतया स्त्री इकडे पाठवलेली आहे.'

अध्यक्ष काही सेकंद गप्प बसले. नंतर पार्करला गंभीरपणे म्हणाले, 'तू फार झोकलेली आहेस का?'

'मी पूर्ण शुद्धीवर आहे. श्रीयुत युंगदल यांनी काय सांगितलं तेच मी तुम्हाला ऐकवलं. अर्थात त्यांना या गोष्टीचं फारसं गांभीर्य वाटलं नाही, हे खरं आहे.'

'पण तुला मात्र त्याचं गांभीर्य वाटतंय्, असंच ना?' अध्यक्षांनी खोचून विचारलं.

'बिलीच्या इतर चुका, विसंगती विचारात घेतल्या म्हणजे नक्कीच वाटतं. फर्स्ट लेडी आता पूर्वीची राहिलेली नाही, एवढं निश्चित. तुम्हाला त्यांच्यात खरंच काही बदल जाणवला नाही?'

अध्यक्षांचा संयम ढळू लागला. 'अजिबात नाही. मी तिच्याबरोबर दिवसरात्र वावरत आहे. तिच्याबरोबर झोपतोसुद्धा. मला तिच्याबद्दल कसलाही संशय नाही. तुझं समाधान झालं का? मला वाटतं, ही चर्चा यापुढे चालू ठेवणं मूर्खपणाचं ठरेल.'

ते आपल्याला हाकलून देतील या भीतीनं पार्कर आवाज थोडा वाढवून म्हणाला, 'आणखी एकच गोष्ट सांगतो. अगदी शेवटचीच. काल दुपारी फर्स्ट लेडी बाहेर कुठेच गेली नाही, असं तिनं तुम्हाला सांगितलं; पण ते खरं नाही. ती खोटं बोलली. ती बाहेर गेली होती. मी तिचा पाठलाग केला. ती—'

'जरा थांब,' अध्यक्ष संतापानं म्हणाले. 'तू तिचा पाठलाग केलास? तू स्वत:ला समजतोस कोण? माझ्या बायकोच्या पाळतीवर आहेस?'

पार्कर वरमलेल्या आवाजात म्हणाला, 'सॉरी सर, पण मी तुमच्या हितासाठी गेलो. मला काळजी वाटत होती. ती इथून गेली ती सरळ लाडबरीच्या दुकानात. मला वाटतं लाडबरी हा रशियाचा हस्तक आहे. आणि तुमच्याबरोबर या वेळी असलेली फर्स्ट लेडी त्याच्याशी संपर्क साधत असावी.'

'तुला हे सिद्ध करता येईल?'

'माझी तशी इच्छा आहे,' पार्कर शांतपणे म्हणाला, 'आणि त्यात मला तुमची मदत हवी आहे. ब्रिटिश गुप्तचर विभागाच्या साहाय्यानं लाडबरीबद्दल चौकशी करता येईल.'

'त्याची चौकशी? म्हणजे छापा घालून? तुझं डोकं ठिकाणावर नाही. इथे शिखर परिषद सुरू असताना असल्या कृतीनं रशियन लोक बिथरून जातील.'

पार्कर उभा राहिला. 'सर. मी वेडा नाही. कृपा करून माझ्या सद्‌हेतूबद्दल विश्वास ठेवा. मला तुमची काळजी वाटतेय्. आणि—'

'माझी काळजी सोडून दे आणि स्वत:ची घ्यायला लाग!' अध्यक्ष जाम चिडले होते. 'तू एक बुद्धिमान तरुण आहेस, या समजुतीनं मी तुला काम दिलं होतं. पण आता मला शंका येऊ लागलीय्. तुला दिवास्वप्नं दिसत असावीत. तू वेळीच स्वत:ला आवर नाहीतर तुझ्या नोकरीचा मला विचार करावा लागेल. तू मला जे जे काही सांगितलंस ते माझ्या बायकोला सांगावसं वाटतंय्. केवळ तुला दाखवून देण्यासाठी-'

'सर, कृपया तसं काही करू नका,' पार्करनं विनवणी केली. कारण आपला संशय बनावट बिलीला समजला तर आपली गच्छंतीच, हे त्याला ठाऊक होतं. फुकाफुकी कोण मरेल!

'ठीक आहे. काळजी करू नकोस.' अध्यक्ष म्हणाले. 'तिनं तुला आजच नोकरीवरून काढावं असं मला वाटत नाही. कारण तुझं काम चांगलं आहे. तुला एक संधी द्यायला हरकत नाही.'

पार्करनं कृतज्ञतापूर्वक मान हलवली.

ते पुढे म्हणाले, 'एक ध्यानात ठेव— तुझी ही कपोलकल्पित कथा दुसऱ्या कोणाला ऐकवशील तर मी तुझी गय करणार नाही. आपलं काम मुकाट्यानं चालू ठेव आणि आपली आज भेट झालीच नाही असं आपण समजू या. पुन्हा यासंबंधी एक शब्दही ऐकायची माझी तयारी नाही, समजलं?'

'यस् सर, गुड ईव्हिनिंग, सर!'

व्हेराची सहनशक्ती संपुष्टात आली होती. इकडे पार्कर अध्यक्षांबरोबर बोलत असताना ती मॉस्कोहून माहिती किंवा निरोप न आल्यानं चिडून गेली होती. थोड्याच वेळात तिला अध्यक्षांबरोबर जेवायला जायचं होतं.

मनाचा असह्य ताण कमी व्हावा म्हणून कपडे व केशभूषा करावी असं तिनं ठरवलं. तिनं कपाट उघडलं, पण तिला काहीच सुचेना. एकदा तिला वाटलं की

आपल्याला बरं नाही किंवा आपल्या योनीतून रक्तस्त्राव होत असल्याची बतावणी करावी. पण हे ढोंग फार वेळ टिकलं नसतं. कारण अध्यक्षांनी काळजीमुळे ताबडतोब डॉक्टरांना बोलावून तिची तपासणी करून घेतली असती.

लंडनच्या जवळच रशियन सरकारच्या वापरासाठी रॉयल एअर फोर्सचा जुना विमानतळ राखून ठेवलेला होता. तो रशियाच्या संरक्षण व्यवस्थेखाली होता. मॉस्कोहून काहीच निरोप न आल्यानं व्हेराच्या मनात एक विचार तरळून गेला– आपण त्या विमानतळावर पळून जायचं का? तो भ्याडपणा ठरला असता म्हणून तो विचार तिनं झटकून टाकला. शेवटी एकच पर्याय शिल्लक होता, तो म्हणजे रात्री येईल त्या परिस्थितीला मुकाट्यानं सामोरं जाणे. पण त्यात धोका होता– फार फार धोका होता.

ती निराशेच्या खोल गर्तेत असतानाच फोनची घंटा वाजू लागली.

'हॅलो ! मिसेस ब्रॅडफोर्ड हिअर.'

'तुम्ही एकट्याच आहात का?' पलिकडून बोलणारी व्यक्ती स्वत:चं नाव न सांगता म्हणाली, 'तुमच्यासाठी डिस्नेलॅन्डहून भेट आलेली आहे.'

'मी एकटीच आहे, फ्रेड.' बिली आनंदून म्हणत असतानाच फोन बंद झाला.

तीनचार मिनिटांनी हॉटेलच्या व्हरांड्यात पावलं वाजली. बिलीनं ताबडतोब दार उघडलं. अध्यक्ष परत येण्यापूर्वी ही भेट उरकणं अत्यावश्यक होतं. तिनं फ्रेड विलीसचं स्वागत केलं.

तो आत आला. तिच्या हातात एक पाकिट देऊन म्हणाला, 'कागदावर लिहिणं फार धोक्याचं असूनही आम्ही तो पत्करला आहे. तू कागद नीट वाच; मग तो जाळून टाक आणि त्याची राख टॉयलेटच्या पाण्यात फेकून दे.' एवढं बोलून तो झटकून निघून गेला.

तिनं खोलीचा दरवाजा आतून बंद केला. नंतर त्वरेनं तीनचार मिनिटांत सगळा अहवाल तिनं वाचून काढला. त्यात बिली ब्रॅडफोर्डच्या कामक्रीडेचं तपशीलवार नसलं तरी सूचक वर्णन केलेलं होतं. हा अहवाल ॲलेक्स राझीननंच पाठवला असणार याबद्दल तिची खात्री होती. अर्थात अहवाल लिहिण्याआधी राझीन आणि बिलीनं संभोगसुख घेतलं होतं, याची तिला खात्री पटली होती. पण त्याबद्दल तिच्या मनात असूया किंवा संताप बिलकुल निर्माण झाला नाही. उलट तो कागद जाळून त्याची राख नष्ट करत असताना राझीनच्या प्रेमानं तिचं मन भरून आलं. खरोखरच आपण सुखरूप रहावं, आपल्याला धोका पोचू नये म्हणून त्याला किती काळजी होती!

त्या आनंदातच तिनं मेजवानीला जाण्यासाठी प्रसाधन सुरू केलं. ती पूर्ण तयार व्हायच्या आतच अध्यक्ष आले. बऱ्याच दिवसांनी अत्यंत आनंदात दिसणाऱ्या

आणि साजशृंगार करणाऱ्या आपल्या सुंदर पत्नीकडे पाहून तेही उल्हसित झाले. त्यांनी स्वत:चे कपडे बदलले आणि दोघंही जेवणासाठी बाहेर पडले.

मेजवानीच्या वेळी 'बिली' कमालीच्या उत्साहानं वावरत होती. सर्वजण तिच्याकडे कौतुकानं बघत आहेत, हे पाहून अध्यक्ष फारच सुखावले.

मेजवानीहून परत आल्यावर दोघंही ताबडतोब झोपण्याच्या खोलीत जाणार, तेवढ्यात अध्यक्षांना फोन आला. ते अजीजीच्या स्वरात म्हणाले, 'बिली, ॲडमिरलशी एक महत्त्वाचं काम निघालं आहे; ते आटपून मी लगेच परत येतो.'

बिलीनं एक स्नेहपूर्ण कटाक्ष टाकून म्हटलं, 'फार वेळ लावू नका. मी अगदी आतुर झालेय्.'

अध्यक्ष गेल्यावर तिनं स्नान केलं. बिलीला आवडणारा सेंट आपल्या अंगाला भरपूर लावला. नंतर लिपस्टिकचा हलका हात ओठांवर फिरविला आणि जांभळ्या रंगाचा झिरझिरीत गाऊन घालून ती अध्यक्षांची वाट बघत बसली.

पाच मिनिटांतच दाराचा आवाज आला. अध्यक्ष आत आले. तिच्याकडे प्रेमानं पाहात ते म्हणाले, 'मला तू फार आवडतेस, बिली.'

'त्याहीपेक्षा तुम्ही मला आवडता,' बिली मधुर स्वरात म्हणाली.

अध्यक्ष बाथरूमकडे जात म्हणाले, 'मी आलोच.' आतून शॉवरचा आवाज सुरू झाला. नंतर तिला सेन्टचा घमघमाट आला. कपडे न करता, तसंच अंग कोरडं करून आणि गाऊन चढवून ते बाहेर आले. बिलीला त्यांचं इंद्रिय दिसलं. अध्यक्ष अजून पुरते तयार झाले नव्हते.

'तुम्ही थकलेले आहात का?' तिनं मायेनं विचारलं.

'थोडासा. परिषदेच्या ठिकाणी सारखी डोकेफोडच चालली होती,' ते मंद हसून म्हणाले, 'पण मी तेवढा थकलेला नाही!'

ते बिछान्यावर येऊन पडले.

क्षणभर बिलीच्या, अर्थात व्हेराच्या हृदयाचे ठोके चुकले. तिचा आत्मविश्वास डळमळला. राझीनचा अहवाल माहितीच्या दृष्टीनं पुरेसा होता; पण त्यात निश्चित स्वरूपाच्या काही सूचना नव्हत्या. पुढे नेमकं काय घडणार होतं? तिनं हालचाल करायची, का ते सुरू करतील?

ती पांघरुणातून त्यांच्याकडे सरकू लागली, पण थबकली. अध्यक्ष पुढाकार घेतील अशी तिला सूचना होती.

त्यांनी तसा घेतलाच.

त्यांनी पांघरुण दूर भिरकावलं. तिच्याजवळ सरकून तिचा गाऊन वर केला. त्यांची अपेक्षा ध्यानात घेऊन तिनं आपले हात वर केले. त्यांनी गाऊन तिच्या डोक्यातून पूर्णपणे बाहेर काढला, आणि जमिनीवर फेकला.

अध्यक्षांनी क्षणभर तिच्याकडे गंभीरपणे पाहिलं. 'तुझी वक्षस्थळं जगात सर्वांगसुंदर आहेत.'

हात खाली घेऊन ती म्हणाली, 'ती सर्वस्वी तुमचीच आहेत, फक्त तुमचीच.'

'हूं!' त्यानी तिच्या छातीत आपलं तोंड खुपसलं, एक हात तिच्या स्तनांवरून फिरू लागला.

ती डोळे मिटून स्वस्थ पडून राहिली. फक्त एक हात त्यांच्या डोक्यामागे धरला. ते तिच्या देहाची भरपूर चुंबनं घेत होते; आता ते चांगले उत्तेजितही झाले. तिला कृती करण्याचा मोह होत होता, पण राझीनच्या सूचना आडव्या आल्या.

अध्यक्षांनी संभोगक्रियेला आरंभ केला. ती मात्र अजून पुरती तयार झाली नव्हती. तिनं मुद्दामच हुंकार द्यायला सुरुवात केली.

'खरंच, मला तू किती हवीशी आहेस. यात किती आनंद आहे– कितीं–' ते कुजबुजले.

'खूप-खूप-'

त्यांची नियमित हालचाल सुरू झाली.

तिला जोरात साथ द्यायची इच्छा होती. पण-! अध्यक्ष बहुधा आनंदात असावेत, असं तिला वाटलं. ती मात्र फारशी सुखात नव्हती. एक निष्क्रिय 'स्लीपिंग पार्टनर!'

त्यांची संथ क्रिया सुरूच होती. एक सरळ, साधा व्यवहार. त्यात वैचित्र्य नाही, की आक्रमकता नाही. त्यांना जसं करायचं असेल तसं करू दे. मग आपली तृप्ती होवो अगर न होवो. एकंदरीत बिली ही सौम्य प्रकृतीची बिछान्यातली भागीदार होती तर! गुडलक ! थँक्स् राझीन.

अध्यक्षांचा वेग वाढला. काही मिनिटातच त्यांचा उत्कर्षबिंदू आला.

ठीक ! आपण इथपर्यंत सहीसलामत पोचलो– तिला जाणवलं.

'वंडरफूल, ॲन्ड्र्यू !' ती उद्गारली.

'नेहमीपेक्षा आज विशेष मजा आली,' बाजूला आडवं होत ते म्हणाले.

'इतके दिवस थांबल्याचं सार्थक झालं,' ती मुद्दामच हलक्या आवाजात म्हणाली.

प्रत्यक्षात ती पूर्णपणे अतृप्त होती. पण आयष्यात जणू प्रथमच इतकं सुख मिळालं असा आविर्भाव तिच्या चेहऱ्यावर होता. अभिनयगुण तिच्यात उपजत होते.

त्यांनी तिला सैलसर आलिंगन दिलं.

ती परीक्षेत उतरली होती. 'ॲन्ड्र्यू?' तिनं हाक मारली.

'बोल प्रिये?'

'आपल्याला रोज असा आनंद लुटता येईल का?'

'मलाही तसंच वाटतं. पण पुढचे काही दिवस रशियाबरोबर चांगलाच वैचारिक मुकाबला आहे. वाट जिकिरीची आहे. आपल्यावर कमालीचा ताण आहे. सर्वस्व पणाला लावायची ही वेळ आहे. त्यामुळे रोज रात्री माझी काय स्थिती असेल, सांगता येत नाही.'

ती पूर्णपणे त्यांच्या बाजूला वळली. ते छताकडे बघत पडले होते.

'याच वेळी इतका ताण असायचं काय कारण?' तिनं सहजगत्या प्रश्न केला. 'नेहमीच तसा असतो, नाही का?'

'त्याचं असं आहे, नेहमी आपण सामर्थ्याच्या बळावर वाटाघाटी करतो. ते सोपं जातं. पण या वेळी—' त्यांनी आपलं वाक्य अर्ध्यावरच सोडलं.

'या वेळी-या वेळी काय? मला अधांतरी ठेवू नका.'

'सॉरी डियर! पण या वेळी आपल्याला भूलथापांच्या जोरावर जिंकायचं आहे. ते सोपं नाही, गुंतागुंतीचं आहे. एक दिवस मी तुला सगळं समजावून सांगेन.'

ती कृतककोपानं म्हणाली, 'हे चांगलं नाही! मला सामान्य नागरिकासारखी वागणूक देऊ नका, तुम्ही माझ्याशी नेहमीच मोकळेपणानं, विश्वासानं बोलता. मीही तेवढीच तुमच्यावर विश्वासून आहे. आपण जीवनाचे भागीदार ना? मला तुमच्या अडचणी समजू द्या. तुमच्या चिंता मला समसमान वाटून घेऊ द्या.'

'तुझ्यापासून काहीही लपवायची माझी इच्छा नाही,' ते दिलगिरीच्या स्वरात म्हणाले. 'मी थकलेलो आहे आणि उशीरही बराच झालेला आहे. पण सर्व काही जाणून घ्यायचा तुला हक्क आहे. मी थोडक्यात तुला समजावून देतो.'

'थोडक्यात का? सगळं व्यवस्थित सांगा ना. बोएन्दे या आफ्रिकन राष्ट्राच्या संदर्भात परिषदेचा सगळा रोख आहे, मला ठाऊकंय्. पण त्यात एवढा गुंता कसला? माझ्या खाजगी जीवनावर ज्याचा परिणाम होऊ शकेल, ते सगळं मला समजलंच पाहिजे.'

ते हसले. 'तुझं बरोबर आहे. त्याचं असं आहे : कम्युनिस्ट बंडखोर न्वापा रशियाच्या मदतीनं बोएन्देवर कबजा मिळवू इच्छितो. रशियानं जर त्याला शस्त्र-पुरवठा केला तर ते अगदीच सोपं आहे. पण त्यांना आपली शंका वाटते. बोएन्देचे अध्यक्ष किबांगु यांना आपण आधीच शस्त्रास्त्रं पुरवली असतील आणि आपण हस्तक्षेप केला तर न्वापाचं बंड चिरडलं जाईल; त्या पराभवामुळे सगळ्या आफ्रिकेतील कम्युनिस्ट सत्तेवर विपरित परिणाम होईल, अशी त्यांना भीती आहे.'

'मग तुम्ही बोएन्देला शस्त्रं दिली आहेत का नाही?' फारसं कुतूहल न दाखवता तिनं विचारलं.

'तेच तर रशियाला जाणून घ्यायचं आहे.' त्यांनी उसासा टाकला. 'सत्य असं आहे की तसा पुरवठा आपण केलेला नाही. फक्त तसा देखावा मात्र केलेला आहे.

हे नाटक अखेरपर्यंत कसं चालू ठेवायचं, हाच माझ्या पुढील खरा प्रश्न आहे.'

व्हेराच्या अंगावर शहारे आले. तीन वर्षांच्या कष्टाचं सार्थक झालं होतं. वाटाघाटींमध्ये रशियाचा विजय आता अटळ होता. पंतप्रधान किरचेंको आपल्याला मोठी शाबासकी देतील!

अध्यक्षांच्या केसांत हात फिरवून ती म्हणाली, 'बिचारे! तुम्हाला खूपच त्रास होत असेल.'

तिच्या हाताचा मुका घेऊन ते म्हणाले, 'तू किती प्रेमळ आहेस!'

'थँक यू, ॲन्ड्र्यू.' आणखी काही विचारावं का नाही हे तिला समजेना. तिनं सावध प्रयत्न करायचं ठरवलं. तोंडावर गोंधळलेला भाव आणून ती म्हणाली, 'एक मात्र माझ्या लक्षात येत नाही.'

'काय ते?'

'तुम्ही थापा मारताय् हे रशियाला समजलं आणि त्यांनी बंडाला मदत केली तरी तुम्हाला जलद हस्तक्षेप करता येणार नाही का? विमानं आहेतच की!'

'ते शक्य आहे, पण तसं आपण करू शकत नाही. त्यामुळे मला लोकक्षोभाला, मध्यावधी निवडणुकीला तोंड द्यावं लागेल. मध्यंतरी आपण गुप्तपणे लोकमत अजमावलं होतं. जनता अन्य राष्ट्रांत लष्करी हस्तक्षेपाच्या विरुद्ध आहे. त्यामुळे बोएन्देला आयत्या वेळी आपण मदत करू शकणार नाही.' ते जरा थांबले. 'सुदैवानं हे रशियाला ठाऊक नाही. अन्यथा बोएन्देमध्ये आधीच त्यांनी बंड घडवलं असतं. तो देश ताब्यात घ्यायला एक आठवडासुद्धा पुरेसा आहे. हस्तक्षेप न करण्याच्या करारावर मग ते कधीच सही करणार नाहीत. शिखर परिषद फिसकटेल.'

'त्यांना हे ठाऊक नाही, याबद्दल तुमची खात्री आहे?'

'निश्चितच! आणि त्यांना कळणारही नाही. त्याचा अर्थ आपला विजय नक्की झाला. बोएन्देच्या युरेनियममध्ये सिंहाचा वाटा आपला राहील. मध्य आफ्रिकेत आपोआप वर्चस्व स्थापन होईल, आणि कम्युनिस्ट विस्ताराला प्रतिबंध होईल. माझे हेतू आता तुझ्या ध्यानात आले असतील.'

व्हेराला आपला हर्ष लपवता आला नाही. महत्त्वाचं ते ते सर्व काही तिला कळलं होतं. अध्यक्षांचं मोठं रहस्य तिनं शोधलं होतं. हे समजावून घेणारी तीच जगातली एकमेव सोविएत व्यक्ती होती. अर्थात उद्यापर्यंत!

'ॲन्ड्र्यू, आपण जिंकू, नाही?'

'प्रश्नच नाही. आपण जर शेवटपर्यंत असाच टिकाव धरला तर विजय आपलाच आहे.'

तुम्ही हरणार आहात महाशय! ती मनात म्हणाली.

तिनं एक जांभई दिली. 'ॲन्ड्र्यू, मला विश्वासात घेतल्याबद्दल किती बरं

वाटतंय् म्हणून सांगू! तुमची दुःखं मला हलकी करता यावीत हीच इच्छा. आजची रात्र खूप सुखात गेली. आता काळजी विसरून जा, आणि थोडी झोप घ्या. गुड नाईट, डार्लिंग.'

'गुड नाईट! आपण दोघंही झोपू या.'

त्यांनी ऊबदार पांघरूण ओढलं. ती बिछान्याखाली उतरली. झोपेची गोळी घेऊन दिवा मालवला. अंधारातच ती अंथरुणात शिरली. तोपर्यंत अध्यक्ष घोरू लागले होते. तिच्यावर गोळीचा अंमल हळूहळू चढणार होता. तिची मुख्य कामगिरी फत्ते झाल्यामुळे ती जणू हवेतच तरंगत होती. त्या आनंदाचा झोपेनं लगेच ग्रास करावा, अशी तिची इच्छा नव्हती.

तिला पुढच्या सूचना आठवल्या. महत्त्वाची कोणतीही गोष्ट समजली की लगेच फ्रेड विलीसशी संपर्क साधायचा होता. तो लाडबरीला गाठणार आणि त्याच्यामार्फत रशियन पंतप्रधानांपर्यंत सूचना जाऊन पोहचणार होती.

नियोजित वेळी तिच्यासाठी गाडी आणि ड्रायव्हरची व्यवस्था होणार होती. फर्स्ट लेडीचा गुप्त पोलिसांना पत्ता न लागता, लंडनपासून १० मैलांवर असलेल्या रशियन अखत्यारीतील विमानतळावर तिला नेण्यात येऊन स्वत: पंतप्रधान किरचेंको आणि जनरल चुकोव्हस्की यांची भेट होईल; त्या वेळी अध्यक्ष ब्रॅडफोर्ड यांच्याकडून मिळालेली गुप्त माहिती त्यांना दिली की लगेच एका जेट विमानानं व्हेरा मॉस्कोला रवाना होणार होती. त्याच वेळी बिली ब्रॅडफोर्डला विमानानं लंडनला आणलं जाणार होतं.

किरचेंको परिषदेत वर्चस्व मिळवणार होते. व्हेराचाही मोठा विजय होणार होता. ती सोविएत हिरॉइन बनणार होती.

पांघरूणाखाली ती आनंदातिरेकानं तळमळत होती. व्हेरा व्हाविलोवा– हिरॉइन! एक अमर नायिका!

या मधुर स्वप्नांबरोबरच तिला सुखनिद्रा लागली.

■

१०

दुसऱ्या दिवशी संध्याकाळी गे पार्कर आपली भाड्याची मोटार घेऊन बाहेर पडला. त्यानं बकिंगहॅम पॅलेसला तीन फेऱ्या मारल्या. राजवाड्यातून बाहेर पडण्यासाठी जे तीन दरवाजे होते, त्यापैकी कुठल्याही एक दरवाजात तुझी वाट पाहीन, असा दुपारीच नोराचा फोन आला होता.

नोरा बिली ब्रॅडफोर्डबरोबर ब्रिटनच्या महाराणींकडे चर्चा आणि चहापानासाठी जाणार होती. त्यानंतर तिची जरूर लागणार नाही, असं बिलीनं सांगितल्यामुळे संध्याकाळनंतर नोरा रिकामीच होती. म्हणून तिनं पार्करला गाडी घेऊन यायला सांगितलं.

आज सकाळी बिलीशी चर्चा ठरली होती. पार्करनं तिच्या जीवनातील काही घटनांची अगदी कसोशीनं माहिती मिळवली होती. त्यासंबंधी तो काही प्रश्न विचारणार होता. पण आयत्या वेळी तिनं बैठकच रद्द केली. नोराकडून तशी चिठ्ठी आली होती. त्याची घोर निराशा झाली. 'बिली' म्हणून वावरणारी स्त्री ही दुसरीच कुणी बनावट होती, अशी त्याची खात्री पटली होती. त्याबद्दल अधिक पुरावा मिळण्यासाठी आजच्या बैठकीत खोचक प्रश्न विचारून तिला गडबडून टाकायचा त्याचा विचार होता. त्याचा हा बेत अखेर फिसकटला.

त्यानं सगळा दिवस हॉटेलमध्ये वाचनात आणि संगीत ऐकण्यात घालवला. नंतर तो बकिंगहॅम पॅलेसकडे जायला निघाला. राजवाड्याला मारलेल्या तिसऱ्या फेरीनंतर त्याला प्रवेशद्वारापाशी नोरा उभी दिसली. तिला गाडीत घेऊन मग ते दोघं एका कमी गर्दीच्या हॉटेलमध्ये शांतपणे गप्पा मारण्यासाठी निघाले.

एक हॉटेल निवडून ते आत जाऊन बसले. पार्करनं मद्य मागवलं. एकमेकांकडे प्रेमभरानं पाहत असताना नोरा प्रथम बोलली : 'काल तू अध्यक्षांची भेट घेतलीस?'

'होय,' पार्कर शांतपणे म्हणाला, 'मी त्यांना माझ्या मनातले सगळे संशय हळूहळू ऐकवले; म्हणजे तपशीलवार घटना सांगितल्या. पण त्याचा काही उपयोग झाला नाही. उलट त्यांनी मला मूर्खातच काढलं.'

'म्हणजे?'

'अग, ते माझ्यावर चिडतच गेले. प्रथम त्यांनी त्रागा केला तरी मी सांगतच होतो. शेवटी त्यांच्या रागाचा पारा एवढा चढला की ते मला नोकरीवरूनच काढणार होते.'

'बघ, तुला मी सांगितलं नव्हतं की घाई करू नकोस?' नोरा म्हणाली. 'आता तुझा काय बेत आहे?'

'त्यांनी तर मला चांगलाच दम दिलाय् की एक वेळ तुला क्षमा करतो. पण यापुढे असली गुस्ताखी सहन केली जाणार नाही. शिवाय हा विषय दुसऱ्या कोणाजवळ मी बोललो तरी माझी नोकरी गेलीच म्हणून समज. लाडबरीबद्दल मी संशय व्यक्त केला, त्यावरही त्यांनी मला उडवून लावलं. त्यामुळे त्यांची मदत तर सोडाच; माझी हकालपट्टी होण्याचा संभव आहे.'

थोडा वेळ दोघंही मूक बनले. काही वेळानं नोरा पार्करचा हात धरून म्हणाली, 'मला एक छान कल्पना सुचली आहे. आपण व्हाईट हाऊसला फोन करू या. पूर्वी ज्या वस्तू बिली ब्रॅडफोर्डनं हाताळल्या आहेत आणि ज्यांना या दुसऱ्या बिलीनं अद्याप स्पर्शही केला नसेल अशा अनेक वस्तूंवर बिलीच्या हातांचे ठसे उमटले असतील. आपल्याला जर ते ठसे मिळवता आले तर ताबडतोब हुकमी पुरावा मिळू शकेल.'

'तुला सुचलेला विचार अगदी बरोबर! पण तो फार उशिरा सुचला. कारण व्हाईट हाऊसमधल्या माझ्या एका मित्राला यापूर्वीच फोन करून मी ठसे घेण्याबद्दल कळवलं होतं. उत्तरादाखल त्यानं फोन केला. त्याचे उद्‌गार ऐकून मी हतबुद्धच झालो. बिलीनं पूर्वी वापरलेल्या सगळ्या वस्तू स्वच्छ करून ठेवण्यात आल्या होत्या. त्यांच्यावर एकही ठसा मिळाला नाही. म्हणून मग मी मित्राला अमेरिकन गुप्तहेर खात्याच्या फायलीतून ठसे मिळवायला सांगितलं. धक्कादायक गोष्ट म्हणजे तिच्या ठश्यांचे सर्व कागद नाहीसे झालेले आहेत. खऱ्या बिलीच्या हातांचे ठसे आता कुठेही उपलब्ध नाहीत. नोरा, आपल्याला फार बलाढ्य लोकांशी टक्कर द्यायची आहे. तरी पण मी निश्चय केला आहे की जिवाची बाजी लावून या प्रकरणाचा छडा लावायचा.'

'म्हणजे तू नेमकं काय करणार आहेस?' नोरानं घाबरून विचारलं.

'मी त्या लाडबरीचा शोध घेणार आहे. आता मला या कामात तुझ्याशिवाय दुसऱ्या कुणाचीही मदत मिळणार नाही; पण त्याला इलाज नाही. माझी खात्री आहे की त्यांच्या हालचालींचं केंद्र लाडबरीचं दुकान हेच असलं पाहिजे. मी आजच त्याची

भेट घेऊन अंदाज बांधणार आहे.'

नोरानं ओळखलं होतं की तो कोणत्याही युक्तिवादानं ठरलेल्या बेतापासून आता ढळणार नाही. त्या प्रकरणाचा शोध घ्यावा असं तिलाही वाटत होतं. पण तिचं पार्करवर प्रेम जडलं होतं, त्यामुळे त्याची काळजी वाटणं साहजिक होतं. ती कातर आवाजात म्हणाली, 'मला फार भीती वाटतेय् रे! तुला या गोष्टींचा काय अनुभव आहे?'

'भीती बाळगून आपलं उद्दिष्ट साध्य होणार नाही,' तिच्या हातावर थोपटत तो म्हणाला, 'मी शक्य तेवढी काळजी घेईनच.'

दोघांनी मद्य संपवलं आणि ते उठले. नोराला त्यानं क्लॅरिज हॉटेलवर सोडलं आणि तो लाडबरीच्या दुकानात जायला निघाला.

'मी तुझी वाट बघते,' नोरा त्याच्या दंडाला स्पर्श करून म्हणाली. 'स्वत:ची काळजी घे.'

पंधरा मिनिटांच्या आतच तो लाडबरीच्या दुकानाशी पोहोचला. एका पुरुषी बाईनं त्याला हटकलं, 'बोला साहेब? मी आपली काय सेवा करू?'

'मला मिस्टर लाडबरी यांना भेटायचंय्. श्रीमती बिली ब्रॅडफोर्ड यांच्या सांगण्यावरून मी आलोय्.'

'फर्स्ट लेडी? त्यांनी तुम्हाला पाठवलं? आपलं नाव काय?'

'गे पार्कर.'

'मि. पार्कर, मालक फार कामात आहेत, पण मी बघून येते. आपण थोडा वेळ थांबा.'

ती आतल्या बाजूला अदृश्य झाली. मिनिटाच्या आतच एक सडपातळ मनुष्य बाहेर आला.

'मि. पार्कर?' डोळे बारीक करून तो म्हणाला, 'मीच लाडबरी. मिसेस ब्रॅडफोर्ड यांनी तुम्हाला पाठवलं?' त्यानं आपला हात पुढे केला.

त्याच्याशी हस्तांदोलन करून पार्कर म्हणाला, 'तसंच अगदी नाही, पण म्हटलं तर ते खरं आहे. मी व्हाईट हाऊसमध्ये काम करतो. मिसेस ब्रॅडफोर्ड यांना चरित्रलेखनात मी मदत करतो. त्या असं म्हणाल्या होत्या की लंडनमधल्या त्यांच्या ओळखीच्या कुणालाही भेटून मी त्यांची मुलाखत घ्यायला हरकत नाही. तुमच्याजवळ त्या कदाचित बोलल्या असतील.'

'मुलाखतीबद्दल मी एक शब्दही ऐकला नाही,' लाडबरी म्हणाला, 'पण मला वाटतं, अलिकडेच मी व्हाईट हाऊसमध्ये आलो असताना त्या पुस्तकासंबंधी काही

बोलल्या होत्या.'

'त्याच पुस्तकाच्या संदर्भात मी आलोय्. कपड्यांच्या फॅशन्ससंबंधी त्यांच्या आवडीनिवडी काय आहेत हे मला तुमच्याकडून हवंय्. अर्थात तुम्हाला निवांत वेळ असेल तरच. कारण मी अचानक इथे आलेलो आहे.'

'त्याला काहीच हरकत नाही,' लाडबरी लगेच म्हणाला. 'तुम्हाला कशा प्रकारची माहिती हवीय् ते माझ्या लक्षात आलंय्. त्याबाबतीत तुम्हाला मदत करायला मला नक्कीच आवडेल. पण आत्ता या वेळी नको. माफ करा, पण आधीच उशीर झाला आहे. दुकान बंद करायची वेळ झालीय्. शिवाय एके ठिकाणी रात्रीच्या जेवणाला जायचंय्. पण तुम्ही असं करा ना– एकदोन दिवसात मला फोन करा. आपण भेटीची वेळ ठरवू. दुपारचं जेवण एकत्र घ्यायलाही मला आवडेल.'

'एक दोन दिवसात? चालेल. मी फोन करतो.'

मघाचच्या बाई मागून हजर झाल्या. 'मि. लाडबरी, पॅरिसचा फोन आहे.'

'आलोच!' लाडबरी पार्करला म्हणाला, 'सॉरी, पण बराच वेळ मी या फोनची वाट बघतोय्. आपण लवकरच भेटू, मिसेस ब्रॅडफोर्डना नमस्कार सांगा. त्या इथे आहेत तोपर्यंत त्यांना एकदा भेटलं पाहिजे.'

पार्कर आश्चर्यचकित झाला होता. लाडबरी काय म्हणाला? 'मिसेस ब्रॅडफोर्डना लंडनमध्ये भेटलं पाहिजे?' मग बिली त्याला दुकानात भेटून गेली त्याचं काय? त्याचा लाडबरीविषयी संशय दुणावला. आधी बिली खोटं बोलली, आता हा खोटं बोलतोय्. या दुकानात काय चाललंय तरी काय?

पार्करनं मनाशी काही निश्चय केला.

त्यानं बाहेरचं दार उघडलं, त्याबरोबर एक घंटा वाजली. दाराची उघडझाप होताना ती नेहमीच वाजत होती. जागचं न हलता त्यानं दार लावून घेतलं. तो दुकानाच्या आतच थांबला होता.

पायांचा आवाज न करता तो मागे वळला. लाडबरी नुकताच मागील बाजूस असलेल्या त्याच्या ऑफिसमध्ये गेला होता. मधला प्रकाशित मार्ग पूर्ण मोकळा होता. दुकानात दुसरं कुणीच नव्हतं. पार्कर त्वरेनं मागच्या बाजूला जाऊ लागला. लाडबरी फोनवरून बोलल्याचा आवाज येत होता. तो तसाच पुढे गेला. डाव्या बाजूला छोट्या छोट्या खोल्या होत्या. त्यांवर पडदे सोडले होते. तयार कपडे घालून बघण्याच्या त्या जागा होत्या.

ऑफिसच्या लगत असलेल्या एका छोट्या खोलीत पार्कर घुसला. इथे लाडबरीचा आवाज स्पष्टपणे येत होता. खोलीत सगळीकडे आरसे लावलेले होते आणि हँगरवर स्त्रियांचे कपडे लटकावलेले होते. पार्कर एका मोठ्या गाऊनच्या आड जाऊन उभा राहिला.

तो कान टवकारून बोलणं ऐकू लागला. त्याला धोक्याची पुरती जाणीव होती. त्या जागी तो जर सापडला तर काहीच स्पष्टीकरण देता येणार नव्हतं. हे दुकान खरोखरच केजीबीचा अड्डा असेल, तर मग विचारायलाच नको! किंवा चोर म्हणून आपल्याला अटक झाली तरी जगात नाचक्की! चालू नोकरी तर सोडाच; दुसरं काही कामं मिळणंही दुरापास्त होईल. आपल्याला उगीच संशय येत असावा, असंही त्याला नव्यानं वाटू लागलं. हा पोरकटपणा बंद करून सरळ इथून बाहेर पडावं, असं त्यानं ठरवलं. तेवढ्यात बाहेरच्या दाराची घंटा वाजली. तो जागच्या जागी स्तब्ध उभा राहिला.

लाडबरी आतून म्हणत होता, 'ते आले वाटतं. मी बघतो.'

तो मुख्य दाराकडे जाऊ लागला. त्याला अपेक्षित असलेले लोक आले असावेत, कारण तो म्हणाला, 'अगदी वेळेवर आलात. आपण माझ्या ऑफिसमध्येच बसू या.'

लाडबरीच्या मागोमाग दोघांचे जाड बूट वाजत होते. 'मित्र हो, चांगली बातमी आहे, असं ऐकतोय्. तेवढं दार बंद करून घेता का?'

'उत्तम!' ब्रिटिश धाटणीचा अमेरिकन आवाज आला. तेवढ्या शब्दावरून पार्करला आवाज ओळखीचा वाटला, पण लक्षात आला नाही.

'पुढचं दार बंद केलेलं आहे,' रशियन धर्तीचा आवाज आला. 'किल्ली पुन्हा, वेलवेटच्या सुटात जागच्या जागी ठेवली आहे.'

'आपल्याला आता कसलाही त्रास नाही. आपण ऑफिसमध्ये बसू या. माझ्याकडे उत्तम शेरी आहे,' लाडबरी म्हणाला.

काही वेळ संपूर्ण शांतता पसरली. पार्करला वाटलं, हे लोक निघून गेले की काय! तेवढ्यात लाडबरीचा आवाज आला, 'आपल्या अपूर्व यशाबद्दल!' म्हणजे बाईसह चारजण मद्यपान करू लागले होते. काहीतरी चांगली बातमी होती, पार्करच्या लक्षात आलं. जर ती रशियाच्या बाजूनं असेल तर अमेरिकन इसम इथे काय करतोय्? आणि जर ब्रिटन किंवा अमेरिकेच्या फायद्याची असेल तर रशियन माणूस इथे कसा काय?

लाडबरी म्हणत होता, 'म्हणजे आपल्या बाईनं काम केलं?'

'अद्याप नाही, पण जवळ जवळ!' अमेरिकन बोलला. 'ती मला एवढंच म्हणाली की आपल्याला हवंय् ते तिला मिळालेलं आहे. आज रात्री अकरा वाजता पंतप्रधानांना ती भेटेल. त्याच वेळी ती रिपोर्ट देईल.'

'एवढा संदेश आपण लगेच पाठवायचा का?' लाडबरीनं विचारलं.

अमेरिकन उद्गारला, 'मला वाटतं नको. आपण काम होईपर्यंत थांबू या.'

'पण अदलाबदल कधी होणार?' लाडबरी.

एकदाचा रशियन आवाज आला. ‘अदलाबदल होणारच नाही. व्हेरानं एकदा माहिती दिली की तिचा उपयोग संपला. नंतर दुसरी आपल्या जागी परतेल.’

बराच वेळ शांतता. तिचा भंग लाडबरीनं केला. ‘म्हणजे आपली प्रिय व्हेरा कायमची अदृश्य होणार तर, बेगिनोव्ह?’

‘ते आवश्यकच आहे.’

‘खरं आहे,’ लाडबरी खेदानं म्हणाला, ‘बिचारी! चांगली हुशार बाई होती. पंतप्रधानांची भेट झाल्यावर ते काम उरकण्यात येणार काय?’

‘सगळी व्यवस्था झाली आहे,’ रशियन म्हणाला. ‘तिचा चेहराही ओळखता येणार नाही. ॲसिड!’

पुन्हा शांतता.

‘आपण संदेश कधी द्यायचा?’ लाडबरी.

‘तू रात्री अकरापासून इथे हजर रहा,’ बेगिनोव्ह म्हणाला. ‘फेडिन सांकेतिक भाषेत इथे संदेश घेऊन येईल. दुसऱ्या बाजूला लोक तयारच असतील.’

‘ठरलं!’ लाडबरी म्हणाला.

पार्करला खुर्च्या हलल्याचे आवाज आले. चारीजण उठले. त्यांच्या पावलांचे आवाज मुख्य दारापर्यंत गेले. दिवे बंद झाले. दुकानही बंद झालं.

पार्कर कपड्यांच्या मागे तसाच उभा होता. दुकानात तो एकटाच होता का त्या चौघांतलं कुणी तरी मागे थांबलंय्, हे त्याला ठाऊक नव्हतं. या वेळी आपण सापडलो तर मृत्यू अटळ! पण, फार काळ दडून रहाणं त्याला अशक्य झालं. केव्हातरी त्याला जागचं हलणं भागच होतं. मग जितक्या लवकर निघता येईल तेवढं उत्तम.

त्यानं पंधरा मिनिटं थांबायचं ठरवलं. दुकानात कुणी असेल तर त्याची हालचाल तेवढ्या वेळात नक्कीच जाणवेल.

त्या वेळात त्यानं जे काही ऐकलं होतं त्यावर त्यानं विचार सुरू केला. त्याचा संशय आता सिद्ध झाला होता. व्हेरा नावाची गुप्तहेर त्यात सामील होती. तिनं काहीतरी मौल्यवान, गुप्त माहिती मिळवली होती. रशियन पंतप्रधानांना आज रात्री व्हेरा ती माहिती देणार होती. कारण लंडनमध्ये या वेळी एकच पंतप्रधान हजर होते, ते म्हणजे किरचेंको. म्हणजे शिखर परिषदेच्या संदर्भात ही काहीतरी रशियन कारवाई होती. लाडबरीसह तिघंजण केजीबीचे एजंट होते. बेगिनोव्ह, लाडबरी आणि तो अमेरिकन. रशियाला हवी असलेली माहिती व्हेरानं पुरवली की तिला लगेच ठार केलं जाणार होतं. नुसतं ठार नाही— विद्रूप करून!

आता शंकेला काही जागाच नव्हती. त्याचा संशय पूर्णपणे खरा ठरला होता. ही व्हेरा म्हणजे बिली ब्रॅडफोर्डच्या जागी असलेली दुसरी स्त्री होती. अध्यक्षांकडून

तिनं अमूल्य माहिती मिळवली होती. ती माहिती एकदा मिळाल्यावर व्हेराला नष्ट करणं अत्यावश्यक होतं. म्हणजे रशियाला त्यात कुणी अडकवू शकणार नव्हतं. 'अदलाबदल' होणार याचा अर्थ खरी बिली परत आपल्या जागी पोचती होणार. काहीच जणू घडलं नाही, असे व्यवहार पुन्हा सुरू होणार.

हा भयंकर कट उघडकीस आल्यामुळे पार्करचं मस्तक सुन्न झालं. त्या यशस्वी योजनेचा अखेरचा टप्पा जवळ आलेला असल्यामुळे पार्कर लपलेल्या जागेतून तात्काळ बाहेर पडला.

गेली पंधरा मिनिटं कसलाही आवाज आला नव्हता. कुठे धडपडू नये म्हणून एका हातानं चाचपडत तो मुख्य दारापर्यंत आला. त्याच्या सर्वांगाला कंप सुटला होता. दाराची मूठ वळवून त्यानं दार उघडायचा प्रयत्न केला. ते घट्ट बंद केलेलं होतं. काही करून बाहेर तर पडायलाच हवं होतं. त्याला एकदम बेगिनोव्हचे शब्द आठवले. तो शोकेसमधल्या वेलवेटच्या सुटाजवळ आला. त्याला दोन खिसे होते. एक रिकामा होता. दुसऱ्यात त्याच्या हाताला किल्ली लागली.

थरथरत्या हातानं त्यानं किल्ली फिरवून मुख्य दार उघडलं. बाहेर रस्त्यावर येऊन दार पुन्हा बंद केलं.

किल्ली हातात घेऊन पार्कर काही क्षण तिच्याकडे बघत बसला. ती जर आपल्याजवळ ठेवली तर ते शोधाशोध करत बसतील. त्यापेक्षा अशीच दुसरी चावी बनवून घ्यावी आणि मूळ जागच्याजागी ठेवून द्यावी. पण या वेळी किल्ली कोण बनवून देणार? सुदैवानं त्याला एका गोष्टीचं स्मरण झालं. बिलीचा पाठलाग करताना ज्या ठिकाणी तिनं गाडी पार्क केली होती, तिथेच लोखंडी सामानाचं एक दुकान दिसलं होतं. तिथे किल्ली करून मिळाली तर उत्तमच.

तो झपाझप त्या दुकानापाशी गेला. काऊंटरवरचा इसम कागदावर बेरीज करत बसला होता. पार्कर त्याला म्हणाला, 'मला अशीच दुसरी किल्ली बनवून पाहिजे; मिळेल का!'

कपाळावर आठ्या चढवून तो माणूस म्हणाला, 'आत्ता या वेळी? मी दुकान बंदच करत होतो. पण थांबा— तुम्ही अमेरिकन आहात?'

'होय– मी–'

'ठीक आहे. माझ्या बायकोचे खूप अमेरिकन नातलग आहेत. तुमचं काम मी करतो.'

खरोखर पाच मिनिटांच्या आतच त्यानं दुसरी किल्ली बनवून आणली. पार्करनं त्याचे आभार मानले, पैसे चुकते केले आणि तो उलट पावली लाडबरीच्या दुकानाशी आला. फूटपाथवर कुणीच दिसत नव्हतं. मूळ किल्लीनं दार उघडून तो आत गेला. जागच्याजागी किल्ली ठेवून पुन्हा दाराशी आला. बाहेर डोकावून पाहिलं.

सर्वत्र सामसूम होती. तो लगेच बाहेर आला. दुसऱ्या किल्लीनं कुलूप घातलं. जाकिटाच्या खिशात ती किल्ली टाकून तो जलद आपल्या गाडीपाशी आला. गाडी सुरू केल्यानंतरच त्याला मोकळा श्वास घेता आला.

त्याला स्वत:चं आश्चर्य वाटत होतं. आपल्याला हे सगळं कसं काय जमलं? ते ओघात होऊन गेलं म्हणूनच! योजना आखूनही तसं जमलं नसतं. एखादा तरबेज गुप्तहेरदेखील कदाचित पकडला गेला असता.

त्यानं जे रहस्य उघडकीस आणलं होतं ते विश्वास ठेवण्यापलिकडचं होतं, अतर्क्य होतं. व्हेरा नावाची दुसरी 'फर्स्ट लेडी' प्रत्यक्षात होती. अमेरिकेच्या अध्यक्षांकडून तिनं गुप्त माहिती काढली होती. तिला उत्कृष्ट रीतीनं तयार केलं होतं. आणि आता तिचा उपयोग संपल्यानंतर आज रात्रीच तिला या जगातून कायमचं नाहीसं केलं जाणार होतं. मागून अर्थातच मॉस्कोला ती वार्ता पाठवायची होती. आणि खरी बिली ब्रॅडफोर्ड लंडनला येणार होती.

गप्प बसून उपयोग नव्हता. रशियाचा हा कट आणि व्हेरा यांच्याबद्दल कोणाला तरी सांगणं अत्यावश्यक होतं. पण कोणाला सांगायचं? त्याच्यावर कोण विश्वास ठेवील? आपल्याला हे जरी समजलं असलं तरी हुकमी एक्का रशियाच्या हातात होता. खुद्द खऱ्या फर्स्ट लेडीनं जरी त्यांचा हा कट उघडकीस आणायचा प्रयत्न केला, तरी तिच्यावरही कोणाचा विश्वास बसणार नाही. अध्यक्षांचा नाही, सी. आय. ए., ब्रिटनचे मुख्य प्रधान, कोणीसुद्धा विश्वास ठेवणार नाही. मानसिक ताण, अतिकष्ट, दिवास्वप्नं बघणे इत्यादी लेबलं तिच्यावर लावण्यात येतील. नर्व्हस ब्रेकडाऊन झाला असावा म्हणून मानसोपचारतज्ज्ञ तिच्यावर उपचार करतील. पण तिचं बोलणं कुणीही गांभीर्यानं घेणार नाहीत. त्यामुळे तिला बोलायचं धाडसही होणार नाही. रशियन लोक सुरक्षित होते. त्यांना ते पक्कं ठाऊक होतं.

आणि आपल्यावरही कोण विश्वास ठेवील? नोरा सोडून पार्कर दुसऱ्या कुणाजवळ हे बोलू शकत नव्हता. त्या क्षणी दुसरी व्यक्ती त्याच्या डोळ्यांसमोर आली. त्या व्यक्तीला जर अप्रत्यक्ष सांगितलं तर उपयोग होईल.

त्याच्या हाताचा कंप थांबला. गाडीचं चाक एका हातानं स्थिर पकडता येऊ लागलं. नोराला लगेच भेटणं भाग होतं. तिची मदत लागणार होती. परिषद हातची जाण्यापूर्वी अजून थोडा अवधी बाकी होता.

नोरा तिच्या ऑफिसमध्येच होती. पार्करनं तिला विचारलं, 'बिली बकिंगहॅम पॅलेसमधून परतली का?'

'अद्याप नाही.' तिच्या चेहऱ्यावर काळजी ओसंडून चालली होती. 'तू लाडबरीकडे जाऊन आलास?'

'जाऊन आलो का? आणि कसा काय परतलो, असंच ना? जे काही घडलं त्यावर तुझा विश्वासच बसणार नाही.'

त्यानं हलक्या आवाजात घडलेला सारा वृत्तान्त तिला ऐकवला. काहीही गाळलं नाही. नोरा विस्फारलेल्या डोळ्यांनी सर्व काही ऐकत होती. त्याची कथा संपली तरीही तिच्या तोंडातून शब्द फुटेना.

'कसं काय वाटतं?'

'काय वाटणार? आणि काय बोलणार? गेला आठवडा आपण एकत्र आहोतच. मलाही तुझ्यासारखाच संशय येत होता. पण हे सगळं विचित्रच आहे. तुला खुद्द पुरावाच मिळाला की! म्हणजे ही फर्स्ट लेडी, आपली बिली नाहीच तर!'

'तिचं नाव व्हेरा आहे.'

'पण गे, माझं डोकं कामच देत नाही. त्यांना हे सगळं कसं काय साध्य झालं?'

'त्याचं या घटकेला महत्त्व नाही. त्यांनी हे जमवलेलं आहे एवढं निश्चित!'

'आणि बिली-बिली कुठे आहे?'

'बहुधा मॉस्कोत. व्हेराला खलास केल्यानंतर तिच्याजागी दुसरी कुणीतरी येणार आहे, ती आपली बिलीच असणार, दुसरं कोण? आपलं काम एवढंच आहे, अमेरिकेच्या गुप्त गोष्टी बाहेर जाणारच नाहीत, यासाठी होता होईल तो प्रयत्न करणे,'

'पार्कर, तू ताबडतोब अध्यक्षांना भेटलं पाहिजे.'

'पुन्हा? त्यांचा माझ्यावर कधीच विश्वास बसणार नाही. जरी बसला तरी ते निश्चित पुरावा मागतील. छे? ते मला लाथच घालतील. आणि नोकरी गेली तर माझा सगळी हवाच निघून जाईल.'

'बरोबर आहे, त्याचा उपयोग नाही खरा!' नोरानं मान्य केलं. 'पण मग कशाचा उपयोग होईल?'

तो उभा राहिला आणि तिच्याजवळ गेला. 'एक शक्यता आहे. नेम लागला तर ठीकच आहे, नाहीतर नाही. पण मला वाटतं उपयोग होईल. परतीच्या प्रवासात मला ती कल्पना सुचली. पहिली गोष्ट म्हणजे तोतया फर्स्ट लेडीचं बिंग आपण फोडायचं नाही... तसं करणं या वेळी शक्यही नाही. फक्त परिषदेच्या दृष्टीनं गुप्त असलेल्या गोष्टी रशियन पंतप्रधानांपर्यंत जाता कामा नयेत. आज मध्यरात्री ती सगळं काही त्यांना सांगणार आहे. त्याला आपण प्रतिबंध केला पाहिजे.'

'पण कसा?'

'तिलाच– या व्हेराला तिच्याबद्दलचं सत्य सांगून. तिची कामगिरी पूर्ण झाल्यावर बिचारीच्या नशिबात काय लिहिलेलं आहे ते आपण सांगू. त्यात मला तुझी मदत पाहिजे, नोरा.'

'काय सांगशील ती!' नोरा म्हणाली.

'ठीक, मग ऐक.'

त्यानं खाली वाकून तिच्या कानात सांगायला सुरुवात केली. ते झाल्यावर पार्कर पुन्हा सरळ बसला. 'तुला काय वाटतं?'

'याचा उपयोग होईल?' तिनं विचारलं.

'व्हायलाच पाहिजे. यापेक्षा चांगली कल्पना तुला सुचते का?'

'नाही. ओके, आपण तसं करू या. ती आता कुठल्याही क्षणी येईल. झोपायला जाण्यापूर्वी ती मला भेटल्याशिवाय राहत नाही... फोन म्हणा, निरोप म्हणा.'

'नक्की? मग आपण तयारीत राहू.'

दोघंही बाहेर पडले. फर्स्ट लेडीच्या खोलीचं दार फक्त रात्री कुलूप लावून बंद असायचं. पार्करनं ते ढकलताच उघडलं गेलं. त्यानं ते तसंच उघडं ठेवलं, आणि तो काही फूट मागे सरकला. नोरा त्याच्याजवळच थांबली.

ते वाट पाहू लागले. मिनिटा-मिनिटाला पार्कर घड्याळ बघत होता. सहा मिनिटं, आठ मिनिटं गेली. तो अस्वस्थ बनू लागला. अखेर आतल्या बाजूनं दार वाजल्याचा आवाज आला. त्यानं नोराकडे पाहून ओठांवर बोट ठेवलं.

फर्स्ट लेडीचा आवाज त्यानं ओळखला. तिच्याबरोबर असलेल्या गुप्त पोलिसाशी ती बोलत होती. 'आज रात्री हॉटेल सोडायचं का, ते मला ठाऊक नाही. अध्यक्ष ते सांगू शकतील,' ती म्हणत होती.

तिची हालचाल बाहेरून जाणवत होती. 'नोरा, तू कुठे आहेस?' तिनं हाक मारली.

पार्करनं पुन्हा आपल्या ओठांवर बोट ठेवलं. नोरानं उदासपणे मान हलवली. तिच्या कानात पार्करनं एकच शब्द उच्चारला 'सुरू!'

फर्स्ट लेडी त्यांच्यापर्यंत पोचायच्या आत पार्कर मोठ्या आवाजात, पण गप्पा मारल्याप्रमाणे बोलू लागला. 'होय, ती रशियन हेर आहे. आपण इथे आल्यापासून ही चर्चा सुरू आहे. अध्यक्षांच्या रक्षकाकडून मी ते ऐकलं. त्याला फार काही ठाऊक नव्हतं. लंडनमध्ये रशियन स्त्री-गुप्तहेर आली असून, अध्यक्षांच्या आतल्या गोटात म्हणे तिनं प्रवेश मिळवला आहे.'

नोरा लगेच म्हणाली, 'खरं सांगतोस? तुझा त्यावर विश्वास बसतो?'

'काही सांगता येत नाही. मी जे काही ऐकलं, ते सांगतोय्. तिचं नावही त्यांना समजलं आहे. व्हेरा हे तिचं नाव आहे.'

'ती कोण असेल?'

'ते मात्र ठाऊक नाही; म्हणजे अद्याप समजलेलं नाही.'

तो थोडा वेळ थांबला. आत थांबलेली बाई जर खरी बिली असेल, तर ती तडक

त्यांच्याजवळ येईल आणि आपण हे संभाषण ऐकलं अशी कबुली देईल. शिवाय आणखी माहिती विचारेल, ही त्याची खात्री होती. पण ती जर व्हेरा असेल, तर गुपचूप ऐकत बसणार! अधिक जाणून घ्यायचा प्रयत्न करणारच.

ती शांतपणे सगळं ऐकतीय्, याबद्दल पार्करला शंकाच नव्हती.

तो पुन्हा बोलू लागला : 'त्यांच्या गुप्तचरांची झालेली एखादी बैठक आपल्या लोकांना कळली असावी. हल्ली ठिकठिकाणी ध्वनिमुद्रणाची छुपी व्यवस्था असते.'

'मग आपले लोक त्या संदर्भात काय करणार आहेत?' नोरानं विचारलं.

'निश्चित स्वरूपाचा पुरावा मिळाल्याशिवाय फारसं काही करता येणार नाही. या व्हेरानं किरचेंको यांच्यासाठी उपयुक्त अशी काहीतरी माहिती मिळवलेली आहे. शिखर परिषदेच्या दृष्टीनं त्याचं महत्त्व आहे. पण ही व्हेरा नेमकी कोण हे अद्याप समजलेलं नाही. आपल्या ताब्यात ती कधीच येणार नाही.'

'म्हणजे नेमकं काय, पार्कर?'

पार्कर मुद्दामच सावकाश म्हणाला, 'अशी वंदता आहे की आज मध्यरात्री-नंतर व्हेरा कायमची अदृश्य होईल. रशियन प्रधानांना हवी ती माहिती मिळाली, की तिची गरज संपली.'

'ते आपल्याच एजंटला ठार करतील?'

'का नाही? तिचं महत्त्वच मग संपतं. ती जिवंत राहिली तरच उलट त्यांना कायमचा धोका आहे. तिला खूपच काही ठाऊक असणार! त्यांच्या दृष्टीनं ती मरणंच हिताचं आहे. आज रात्रीच तिचा काटा काढतील, असं मी ऐकलं.'

'या जगात काय काय घडेल सांगता येत नाही,' नोरा म्हणाली.

'बरं ते जाऊ दे– आज आपण एकत्र जेवू या,' पार्कर म्हणाला.

तेवढ्यात फर्स्ट लेडीचा पलीकडून आवाज आला. 'नोरा, तू कुठे आहेस?'

'मी इकडे आहे, बिली!'

फर्स्ट लेडी बाहेरच्या बाजूला आली. आपण आत्ताच आलोय्, अशी बतावणी करून ती म्हणाली, 'काही निरोप वगैरे आहेत का?'

आपला चेहरा शक्य तेवढा निर्विकार ठेवून पार्कर तिच्याकडे बघत होता. ती पांढरीफटक पडली होती.

'अध्यक्षांचा निरोप आहे की दहापर्यंत त्यांना काम आहे. तू थांबणार असशील तर ते तुझ्याबरोबर जेवण घेतील... नाहीतर तू आधी जेवायलाही त्यांची हरकत नाही.'

'थँक यू नोरा, मी बघते काय करायचं ते. तूर्त मी अतिशय थकलेली आहे. थोडी डुलकी घेईन म्हणते. कुठल्याही कारणस्तव मला उठवू नका.'

ती बेडरूमकडे जात असताना दोघंही तिला न्याहाळत होते. तिनं दार आतून

घट्ट बंद केलं.

नोरा कुजबुजली, 'तिनं ऐकलं असेल असं तुला वाटतं?'

'प्रत्येक शब्द तिनं ऐकलाय्. आता तिला मिळालेली गुप्त माहिती त्यांना सांगताना ती दहादा विचार करेल.'

'मग काय होईल?'

'ती फितूर होऊ शकेल. मी तरी तिला प्रोत्साहन देईन.'

नोरानं कपाळावर आठ्या घातल्या. 'म्हणजे तू तिला ओळखलं आहेस हे सांगावं लागेल.'

'तिला कदाचित आनंदही होईल.'

'किंवा ती तुझा खून घडवील.'

'मग आज आपण अखेरच्या मेजवानीचा आनंद लुटू या!'

'कदाचित तिचं अखेरचं जेवण असेल!'

'मला नाही तसं वाटत. आपण थोडं थांबू या. लवकरच काय ते समजणार आहे.'

बेडरूममध्ये व्हेरा आरशासमोर उभी होती. अचानक तिचं अंग शहारलं. ते भीतीपोटी की संतापामुळे, का दोन्ही कारणांमुळे, हे तिला कळेना.

ती जगावेगळी योजना सुरू झाल्यापासून प्रथमच व्हेरा इतकी हादरली होती. नोरा आणि पार्करचं सगळं संभाषण तिनं ऐकलं होतं. पार्करला आणि अध्यक्षांच्या रक्षकाला एवढी माहिती कशी मिळाली? आणि कोणाकडून? लाडबरी किंवा विलीसच्या कार्यालयात संभाषण चोरून ऐकायची व्यवस्था कदाचित असेलही. सी. आय. ए. चं हे काम असावं, किंवा फ्रेड विलीस डबल क्रॉस करत असावा. अर्थात त्याच्याबद्दल तिला शंका नव्हती. आपल्या लोकांना सावधगिरीचा इशारा द्यावा असं तिला वाटलं. पण तशी गरज नव्हती. व्हेरा हीच फर्स्ट लेडी आहे, हे अद्याप त्यांना समजलं नव्हतं. पार्करच्या सांगण्याप्रमाणे खरोखर आपली निर्दयपणे हत्या होईल का? त्या पाजी हलकटांवर आपण विश्वास टाकला हे चुकलंच म्हणायचं! तिच्याच देशाचे लोक, तिचे संरक्षक, तिनं पत्करलेला धोका आणि तिची एकनिष्ठा याची काय किंमत करत होते. देहान्त प्रायश्चित! पण आता आपण त्यांच्या हातातली कळसूत्री बाहुली राहणारच नाही. आपल्याला काही एक शक्ती प्राप्त झालेली आहे, तिचा वापर केलाच पाहिजे.

तिला आता कुणी त्राता उरला नव्हता. या कठीण परिस्थितीत तिलाच आता मार्ग शोधून काढायचा होता; आणि तसा आपण काढू, असा तिला स्वत:बद्दल

विश्वास होता. सर्वांना परिचित असलेला तिचा चेहरा, हीच काय ती अडचण होती. लोकांच्या ध्यानात न येता इथून बाहेर कसं पडता येईल, या प्रश्नावर ती इतक्या शांतपणे विचार करीत होती, की तिचं तिलाच आश्चर्य वाटलं. तिला उत्तरही चटकन सुचलं.

प्रथम दोन टेलिफोन करायचे आणि मग बाहेर पडायचं.

तिनं बिलीच्या छोट्या डायरीतून जेनेट फॅरलीचा नंबर शोधून काढला. जेनेट हयात नव्हती; पण तिचा नवरा आणि सतरा वर्षांचा मुलगा पॅट्रिक, हे दोघं ग्रीन पार्कजवळ एका घरात राहात होते. तिनं फोन उचलला. ऑपरेटरला तिनं लगेच नंबर सांगितला. काही क्षणांतच एक तरुण आवाज तिच्या कानावर पडला : 'हॅलो, पॅट्रिक फॅरली हियर.'

'पॅट्रिक? मी बिली ब्रॅडफोर्ड. तुझ्या आईची जुनी मैत्रीण.'

'बिली?' मुलाच्या आवाजात आश्चर्य भरलं होतं.

'होय, बिली ब्रॅडफोर्ड. मी आणि माझे यजमान शिखर परिषदेसाठी इथे आलो आहोत.'

'मला ठाऊकंय्. मी तुम्हाला टीव्हीवर पाहिलं. आमच्या घरी येणार आहात, असं पेपरमध्ये वाचलंही. माझे बाबा या वेळी घरात नाहीत–'

'असू दे. मला तुझ्याशीसुद्धा बोलायचं होतं. तुमच्या दुःखात मी सहभागी आहे. तुझी आई मला फार आवडायची.'

'थँक यू,' पॅट्रिक म्हणाला. त्याचा घसा दाटून आला असावा.

'माझं दुसरंही एक काम होतं.' व्हेरा म्हणाली. 'मला तुझी थोडीशी मदत पाहिजे. थोड्या वेळासाठी मी तुझ्याकडे आले तर तू तिथे आहेस ना?'

'हो, हो! मी घरीच असेन. तुम्ही केव्हा येणार? आज रात्री?'

'ताबडतोब. दहा पंधरा मिनिटात मी आलेच.' व्हेरानं फोन बंद केला.

आता दुसरा महत्त्वाचा फोन! तिनं लंडनची टेलिफोन डिरेक्टरी उचलली.

डॉर्चेस्टर हॉटेलचा नंबर तिनं हुडकला आणि कागदावर टिपून ठेवला. तिचा चेहरा आता उग्र बनला होता.

फोन जोडून मिळाल्यावर तिनं रशियन पंतप्रधान किरचेंको यांच्या खोलीत तो द्यायला सांगितला. पंतप्रधान स्वतः फोनवर येणार नाहीत हे तिला ठाऊक होतं. पण तिला कोणीही चालणार होतं. कारण तिचा निरोप लगेच त्यांना पोचणार होता.

एक जबरदस्त आवाज आला. तो रशियनमध्ये म्हणाला, 'सोविएत शिष्टमंडळ.'

तिनं आवाज ओळखला. ती रशियनमध्ये म्हणाली, 'कोण, जनरल चुकोव्हस्की का?'

पलिकडून त्रासिक प्रश्न आले. 'तू कोण आहेस? तुझं काम काय आहे?'

तिला मनोमन खिजवण्याचा आनंद मिळत होता. 'मला ओळखलं नाही, जनरल?मी व्हेरा व्हाविलोवा.'

'व्हेरा वाव्-' त्याचा भडका उडेल असं वाटत होतं. 'हे बिलकुल चालणार नाही, तू फोन करता कामा नये.'

'पण मी फोन केलेला आहे,' ती रशियनमध्ये शांतपणे म्हणाली. मग तिखट आवाजात म्हणाली, 'मला पंतप्रधानांशी बोलायचं आहे.'

'ते शक्य नाही. ते कामात आहेत. त्यानंतर त्यांना जेवायला जायचंय् आणि नंतर-मागाहून-ठरल्याप्रमाणे ते तुला भेटतील.'

'भेटीची वेळ मी बदलत आहे,' ती खंबीरपणे म्हणाली. 'मागाहून नाही तर आधीच— खरं म्हणजे आत्ता लगेच मी त्यांना भेटू इच्छिते. मी डॉर्चेस्टर हॉटेलकडे निघतच आहे.'

'ते योग्य नाही! तू इथे येणं धोक्याचं आहे. आणि-'

त्याला तोडून ती थंडपणे म्हणाली,'मी जर आले नाही तर तुम्हाला ते अधिक धोकादायक आहे.' त्याची बडबड ऐकण्यापूर्वीच तिनं फोन खाली ठेवला.

व्हेरानं विचार केला : आतापर्यंत आपण बिली ब्रॅडफोर्डच्या भूमिकेशी प्रामाणिक राहिलो. कुठेही संशयाला जागा ठेवलेली नाही. त्यांची योजना अखेरच्या टप्प्यात पोचली होती. थोडक्यासाठी तिला 'व्हेरा' बनायचं नव्हतं.

म्हणून प्रथम तिनं अंगरक्षकाला सूचना दिली की आपण अध्यक्ष येईपर्यंत एका जुन्या मैत्रिणीच्या घरी जाणार आहोत. नंतर खास अध्यक्षांच्या वापरासाठी असलेली मोटार तिनं बोलवली. गुप्तहेर खात्याच्या लोकांनी तिला खोलीतून मोटारीपर्यंत पोचवलं. मोटार थेट जेनेट फॅरलीच्या घरापर्यंत गेली.

तिच्याबरोबरचा एक रक्षक घाईनं खाली उतरला. तो म्हणाला, 'मॅडम, तुम्ही जिथे जात आहात ती जागा बिनधोक्याची आहे, याची मला खात्री करून घ्यावी लागेल.' तो घराकडे निघून गेला. तिच्याजवळ एक रक्षक थांबला. ती शांतपणे गाडीत बसून होती.

तपासायला गेलेला रक्षक दहा मिनिटांत परतला. 'मी सर्व जागा तपासली. एक चांगली गोष्ट आहे की या इमारतीला पाठीमागून जिना नाही.' त्यानं दुसऱ्या रक्षकाला सांगितलं, 'तू पुढच्या दारावर लक्ष ठेव; मी मिसेस ब्रॅडफोर्डबरोबर जातो.'

पाठीमागे जिना नाही हे ऐकून व्हेरा थोडी निराश झाली. तरीसुद्धा ती मोटारीतून उतरून चालू लागली. तिचा रक्षक म्हणाला, 'मि. फॅरली दुसऱ्या मजल्यावर पाठीमागच्या बाजूला राहतात.'

'मला ठाऊक आहे,' व्हेरा म्हणाली. खरं म्हणजे तिला या माहितीनं आनंद झाला होता. कारण आज प्रथमच मी जेनेटच्या घरी चालली होती. फॅरली यांच्या जागेशी पोचल्यावर ती म्हणाली, 'मी या लोकांच्या सांत्वनासाठी इथे आलेय्. मला कदाचित तास-दीड तास किंवा अधिक वेळही लागेल.' तिनं बेल वाजवली. रक्षक

बाहेरच उभा राहिला.

पॅट्रिकनं, जेनेटच्या मुलानं दार उघडलं. त्याला पाहाताच व्हेरा म्हणाली, 'तू किती मोठा दिसायला लागलास.' त्यानं थोडसं गांगरून तिला अभिवादन केलं. दार बंद करून ते आत गेले.

आपल्याला थोडाच वेळ असल्याबद्दल तिनं दिलगिरी व्यक्त केली. पॅट्रिकचा विश्वास तिनं लगेच संपादन केला. तो स्वत:, त्याची शाळा, आवडीनिवडी इत्यादी विचारून त्याला बोलकं केलं. एवढं झाल्यावर व्हेरानं मुद्द्याला हात घातला. 'मला तुझी मदत हवीय, असं मी फोनवर बोललेच होते.'

'होय,' तो उत्सुकतेनं म्हणाला.

'मला आणखी एक भेट खाजगीरीत्या घ्यायची आहे. म्हणजे कुणाला ते समजू नये अशी माझी इच्छा आहे. त्यात भानगड काहीच नाही हं, सांगून ठेवते. दुर्दैवानं फर्स्ट लेडीला खाजगी जीवनच नसतं. मी जिथे जिथे जाईन तिथे तिथे सरकारी गाडी आणि गुप्त पोलिस असतातच. आज मी गुप्तचरांना सांगितलं आहे की मला तुमच्याकडे दीड-दोन तास थांबावं लागेल. ते फक्त त्यांना टाळण्यासाठी. मी इथेच आहे असं त्यांना वाटलं पाहिजे. दरम्यान माझी भेट मी उरकणार आहे. तुझी काही हरकत नाही ना?'

'मुळीच नाही. उलट यात गंमतच आहे.'

'माझ्या रक्षकांना कळू न देता बाहेर पडण्याचा एखादा मार्ग आहे का? मागच्या बाजूला वगैरे?'

'तसा रस्ता नाही.'

व्हेराची निराशा झाली. 'मागून जायला अगदी एकही मार्ग नाही?'

पॅट्रिक विचारात पडला. थोड्याच वेळात त्याचा चेहरा उजळला. 'बरं का, तुम्ही थोडी गैरसोय पत्करली तर एक मार्ग आहे.'

'म्हणजे काय?' तिनं विचारलं.

'आगीच्या संकटात बाहेर जायचा जो मार्ग आहे तिथून जाऊ शकलात तर पुढचं सोपं आहे. सध्या इमारतीची दुरुस्ती चालू आहे. त्यामुळे इथे बऱ्याच शिड्या आहेत. त्या इथेच, मागच्या बाजूला ठेवलेल्या असतात. कुंपणाची भिंत उंच आहे म्हणून एक शिडी मी बाहेरच्या बाजूला ठेवीन आणि दुसरी आतल्या बाजूला. तुम्हाला थोडी कसरत करावी लागेल, एवढंच.'

व्हेरानं पॅट्रिकच्या जवळ जाऊन त्याला छातीशी धरलं. 'तू किती चांगला आहेस. तेवढी कसरत मी नक्कीच करेन. पण काय रे, पलिकडच्या बाजूला शिडीवरून उतरल्यावर काय लागतं?'

'आपली इमारत आणि ग्रीनपार्क यांच्यामधला मोठा फूटपाथ आहे. थोडं चालत

गेलात की पिकॅडिली चौकच लागेल.'

'तिथे टॅक्सी मिळेल ना?'

'शेकड्यानं!'

'छान!' तिनं त्याच्या गालाचा मुका घेतला. बिचारा लाजला. तिला आणखी एक शंका होती. 'मी परत येईन तेव्हा शिड्या तिथेच असतील ना?'

'तेवढं मी बघतो.'

'पॅट्रिक, तुझी मदत फार मोलाची आहे. मी एक तासाच्या आत परत येईन. या काळात मी इथेच तुझ्याबरोबर आहे, असं भासवायचं आहे. माझी भेट उरकली की माझ्या रक्षकांबरोबर मी परत जाईन.' त्याच्या दंडाला धरून ती म्हणाली, 'आता बाहेर पडण्याचा तुझा खास मार्ग मला दाखव.'

टॅक्सीनं तिला डॉर्चेस्टर हॉटेलपाशी आणून सोडलं. तिनं ड्रायव्हरला भरपूर बक्षिसी दिली.

मोठ्या कॉलरचा पांढरा कोट तिनं घातला होता. शिवाय डोक्यावर हातरुमाल बांधून तिनं आपला चेहरा बराचसा झाकला होता.

ती हॉटेलच्या स्वागतकक्षात त्वरेनं गेली. लिफ्ट कुठे आहे इकडे तिचं लक्ष होतं. तिला ती लगेच दिसली. लिफ्टमधल्या मध्यमवयीन माणसानं विचारलं, 'कितवा मजला, मॅडम?'

'पंतप्रधान किरचेंको यांचा मजला.'

तो माणूस घुटमळला.

'आमची भेट ठरलेली आहे,' ती उद्‌गारली.

'येस् मॅडम. आठवा मजला, मॅडम.'

लिफ्ट संथपणे आठव्या मजल्यापर्यंत गेली आणि थांबली. त्यातून बाहेर पडल्यावर ती जागेवरच थबकली.

लिफ्टमननं तिला दिशा दाखवली. 'इथून डावीकडे जा आणि मग उजवीकडे, मॅडम.'

त्याचे आभार मानून व्हेरा चालू लागली. लांबलचक व्हरांडा ओलांडून ती उजवीकडे वळली. तिला लगेच चारजण गप्पांमध्ये गर्क असलेले दिसले. पंतप्रधानांची जागा हीच, हे तिच्या लक्षात आलं. ती सरळ दाराकडे जाऊ लागली. ताबडतोब त्या चौघातला एकजण पुढे झाला. तिचा रस्ता अडवून मोडक्यातोडक्या इंग्रजीत म्हणाला, 'पासशिवाय आत प्रवेश मिळणार नाही.'

त्याचक्षणी, तिच्याकडे पाठ असलेला एकजण वळला. तिनं त्याला लगेच ओळखलं. तो कर्नल झुक होता. त्याला आश्चर्याचा धक्का बसला होता. व्हेराच्या

दंडाला धरून त्यानं तिला बाजूला नेलं. पंतप्रधान आपली वाट पाहात आहेत, असं तिनं सांगितल्यावर त्यानं मान डोलावली. बाकीच्या रक्षकांना रशियनमध्ये त्यानं सांगितलं की, या बाईंना आत सोडायला हरकत नाही. त्यानं स्वत: दार उघडलं आणि ती आत शिरली.

आतही केजीबीचे तीन रक्षक होते. शिवाय पॉलिट ब्यूरोचे एक सदस्य, गॅरमिन तिथे होते. ते किंचित वैतागून म्हणाले, 'कॉम्रेड व्हाविलोवा? पंतप्रधान तुला मध्यरात्रीनंतर भेटणार होते ना?'

'मी फोन केला होता,' व्हेरा ताडकन् म्हणाली, 'मला त्यांना आत्ताच भेटलं पाहिजे. तसं ठरलेलं आहे.'

गॅरमिन म्हणाले, 'मला ठाऊक नव्हतं. थोडा वेळ इथेच थांब. मी त्यांना विचारून येतो.'

व्हेरा काही एका दृढनिश्चयानं ओठ आवळून उभी होती. एका मिनिटात गॅरमिन परतले. तिला आतल्या बाजूला नेत ते म्हणाले, 'पंतप्रधानांनी तुला थोड्या वेळापुरतं भेटायचं मान्य केलं आहे. पण ते रागावलेले आहेत, एवढंच मी सांगून ठेवतो.'

'मी सुद्धा!' व्हेरा म्हणाली.

गॅरमिन चकित झाले. 'ते पंतप्रधान आहेत, एवढं लक्षात ठेव.'

'मी फर्स्ट लेडी आहे, लक्षात ठेवा,' ती म्हणाली.

'ते एवढ्यात येतीलच,' गॅरमिन गुरगुरले.

व्हेरा त्या सुशोभित केलेल्या उंची खोलीत उतावीळपणे वाट पाहू लागली. पंतप्रधान किरचेंको आवाज न करता तिथे आले. त्यांच्या अंगावर साधा पोशाख होता. व्हेराकडे न बघता ते शांतपणे म्हणाले, 'कॉम्रेड व्हाविलोवा, तू फार मोठा धोका पत्करलास. तुला शोभेलसं हे वर्तन नाही.'

ते रशियनमध्ये बोलत होते. याचा अर्थ त्यांना त्या भाषेत चर्चा चालणार होती. त्यांच्यासमोर दबून, बिचकून वागायचं नाही, असं व्हेरानं ठरवलं होतं. तिच्यातही सामर्थ्य निर्माण झालं होतं.

ती म्हणाली, 'कॉम्रेड किरचेंको, धोक्यांची मला सवय झालेली आहे. मी तुमच्यासाठी जे जे काही करत आहे त्यात धोक्याशिवाय दुसरं काहीच नाही. अत्यंत महत्त्वाचं काम असल्याशिवाय मी इथे आलेच नसते.'

'समजलं. बैस! आपण काय ते बोलूच. मी तुझं अभिनंदन करू? तुझी कामगिरी फत्ते झालीय् असं मी ऐकतो.'

'होय.'

'मिळालेली माहिती उपयुक्त असेल, ही अपेक्षा!' ते म्हणाले.

'फारच!'

त्यांनी भुवया उंचावल्या. 'उत्तम! मग मी जनरल चुकोव्हस्की यांना बोलावून घेतो.'

ती ठामपणे म्हणाली, 'ते इथे यायला नकोत. मी फक्त तुमच्याशी बोलेन.'

तिला वाटलं ते रागावणार. पण बेल वाजविण्यासाठी पुढे गेलेला हात त्यांनी मागे घेतला. नव्या उत्सुकतेनं ते व्हेराकडे पाहू लागले.

'जशी तुझी इच्छा,' ते मंद स्मित करून म्हणाले. 'कॉम्रेड, या योजनेसाठी आपण तीन वर्ष झटलो. प्रचंड श्रम आणि पाण्यासारखा पैसा ओतलेला आहे आणि त्याचं फलित जाणून घ्यायचा क्षण आता आलेला आहे. आज रात्री उशीरा जे आपण भेटणार होतो, ते आत्ताच भेटत आहोत. आपल्याला हवं ते सर्व काही समजलं असं तू म्हणालीस?'

'होय, सर्व काही.'

'खुद्द अध्यक्षांकडून;'

'होय.'

'ती माहिती विश्वसनीय आहे ना? त्यांना तुझा संशय आला नाही ना? तुझी दिशाभूल तर त्यांनी केली नसेल?'

व्हेरा हसली. 'त्यांनी सत्यच सांगितलं आहे. आम्ही बिछान्यात एकत्र झोपलो होतो. ते अतिशय दिलदार आहेत.'

'असतीलच,' पंतप्रधान आता गंभीर झाले. 'ठीक आहे, मी ऐकायला तयार आहे. परिषदेच्या बाबतीत अमेरिकेचे काय डावपेच आहेत? तुला जे जे काही समजलं असेल ते सांग.'

'बिलकुल नाही!' ती म्हणाली.

त्यांच्या जणू ते लक्षात आलं नाही. 'काय म्हणालीस?'

'मला जे काही सांगायचं, ते मी सांगणार नाही.'

किरचेंको यांना धक्काच बसला. 'तू मला सांगणार नाहीस?'

'नाही, मुळीच नाही.'

ते चिडून म्हणाले, 'हे काय चाललंय्? मला वेड लागलंय् का तुला? तू मला माहिती देणार नाहीस?'

'बरोबर!' ती खंबीरपणे म्हणाली, 'माझ्याच मृत्यूचं वॉरंट मी तुमच्या हातात देणार नाही.'

त्यांचा पारा अधिकच चढला. 'तू हे काय बोलतेस? मृत्यूचं वॉरंट कसलं? जे काय बोलायचं ते स्पष्ट बोल. माझ्या सहनशक्तीचा अंत पाहू नकोस.'

व्हेरा वेगानं बोलू लागली : 'तुमचा बेत मला समजलेला आहे. अत्यंत विश्वसनीय व्यक्तींकडून मी तो ऐकला आहे. अमेरिकेचे डावपेच ज्या क्षणी मी तुम्हाला सांगेन, त्या क्षणी मी मेल्यात जमा आहे. त्यांच्या गुप्त गोष्टी तुम्हाला समजल्या

आणि मी इथून बाहेर पडले म्हणजे माझी हत्या होणार आहे. कारण मला बरंच काही ठाऊक आहे. तुमच्या केजीबीकडून आज रात्रीच त्याची अंमलबजावणी होणार आहे.'

ते अत्यंत आश्चर्यचकित झालेले दिसले. एकतर ते उत्तम नट असले पाहिजेत किंवा केजीबीचा बेत त्यांना खरोखर ठाऊक नसावा–व्हेराला जाणवलं.

ते म्हणत होते, 'काय? ही असली गोष्ट तुला कुठून समजली? आणि कशी?'

'व्हाइट हाऊसमधल्या एका गुप्तचराकडून ती माहिती मिळाली. सर, मी अमेरिकेची फर्स्ट लेडी आहे, याची तुम्हाला आठवण देते.'

'खरंच, मी विसरलोच होतो,' ते म्हणाले, 'तुझ्या नव्या मित्रांनी कदाचित तुला फसवण्याचा प्रयत्न केला असेल. तुझा त्यांना संशय आला असेल, तर तू कुठलीही माहिती बाहेर देऊ नयेस म्हणून तुला या गोष्टीची भीती घातली असू शकेल. ते लोक हुशार आहेत. पण तूही हुशार आहेस. त्यांच्या जाळ्यात तू अडकणार नाहीस. तू आमच्या बाजूला आहेस. आमच्यातलीच एक आहेस. त्यांच्याविरुद्ध आपण उभे ठाकलेलो आहोत. म्हणून ती भाकडकथा विसरून आपण पुढे जाऊ या. तुला जे ठाऊक असेल, ते तू मला सांग. तुझ्या या थोर देशसेवेबद्दल तुला कल्पनाही करता येणार नाही एवढं मोठं पारितोषिक तुला मिळेल. तेव्हा काय ते लवकर बोल.'

व्हेरा काही सेकंद गप्प राहिली. मग म्हणाली, 'माझा तुमच्यावर विश्वास नाही.'

त्यांनी स्वतःवर कसंबसं नियंत्रण ठेवलं, हे तिला समजलं. 'कॉम्रेड व्हाविलोवा, तू कमालीची हट्टी आहेस. आम्ही तुला आमच्यावर विश्वास ठेवायला भाग पाडू शकतो. ही खोली तू सोडून जाण्यापूर्वी तुझ्याकडून माहिती काढण्याचे मार्ग आमच्याकडे आहेत.'

व्हेराच्या अंगात कुठून तरी एवढी शक्ती संचरली होती की तिला कसलीही पर्वा वाटत नव्हती. 'अर्थात! तुमच्या मर्जीप्रमाणे तुम्ही माझं काहीही करू शकता. माझ्या म्हणण्याला त्यामुळे पुष्टीच मिळत आहे. तुमच्याभोवती निर्दय, क्रूर खुनी पसरलेले आहेतच. पण या वेळी तुम्ही आज्ञा देऊनही फायदा नाही. मला कसलीही शिक्षा द्या, ठार करा– पण अमेरिकन रहस्य माझ्याबरोबरच नष्ट होईल. मला तुमची बिलकुल भीती वाटत नाही.'

पंतप्रधान किरचेंको तिच्याकडे बघत पुतळ्यासारखे निश्चल बसले होते. घड्याळाची टिकटिक फक्त ऐकू येत होती. अचानक त्यांच्या चेहऱ्यावर मोठं हास्य पसरलं. ते मनापासून म्हणाले, 'तू जिंकलीस, कॉम्रेड. तू एक जबरदस्त खंबीर स्त्री आहेस. अशा खंबीर बायकांबद्दल मला खूप आदर वाटतो. तुझं म्हणणं खरं आहे. आज रात्री तू मला भेटल्यानंतर तुला ठार करायचं असा पेट्रॉव्हचा बेत होता. सगळाच मूर्खपणा! सुरुवातीपासूनच मला ही योजना मूर्खपणाची वाटत होती. मी त्याच्याविरुद्ध होतो. पण पेट्रॉव्हनं फार आग्रह धरला आणि मी त्याला संमती दिली. त्यानंतर मी

ते विसरूनही गेलो. पण माझी ती दुर्दैवी चूक होती. त्यात मी आता सुधारणा करतो. मृत्यूची आज्ञा मी रद्द केली आहे, असं समज. तुझ्या सुरक्षिततेची पूर्ण हमी मी तुला आत्ताच देतो.'

त्यांना आनंद झालेला दिसत होता.

पण व्हेरा मान हलवत म्हणाली, 'तुमचा शब्द पुरेसा नाही. माझी पूर्ण खात्री होईल अशी हमी मला पाहिजे.'

'ठीक आहे, मग तुझं कशानं समाधान होईल? कशा प्रकारची हमी तुला पाहिजे? तुझ्या मनात काही निश्चित कल्पना आहे का?'

'अद्याप नाही,' ती म्हणाली.

त्यांनी एक प्रस्ताव मांडला. 'एक कल्पना आहे– बघ कशी वाटते. आम्ही तुला एखाद्या अलिप्त देशाचा व्हिसा देऊ. पुन्हा एकदा तुझी देहयष्टी आपण बदलू आणि स्वीडन किंवा स्वित्झर्लंडसारख्या एखाद्या देशात तुझी कायम वास्तव्याची सोय करू. तुझ्या नावावर खूप मोठी रक्कम जमा केली जाईल. तुला काय वाटतं?'

'फारशी समाधानकारक योजना नाही,' व्हेरा म्हणाली. 'माझा धोका कायम राहीलच आणि पेट्रॉव्हचे रक्तपिपासू लोक मला शोधून काढतील. मी कधी काळी तुम्हाला ब्लॅकमेल करीन, अशी भीती असल्यामुळे पेट्रॉव्ह मला जिवंत ठेवणार नाही. यापेक्षाही अधिक चांगली, माझ्या दृष्टीनं खरोखर सुरक्षित योजना पाहिजे.'

ते दोघंही विचार करू लागले. दोनतीन मिनिटं तशीच गेली. पंतप्रधान टेबलाशी थोडं तिच्या बाजूला झुकले. 'एक शक्यता आत्ताच माझ्या डोक्यात आली आहे. ती धाडसाची असली, तरी शक्यतेतली आहे. तुझं त्यामुळे पूर्ण समाधान होऊ शकेल.'

'मग सांगा तरी,' ती उत्सुकतेनं म्हणाली.

'हे पहा, व्हाइट हाऊसमधले तुझा संशय येणारे काही मोजके लोक सोडले तर तू फर्स्ट लेडीच आहेस. शिवाय त्या संशयाचाही काही उपयोग नाही. अध्यक्षांसह सर्वांना गेले काही आठवडे तू यशस्वीरीत्या तोंड दिलं आहेस.'

'अगदी पूर्णपणे.'

'मग झालं तर! फर्स्ट लेडी म्हणून जन्मभर राहायला तुला कितपत आवडेल?'

'जन्मभर?' त्यांचा रोख तिच्या लक्षात येईना.

'होय. ब्रॅडफोर्ड जितके दिवस व्हाइट हाऊसमध्ये आहेत– आणि ते पुढच्या निवडणुकीत पुन्हा अध्यक्ष होणार हे निश्चित– तोपर्यंत फर्स्ट लेडी म्हणून तुझा सन्मान होईल. त्यानंतरही तू जिवंत असेपर्यंत तुझं महत्त्व राहीलच. तुला नाही ते आवडणार?'

व्हेरानं या शक्यतेचा फारसा विचार केला नव्हता. म्हणजे अगदीच नाही असं

नाही. गेले काही दिवस, आपण सोविएत नागरिक किंवा गुप्तहेर आहोत याचाही तिला अधूनमधून विसर पडत होता. आपल्या भूमिकेशी ती अगदीच समरस झाली होती. सभोवताली तिला अमेरिकेची सोनेरी समृद्धी दिसत होती. ऐश्वर्य, सुखोपभोग आणि मुक्त जीवन. शिवाय अमेरिकेची फर्स्ट लेडी म्हणून सत्ता, आदर, कीर्ती आणि जगातली सुप्रसिद्ध स्त्री हा बहुमान. अध्यक्ष ब्रॅडफोर्ड हे प्रेमिक म्हणून ॲलेक्सएवढे तिला आवडले नसते, पण त्यागाशिवाय सत्ता कधीच प्राप्त होत नाही. अभिनेत्री म्हणून तिची कारकीर्द संपली, तरी तिच्या नव्या प्रत्यक्ष जीवनात ती सदैव कॅमेरा आणि प्रसिद्धीच्या झोतात राहणार होती. तिचं तेच भव्य स्वप्न होतं. शिवाय आता रशियात किंवा कुठेही जगात तिला स्वास्थ्य आणि सुरक्षितता लाभणार नव्हती. केवळ फर्स्ट लेडी म्हणूनच तिला कोणाचा आणि तिचा कोणाला धोका नव्हता. आपलं हे स्वप्न पंतप्रधान सत्यात आणणार काय?

ती अविश्वासानं म्हणाली, 'मी फर्स्ट लेडी म्हणून जन्मभर कशी काय राहू शकेन?'

ते हलक्या आवाजात म्हणाले, 'कॉम्रेड व्हाविलोवा, एकमेव फर्स्ट लेडी बनून! दुसऱ्या फर्स्ट लेडीला आम्ही नष्ट केलं तर तूच जगातली एकमेव अमेरिकन फर्स्ट लेडी होशील आणि सुरक्षेची एवढी उत्तम हमी दुसरी असूच शकत नाही.'

आंतरराष्ट्रीय ख्यातीच्या महिलेचा खून करण्याबद्दल ते इतक्या सहजगत्या बोलत होते की व्हेराच्या अंगावर काटा आला. त्यातला निर्दयपणा नकोसा वाटला.

'ठार करण्याची कल्पना मला फारशी पसंत नाही,' ती म्हणाली.

'स्वतःच्या रक्षणालाच जगात खरी किंमत आहे. तुझ्या प्राणांच्या मोबदल्यात तिचे प्राण! आज ना उद्या ती मरणारच. आम्ही फक्त त्या नैसर्गिक घटनेला गती देऊ. अनपेक्षित आणि वेदनारहित मृत्यू. एक अनोळखी नटी या जगातून निघून जाईल आणि फर्स्ट लेडी आपलं जीवन पुढे सुरू ठेवील. तुझं काय म्हणणं आहे?'

'काय म्हणायचं तेच कळत नाही.'

'तुला शंभर टक्के हमी हवी ना? मग ही तशी वाटत नाही?'

'आहे. मी मान्य करते.'

'मग तसंच होईल. आम्ही गुपचूप मिसेस ब्रॅडफोर्ड यांची विल्हेवाट लावू.'

'केव्हा?'

'ताबडतोब. आपण असं म्हणू की चोवीस तासांच्या आत.' ते जरा थांबले.

'तिला ठार केल्यावर पुरण्यात येईल. तू आम्हाला हवी असलेली माहिती देशील. आपल्यात समझोता झाला असं म्हणायचं का?'

व्हेरा शहारली. सुंदर आणि बुद्धिमान बिली ब्रॅडफोर्डला आपण आता विसरलं पाहिजे. स्वतःचा बचाव आणि प्रत्यक्षात येऊ पाहणारं आपलं स्वप्न यालाच प्राधान्य

दिलं पाहिजे.

तिनं मान डोलावली. 'मी याला तयार आहे– पण एका अटीवर.'

'कोणत्या?'

'तुम्ही तिला ठार केलंत याचा पुरावा मला मिळाला पाहिजे.'

'तू कठीण करतेस, कॉम्रेड व्हाविलोवा. तुला अद्याप संशय आहे!'

'त्याला कारण आहे. माझं जीवन पणाला लागलेलं आहे.'

'ठीक आहे,' ते विचारपूर्वक म्हणाले, 'तुला शंका राहणार नाही असा पुरावा मिळेल. तिच्या हत्येनंतर प्रेताचे फोटो काढले जातील, विमानानं ते इकडे येतील. तू ते बघशील. त्यामुळे तुझं समाधान होईल?'

'होईल.'

'उद्या तुला फोटो बघायला मिळतील.'

'आणखी एक–' ती या वेळी मनोमन फर्स्ट लेडी बनलीच होती. पण अमेरिकन जीवनात तिला एकाकीपणा वाटणार होता. आपल्याला अगदी जवळचा असा कोण असेल? ॲलेक्स राझीन! सुरक्षितता, सत्ता आणि ऐश्वर्य या गोष्टींसाठी त्याचा त्याग करायला ती तयार होती. पण हे सर्व साधूनही त्याचा सहवास मिळणार असेल तर काय हरकत आहे?

ती म्हणाली, 'पुरावा विमानानं इथे येईल असं तुम्ही म्हणालात?'

'खास विमानानं-दूतामार्फत. तुला तशी सूचना मिळेल.'

'खास दूत कोण असावा, ते मी सुचवू इच्छिते,' ती म्हणाली.

'तू म्हणशील तो.'

'केजीबीचा ॲलेक्स राझीन.'

त्यांच्या भुवया उंचावल्या. 'राझीन? तुझा गुरू?'

'आणि मित्र. माझा त्याच्यावर विश्वास आहे. मी त्याला अमेरिकेचं नागरिकत्व देईन. म्हणजे कुणीतरी माझ्याजवळ अधूनमधून बोलायला माझं म्हणून असेल.'

'त्यामुळे तुझ्या अमेरिकन जीवनात निष्कारण गुंतागुंत होईल.'

'मी तशी होऊ देणार नाही,' ती म्हणाली. 'ॲलेक्स राझीनच इथे आला पाहिजे. बिलीच्या मृत्यूचे पुरावे दाखवणारे फोटो त्यानं आणावेत. उद्या मी ते पाहिले आणि माझी तशी खात्री झाली म्हणजे तुम्हाला हवी असलेली माहिती मी देईन. माझा कार्यभाग मी पार पाडेन; पण आधी तुम्ही तुमचा पार पाडा.'

'माझे शब्द मी पाळीनच.' ते उठून उभे राहिले. 'उद्या सकाळपर्यंत बिली ब्रॅडफोर्ड ठार झाली असेल.'

११

दीड तासापूर्वी बिली ब्रॅडफोर्ड म्हणून जग जिला ओळखत होतं, ती व्हेरा हॉटेलातून बाहेर पडली होती. गे पार्करला सुरक्षा व्यवस्थेकडून समजलं की तिच्या लहानपणच्या मैत्रिणीकडे ती गेली होती. पण ते खरं नाही, हे पार्कर जाणून होता. तिच्या संभाव्य खुनाची बातमी ऐकल्यावर ती एखाद्या उच्चपदस्थ अधिकाऱ्याला भेटायला जाणार हे उघड होतं. आपल्या राष्ट्राची, अमेरिकेची गुपितं कशी काय राखली जाणार, याचीच त्याला चिंता होती. तिच्याकडून माहिती मिळाल्यावर रशियन लोक ऑपरेशन करून तिचं रूप बदलतील किंवा तिला ठारही करतील, ह्याची त्याला कल्पना होती. म्हणूनच तो व्हेरा परत येण्याची वाट बघत अस्वस्थपणे एकसारख्या फेऱ्या मारत होता.

तेवढ्यात 'बिली' नेहमीच्याच रुबाबात आणि आनंदी आविर्भावात त्याला येताना दिसली. तो झटकन नोराच्या खोलीत गेला. तिला म्हणाला, 'आपली व्हेरा अजून जिवंत आहे.'

'मला ठाऊक आहे,' नोरा म्हणाली, 'तिनं मला फोनवरून ताबडतोब बोलावलं आहे. उद्याच्या कार्यक्रमात तिला काही बदल करायचे आहेत.'

तो यावर काही बोलणार तोच नोरा म्हणाली, 'मला आता बोलायला वेळ नाही. लगेच गेलं पाहिजे.'

पार्कर तिच्या मागोमाग निघाला. म्हणाला, 'आपल्याला काही उपयुक्त माहिती मिळवायचा प्रयत्न कर.' तिनं मान डोलावली आणि अध्यक्षांच्या खोलीमध्ये ती रवाना झाली.

दाराजवळ उभं राहून नोरा आणि व्हेरा यांच्यातलं संभाषण ऐकायचा पार्करनं प्रयत्न केला. पण त्याला काहीच ऐकू येईना. मधूनच अस्पष्ट आवाज यायचा.

व्हेराची पुढची हालचाल काय असावी, याबाबत त्याला तर्क करता येईना. तिच्या खोलीत जाऊन शोध घ्यावा, असा विचारही त्याच्या मनात आला. पण त्यानं तो सोडून दिला. त्यापेक्षा, ती बाहेर पडल्यावर तिचा पाठलाग करावा, असं त्यानं ठरवलं.

तेवढ्यात त्याला नोरा खोलीतून बाहेर येताना दिसली. थोडी रागावल्यासारखी दिसत होती. ती पार्करला म्हणाली, 'फारच विचित्र! आत्ता फ्रेड विलीस कोणतीही पूर्वसूचना न देता सरळ फर्स्ट लेडीच्या खोलीत शिरला आणि आश्चर्याची गोष्ट म्हणजे त्याच्या या उद्धटपणाबद्दल व्हेरा बिलकुल चिडली नाही. उलट माझीच भेट तिनं एकदम रद्द केली. आणि मला बाहेर जाऊन दार घट्ट लावायला सांगितलं. अर्थात मी ते घट्ट लावलंच नाही. थोडं उघडंच ठेवलंय्.' नोरा खूपच त्रासली होती.

पार्करनं हे ऐकलं मात्र– तो लगेच त्या दरवाज्याजवळ गेला. किंचित फट ठेवलेल्या दाराच्या आड तो उभा राहिला. आतून एक पुरुषाचा आवाज ऐकू येत होता. तो आवाज ऐकल्यावर पार्कर एकदम ताठ झाला. त्यानं आपली सारी शक्ती कानात एकवटली. कारण लाडबरीच्या दुकानात त्यानं ब्रिटिश धर्तीचा जो अमेरिकन आवाज ऐकला होता तोच हा आवाज होता. याचा अर्थ फ्रेडही रशियन एजंट होता. हे समजल्यावर त्याला फार मोठा धक्का बसला.

पण त्याला ऐकू मात्र येत नव्हतं. दोघंजण अगदी हलक्या आवाजात बोलत होते. फ्रेडचे काही शब्द थोडे थोडे ऐकू येत होते. तो म्हणत होता, '...आत्ताच समजलं ...ताबडतोब आलो.'

त्यावर व्हेरा काय बोलली, हे समजलं नाही.

पुन्हा फ्रेडचा आवाज आला. 'अजून एका तासानं ही माहिती मॉस्कोला पाठविली जाईल. तुम्हाला जागा ... रात्री कळवलं जाईल.'

पार्करनं दरवाजा ओढून घेतला. नोराला एका हातानं बाजूला नेत तो हळूच म्हणाला, 'फ्रेड हा त्यांच्यापैकीच एक आहे.'

'छे! कसं शक्य आहे?' नोरा म्हणाली, 'माझा विश्वास बसत नाही.'

'माझी खात्री झाली आहे!' पार्कर धुंदीत असल्याप्रमाणे म्हणाला, 'ते आज रात्रीच मॉस्कोला रेडिओ संदेश पाठवणार आहेत. आणि हे नवीन काय चालू आहे, याचा शोध मी घेणार आहे. मी आत्ताच निघतो.'

'अरे, पण कुठे?' नोरा चमकून म्हणाली.

'लाडबरीच्या दुकानात! तो तिथे जाण्याच्या आत मला पोचलं पाहिजे,' पार्कर म्हणाला. 'मी परत येईन– निदान तशी आशा करू या.'

आपली भाड्याची गाडी पार्क करून तो जलदगतीनं लाडबरीच्या दुकानाकडे निघाला. फ्रेड विलीसच्या आवाजावरून आपल्याला संशय आला, तो कदाचित

भासही असेल हे त्याला समजत होतं. पण त्या दोन्ही आवाजात विलक्षण साम्य होतं एवढं निश्चित! फ्रेड जर रशियन हेर असेल तर थोडयाच वेळात लाडबरीच्या दुकानातून मॉस्कोला काहीतरी माहिती पाठविली जाणार होती; त्यावरून आपल्याला खरं काय ते समजेल.

त्या ठिकाणी दुसऱ्यांदा जाणं फारच धोक्याचं होतं. तो केवळ नशिबावर हवाला ठेवून वागत होता. त्याला आता स्वस्थ राहवत नव्हतं. मदतनीस तर एकही नव्हता. अध्यक्षच जर विश्वास ठेवायला तयार नाहीत, तर त्यांच्या हाताखालचं गुप्तहेर खातं काय मदत करणार होतं. त्याच्याजवळ खात्रीलायक एक जरी पुरावा असता तरी व्हेराचा गुपित फोडायचा डाव त्यानं उलटवला असता.

तो लाडबरीच्या दुकानाजवळ आला. तिथे फारसं कोणीही नव्हतं. फक्त एक नवीन जोडपं रस्त्यावरून काचेतले पोषाख बघत होतं. तो झट्कन पुढे झाला आणि स्वत:जवळच्या चावीनं दरवाजा उघडून आत शिरला. घंटेचा आवाज आला पण त्यानं जलदीनं दार बंद केलं.

आत संदेश देण्यासाठी एखादा ट्रान्समीटर आहे का, हे बघायची त्याला तीव्र इच्छा झाली. पण पकडलं जायच्या भीतीनं तो विचार त्यानं सोडून दिला. बाहेरून येणाऱ्या थोड्या प्रकाशात त्यानं आपली पहिली लपायची जागा शोधून काढली. तो मोठ्या गाऊनच्या मागे दडून उभा राहिला.

'थोड्याच वेळानं रेडिओ संदेश पाठवला जाईल,' असं फ्रेड म्हणाला होता आणि लाडबरीच्या दुकानातून अकरानंतर संदेश दिला जाणार होता. दोन्ही संदेश एकच असण्याची शक्यता होती. त्याला अजून वीस मिनिटं वेळ होता. वाट पाहण्याशिवाय दुसरा पर्याय नव्हता. गुदमरलेल्या स्थितीत तो उभा होता. ती वीस मिनिटं त्याला वीस दिवसांसारखी वाटली. आपण इथे येण्यात चूक केली काय, असा विचार येत असतानाच त्याला दाराच्या घंटेचा आवाज ऐकू आला. त्यानंतर बाहेरचे दिवे लागले. फारसा आवाज न येणाऱ्या बुटांची चाल त्याला दिसली. त्यावरून पार्करनं ओळखलं की तो निश्चित लाडबरीच होता. नंतर त्याच्या ऑफिसचा दरवाजा उघडला आणि दिवे लागले.

पुन्हा दरवाज्याची घंटी वाजली आणि जोरात पाय वाजवत दोघंजण आत आले. तेवढ्यात तिसऱ्यांदा घंटा वाजली. एक जलद पण नाजुक पावलांनी चालणारी व्यक्ती आत आली. त्या व्यक्तीसाठी ऑफिसचं दार उघडलं गेलं आणि मग ते उघडंच राहिलं.

प्रथम व्हेराच्या खोलीत ऐकलेला तो विशिष्ट आवाज ऐकू आला. तो फ्रेड विलीस आहे, याची पार्करला खात्री झाली. बोगिनोव्ह हजर होता. फेडिन नावाचा नवीन इसम या वेळी आला होता. लाडबरी त्यांना सांगत होता, 'आपली आधीची

योजना पूर्णपणे बदलण्यात आली आहे. दुसऱ्या योजनेला ताबडतोब सुरुवात करावी, असे वरून हुकूम आले आहेत. आपलं बोलणं झाल्यावर फेडिन, तुला रेडिओ संदेश द्यायचा आहे.' नव्या इसमाकडे वळून तो म्हणाला.

'मी तयार आहे,' फेडिन म्हणाला.

'नेमकं काय झालं हेच मला समजत नाही.' लाडबरी बोलू लागला, 'कारण आपल्या अमेरिकेच्या फर्स्ट लेडीनं मुख्य प्रधानांची गाठ घेतली. खरं ना?'

'खरं आहे!' फ्रेड विलीस म्हणाला. 'कसं काय ते कोण जाणे, पण तिचा खून होणार आहे हे तिला समजलं. त्या आधारावर तिनं पंतप्रधानांची भेट घेऊन अनेक मागण्या केल्या आणि तिच्याजवळ असलेली माहिती अत्यंत महत्त्वाची असल्यामुळे त्या मागण्या मान्य झाल्या.'

'कसल्या मागण्या?' लाडबरीनं उत्सुकतेपोटी विचारलं.

'तिला तिचं जीवन निःसंशय सुरक्षित राहील, याची पूर्ण हमी हवी होती,' फ्रेड म्हणाला. 'फेडिन, मॉस्कोला केजीबी प्रमुख जनरल पेट्रॉव्ह याला पंतप्रधानांचा हुकूम कळवायचा आहे की आज रात्री, अर्थात सकाळ उजाडण्याच्या आत बिली ब्रॅडफोर्ड हिचा खून झाला पाहिजे.'

'काय म्हणतोस?' लाडबरी आश्चर्यानं म्हणाला. 'तुला खात्री आहे ना?'

'होय, मला पूर्ण खात्री आहे. स्पष्ट शब्दात तसे हुकूम मिळाले आहेत. आपली फर्स्ट लेडी इथे हजर असताना दुसरीला मॉस्कोत जिवंत ठेवायचं काहीच कारण नाही.'

'अरेच्या! म्हणजे व्हेरा कायमची अध्यक्षांची पत्नी होऊन जिवंत राहणार!' लाडबरी म्हणाला.

'खरं म्हणशील तर ही कल्पना मुख्य प्रधानांना सुचली. कारण व्हेराचा आपल्याला पुढेही उपयोग होण्यासारखा आहे,' फ्रेड उत्तेजित स्वरात म्हणाला, 'फेडिन, मी काय सांगतो ते नीट लिहून घे : उद्याची सकाळ उजाडण्याच्या आत बिली ब्रॅडफोर्डचा खून करणे, तिचा चेहरा ओळखता येणार नाही इतका विद्रूप करणे. त्या आधी तिच्या मृत्यूची खात्री पटेल असे तिचे अनेक फोटो काढणे. ते फोटो घेऊन ॲलेक्स राझीन याने एक खास विमान घेऊन उद्याच येथे येणे. आपली नवीन फर्स्ट लेडी ते फोटो पाहण्यासाठी विमानतळावर थांबलेली असेल. इथपर्यंतचा हुकूम मॉस्कोला त्वरित पाठवायचा आहे. ॲलेक्सनं तिला एकदा फोटो दिले म्हणजे मग ती पुढे काय करेल, याच्याशी आपला संबंध नाही. तुला नीट समजलं?'

'होय, समजलं आणि लिहून घेतलं.' तो अपरिचित असलेला फेडिनचा आवाज आला. पार्करनं जे काही ऐकलं होतं, त्यामुळे तो पुरता भेदरून गेला. बिली ब्रॅडफोर्डच्या जागी रशियानं दुसरीच एक स्त्री पाठविली आहे, हे समजल्यावर सुद्धा

त्याला एवढा धक्का बसला नव्हता. त्याचा मेंदू बधीर बनला. अंगातलं त्राणच नष्ट झालं. अमेरिकेच्या आवडत्या फर्स्ट लेडीचा ते लोक खून करतील हे पार्करला कधी स्वप्नातही खरं वाटलं नसतं.

–आणि ते आजच, आजच्या रात्रीत घडणार होतं. थोड्या वेळानं ऑफिसमधले दिवे बंद झाले. बुटांच्या आवाजावरून आणि दिवे मालवण्यावरून सर्व मंडळी निघून जात असावीत, असा त्यानं अंदाज केला. तेवढ्यात बेगिनोव्ह म्हणाला, 'फेडिन, आजची सांकेतिक भाषा तुझ्याजवळ आहेच. ॲलेक्स राझीन लंडनला आपल्या विमानतळावर केव्हा पोचेल हे त्यांना कळवायला सांग.'

'ठीक आहे, त्यांनी कळवल्यावर मी तुम्हाला सांगीनच,' फेडिन म्हणाला.

नंतर लाडबरीचा आवाज ऐकू आला. 'जाण्यापूर्वी सगळे दिवे मालव आणि मुख्य दरवाज्याला कुलूप लावून घे. आम्ही वरच्या मजल्यावर जात आहोत.'

लाडबरी आणि त्याचे सहकारी वर जाताना बुटांच्या आवाजांवरून पार्करला ते समजलं. थोड्या वेळानं दाराच्या घंटेचा आवाज आला. त्यावरून फेडिनसुद्धा निघून गेला असावा, असा त्यानं अंदाज केला. तो बरोबरच होता.

तिथून ताबडतोब निघून जावं, असं पार्करला वाटत होतं; पण अनामिक भीतीनं त्याला घेरलं होतं म्हणून तो तिथेच थांबला. घड्याळात किती वाजले हे सुद्धा त्याला समजेना. काही वेळानं त्यानं बाहेर पडायचं ठरवलं. पायांचा बिलकूल आवाज न करता तो मुख्य दारापर्यंत आला. वरच्या मजल्यावर दिवे दिसत होते. स्वत:च्या किल्लीनं त्यानं कुलूप अल्लद उघडलं. नंतर एका हातानं बाजूच्या खिडकीला धरून तो वर चढला. वाजणाऱ्या घंटेची तार त्यानं तोडली. मग खाली उतरून दरवाजा पूर्ण उघडला आणि बाहेर पडला. पुन्हा दार लावून कुलूप घातलं. अंगचं कुलूप असल्यामुळे ते आतून-बाहेरून बंद करता येत होतं.

बाहेरची हवा ताजी अन् थंड असूनही पार्करचा श्वास कोंडल्यासारखा झाला होता. त्याला दरदरून घाम फुटला. या परिस्थितीत आपण किती हताश झालो आहोत, या विचारानं तो सुन्न झाला. त्याला धड आपल्या मोटारकडे जाता येईना. या वेळी मदतीची फार फार जरूर होती. पण कोणाची मदत मिळणार? त्यानं ऐकलेल्या गोष्टी अमेरिकन अधिकाऱ्यांना पटवून देऊन त्याच्यावर ते काही इलाज करण्याच्या आतच मॉस्कोमध्ये बिली ब्रॅडफोर्ड मेलेली असेल. आता मॉस्कोतच कोणी त्याच्या किंवा नोराच्या ओळखीचं असेल तरच कदाचित उपयोग होऊ शकेल.

हॉटेलमध्ये पोचेपर्यंत त्याला एक योजना सुचली. ती प्रत्यक्षात येण्याची शक्यता अगदीच कमी होती— पण तेवढी एकच अखेरची संधी होती. त्या शिवाय दुसरा काहीच मार्ग नव्हता. त्यातील अडचणींचा विचार न करता ती अंमलात कशी

आणता येईल, यावरच तो विचार करू लागला. तोपर्यंत तो हॉटेलपाशी पोचलाही.

गेल्या गेल्या पार्करनं नोराला शोधायचा प्रयत्न केला. पण ती कोठेच सापडली नाही. ती अध्यक्षांच्या पत्नीबरोबरसुद्धा नव्हती. कारण 'बिली' झोपण्याच्या खोलीत केव्हाच निघून गेली असून, कोणी भेटू नये अशी सक्त सूचना तिनं दिल्याचं पार्करला समजलं. शेवटी मद्यपानगृहात जाऊन पेय घेण्याचं त्यानं ठरवलं. पाहतो तर त्यांच्या नेहमीच्या जागी नोरा मद्याचे पेले भरून त्याचीच वाट बघत बसलेली दिसली. त्याला पाहिल्यावर तिचा उतरलेला चेहरा प्रफुल्लित झाला.

'तू जिवंत आहेस?' असं म्हणत तिनं पार्करला मिठीच मारली. 'तुझ्या चिंतेनं माझं हृदय बंद पडायला आलं होतं. तुला पाहून किती आनंद झाला म्हणून सांगू!'

'माझं जीवन आता महत्त्वाचं नाही,' तो कडवटपणे म्हणाला. 'मी काय सांगतो ते कृपया लक्षपूर्वक, मध्ये कसलाही अडथळा न आणता ऐक आणि माझ्या प्रत्येक शब्दावर विश्वास ठेव.'

त्यानं घडलेली सर्व हकिगत तिला सांगितली. ते ऐकताच भयानं नोराचा चेहरा काळवंडून गेला.

'मला वाटतं, तू पुन्हा अध्यक्षांची भेट घ्यावीस!' नोरा कसंबसं म्हणाली.

पार्कर घाईघाईनं म्हणाला, 'नोरा, अध्यक्षांच्या भेटीत काय होईल हे तुला ठाऊक नाही? ते म्हणतील, की बायकांच्या झग्याआडून तू चार वेड्या लोकांचं संभाषण ऐकलंस. तेवढ्या आधारावर मी रशियन पंतप्रधानांकडे निषेध नोंदवू का रशियावर स्वारी करू? आणि तेही माझी बायको इथे माझ्याजवळ असताना?'

'मग आपल्याला अमेरिकेचे रशियातील राजदूत युंगदल यांची मदत घेता येईल का? बिलीच्या आणि त्यांच्या चांगल्या मैत्रीमुळे कदाचित अध्यक्षांपेक्षा तेच आपल्यावर जास्त विश्वास ठेवतील!' नोरा क्षीण आवाजात म्हणाली.

'ती शक्यताही मला फार कमी वाटते. कारण काही करण्यापूर्वी युंगदल अध्यक्षांचा प्रथम सल्ला घेतील. पण समजा त्यांनी काही करायचं ठरवलं तरी ते काय करणार? रशियन सरकारकडे जाऊन बिलीच्या सुटकेची मागणी! रशियन लोक त्यांना म्हणतील, 'तुम्ही वेडे आहात का? अध्यक्षांची पत्नी त्यांच्याबरोबर लंडनला आहे.' तिला शोधण्यासाठी ते एकटेच काही करू शकतील, असं वाटत नाही. त्यात काहीच अर्थ नाही. पण वेगळ्या तऱ्हेनं प्रयत्न केला तर थोडी आशा आहे. त्या योजनेत युंगदल यांच्यावर फारच थोडी जबाबदारी असेल. मॉस्कोत आपल्यासाठी काम करील अशी दुसरी एखादी व्यक्ती नाही का?'

नोरा म्हणाली, 'आपण तिथे शेकडो लोकांना भेटलो; पण परिचय होण्यापलीकडे कोणाची जास्त ओळख झाली नाही.' ती हताश दिसत होती.

'तू म्हणतेस ते खरं आहे. तथापि, एक अशी व्यक्ती आहे की तिनंच माझ्याशी

ओळख वाढवायचा प्रयत्न केला होता. त्या व्यक्तीला आपल्याकडून काही काम सांगितलं तर ते होण्याची शक्यता आहे. आठवते अशी व्यक्ती?'

'कोण? तो दुभाष्या?' नोरानं एकदम विचारलं.

'होय, तोच! ॲलेक्स राझीन. मी तुला सांगितलंच आहे की बिलीला ठार केल्यावर तिचे घेतलेले फोटो खास विमानानं तोच इथे घेऊन येणार आहे. माझा तर्क आहे की बिलीला कुठे ठेवलं आहे, याची माहिती त्याला असेल. त्याचा यात काहीतरी भाग आहे हे निश्चित! प्रश्न एवढाच आहे की तो आपल्या बाजूनं काम करेल का त्यांच्याशी एकनिष्ठ राहील? बिलीला ठार मारायचं आहे याची त्याला कल्पना आहे का? तो जे पाकिट घेऊन येईल त्यात काय असेल हे त्याला ठाऊक असेल का? माझा असा अंदाज आहे की त्याला यातलं काही माहिती नसणार. तेव्हा बिलीला धोका पोचण्याआधी जर आपण त्याच्याशी संपर्क साधू शकलो, तर मी राझीनला अमेरिकेत आश्रय द्यायचं कबूल करेन. तोच या वेळी काहीतरी करू शकेल. कारण अमेरिकेचा नागरिक बनावं ही त्याची मनोमन इच्छा आहे.'

'पण त्याच्याशी संपर्क कसा साधायचा?' नोरानं विचारलं.

पार्करनं अध्यक्षांच्या खोलीकडे बोट दाखवलं. 'अध्यक्षांचा खास फोन वापरून आपण थेट मॉस्कोत युंगदल यांच्याशी संपर्क साधू शकतो. तो फोन कोणी ऐकू शकत नाही.'

'पण तो फोन वापरायची परवानगी फक्त अध्यक्ष आणि त्यांच्या पत्नीला आहे,' नोरानं शंका व्यक्त केली.

'तू सध्या फर्स्ट लेडीचा उजवा हात आहेस. तिच्या सूचनेवरून तू फोन वापरते आहेस, असं सांगता येईल. एकदा युंगदल फोनवर आले म्हणजे पुढचं मी पाहून घेतो,' पार्कर आत्मविश्वासानं म्हणाला.

'ठीक आहे. अध्यक्षांची सेक्रेटरी इथेच आहे. तिची आपण मदत घेऊ' नोरा म्हणाली.

ते दोघंजण अध्यक्षांच्या ऑफिसमधे गेले. नोरा सेक्रेटरीला म्हणाली, 'बरं झालं बाई, तू भेटलीस. फर्स्ट लेडीनं तुला भेटून, अध्यक्षांच्या खास फोनवरून मॉस्कोला राजदूत युंगदल यांना तिचा एक महत्त्वाचा निरोप द्यायला मला सांगितलं आहे. ती इतक्या घाईत होती की तुला सांगू शकली नाही.'

कुरकुरत का होईना पण सेक्रेटरीनं अध्यक्षांच्या खास पांढऱ्या फोनचं कुलूप काढलं. एक नंबर फिरवून ती म्हणाली, 'तुम्हाला कोणत्या देशातला कोण माणूस पाहिजे तेवढं इथे सांगा.' फोन नोराच्या हातात देऊन ती दरवाजा ओढून बाहेर निघून गेली.

तिनं मॉस्कोत राजदूत युंगदल यांना फोन द्यायला सांगितलं. ते फोनवर येईपर्यंत

ती तशीच उभी होती. बोलण्याच्या जागी हात ठेवून तिनं पार्करला विचारलं, 'त्यांना तू काय सांगणार आहेस?'

'मी ॲलेक्स राझीनला एक निरोप देणार आहे. मी बोलताना तो तू ऐकशीलच. त्या निरोपानं निश्चित काम होईल असं नाही; पण एक अखेरचा प्रयत्न!'

तेवढ्यात फोनवर आवाज आला, 'हॅलो, कोण नोरा? खरं म्हणजे मी अध्यक्षांच्या फोनची वाट बघत होतो.'

'अध्यक्ष फारच घाईत आहेत,' नोरा म्हणाली, 'आणि बिलीला इथल्या कार्यक्रमांना दिवस पुरत नाही. तेव्हा माझ्याजवळ त्यांनी एक कामगिरी सोपवली आहे. म्हणजे गे पार्करलाच काय ते सांगितलं आहे. तोच तुमच्याशी बोलेल. पण तुम्हाला झोपेतून उठावं लागलं का?'

'छे छे! मी रात्री बराच वेळ जागा असतो,' युंगदल म्हणाले.

नोरानं पार्करच्या हातात फोन दिला. 'हॅलो, मी गे पार्कर. सध्या मिसेस ब्रॅडफोर्ड यांचं चरित्र लिहीत आहे.'

युंगदल त्याला म्हणाले, 'अध्यक्षांनी माझ्याकडे काय काम सोपवलं आहे?'

पार्कर सावधगिरीनं म्हणाला, 'मिस्टर युंगदल, तुम्हाला आठवतं? बिली ब्रॅडफोर्ड ज्या वेळी मॉस्कोला आली होती, त्या वेळी तिचा दुभाष्या म्हणून ॲलेक्स राझीन नावाचा एकजण काम करत होता.'

'राझीन? मला नीट आठवत नाही; पण बिलीजवळ जो बराच वेळ उभा होता तोच ना! मला वाटतं तो अमेरिकन इंग्रजी छान बोलतो,' युंगदल.

'तुम्ही त्याला गाठून एक निरोप देऊ शकाल का?' पार्करनं अधीरपणे विचारलं.

'मी नाही, पण आपलं गुप्तहेर खातं त्याला गाठू शकेल...' युंगदल म्हणाले, 'मी उद्या तशी व्यवस्था करतो.'

'उद्या नाही! आज रात्रीच; आत्ता ताबडतोब ही व्यवस्था झाली पाहिजे. काम तितकंच महत्त्वाचं आहे. आणि मी केवळ अध्यक्षांचा निरोप देण्याचं काम करतो आहे.'

त्यावर युंगदल म्हणाले की, 'काम समजल्यावर आपण गुप्तहेर खात्याशी संपर्क साधून ते करायचा कसोशीनं प्रयत्न करू. फक्त राझीन त्यांना सापडला पाहिजे.'

पार्कर म्हणाला, 'त्याला फक्त निरोप पोचवायचा आहे.'

ते म्हणाले, 'मग तेवढी व्यवस्था मी करीन.'

ते बोलत असताना पार्कर एका बाजूनं त्यांना सांगायचा निरोप कागदावर लिहीत होता. कारण तो निरोप असा हवा होता की त्यामुळे कुणाच्याही मनात कसलाही संशय येऊ नये. लिहून झाल्यावर तो फोनवर म्हणाला, 'मी अगदी

सावकाश सांगतो. तुम्ही तो लिहून घ्या. म्हणजे काही चूक व्हायला नको. मी सुरू करतो. ''फर्स्ट लेडीला तुमच्या मदतीची अत्यंत जरुरी आहे. केजीबीतर्फे आज रात्री एक हत्या होणार आहे. त्यामुळे तुमची व्हेरा आहे त्या ठिकाणी कायमची राहणार आहे. फर्स्ट लेडीला आशा आहे की हे सर्व तुम्ही थांबवू शकता. या मदतीच्या मोबदल्यात तुम्हाला अमेरिकेत प्रवेश शक्य होईल. जमल्यास तुमच्या कामगिरीचा अहवाल मॉस्कोतल्या अमेरिकन राजदूतांमार्फत लंडनच्या क्लॅरिज हॉटेलमध्ये माझ्या नावाने पाठवा. सही, गे पार्कर.'' तो थोडा थांबला 'निरोप संपलेला आहे.'

'मला यातला काहीच बोध झालेला नाही,' युंगदल गोंधळून म्हणाले.

'अॅलेक्स राझीनला योग्य तो बोध होईल.'

'ही सांकेतिक भाषा आहे का?'

'तसं म्हणता येईल.'

'ठीक आहे, काय असेल ते! मी पुन्हा एकदा निरोप वाचून दाखवतो.'

'जरूर!'

युंगदल यांनी तो निरोप सावकाश वाचून दाखवला. तो शब्दश: बिनचूक होता, पार्करनं राजदूतांना तसं सांगितलं.

'लवकरच आम्ही राझीनला शोधून काढतो. मी कोणामार्फत तरी त्याला निरोप पोचता करतो.'

'नको!' पार्कर म्हणाला, 'तुम्ही स्वत: तो द्यावात अशी अध्यक्षांची इच्छा आहे.'

'मी?' राजूदतांना आश्चर्य वाटलं. 'हे काहीसं विचित्र वाटत नाही? त्यांनी असंच सांगितलं आहे ना?'

'अध्यक्षांनी मुद्दामच तसा आग्रह धरलेला आहे. राझीनला तुम्ही स्वत:च निरोप द्यावा.'

'मग ते खरोखर महत्त्वाचं असलं पाहिजे. मीच ते काम करीन.' ते घुटमळले. 'मला किती सावधगिरी बाळगावी लागेल, हे तुला ठाऊक आहेच.'

'होय,' पार्कर म्हणाला, 'आणि ही व्यवस्था ताबडतोब व्हायला पाहिजे, असं अध्यक्षांनी बजावलं आहे.'

राजदूत युंगदल यांनी टाकलेला उसासा पार्करला ऐकू आला. 'माझ्याकडून मी शिकस्त करतो,' ते म्हणाले.

रात्र फार झाली होती, तरीही मॉस्कोतल्या केजीबी कार्यालयात नेहमीप्रमाणे काम सुरूच होतं. तिथल्या कामाला वेळेचं बंधन नव्हतं. अहोरात्र तिथले लोक

कार्यमग्न असायचे. ॲलेक्स राझीन हा त्यातलाच एक होता. आजही तो त्याच्या खोलीतच होता. सर्व काम एव्हाना आवरलं होतं. एक-दोन मद्याचे पेले घेऊन घरी जावं आणि झोप घ्यावी अशा विचारात तो होता.

खुर्चीला रेलून आरामात बसल्यावर त्याला व्हेराची फार तीव्रतेनं आठवण झाली. ती आता लवकरच परत येईल, या विचारानं तो सुखावला. त्यानं ऐकलं होतं की शिखर परिषदेचा उद्याचा दिवस फारच अटीतटीचा व महत्त्वाचा होता. अध्यक्षांना कसलीही शंका न येता व्हेरानं त्यांच्याशी समागम केला असला पाहिजे, हे त्यानं ओळखलं होतं. त्यामुळे अमेरिकन गोटातली महत्त्वाची बातमी तिनं काढून ती पंतप्रधानांना सांगितली असावी, हे सुद्धा त्यानं जाणलं. व्हेरा आणि बिली यांची अदलाबदल एकदा झाली की व्हेरा पुन्हा त्याच्या बाहूत विसावणार होती. ती परतल्यावर ताबडतोब तिला लग्नाचं विचारावं असं त्यानं ठरवलं.

त्याच्या आणि व्हेराच्या सुखी संसाराची स्वप्नं तो रंगवू लागला. गेल्या दोन-चार दिवसांत त्याला एकच गोष्ट खटकत होती. बिली ब्रॅडफोर्ड फार उदास आणि अबोल बनली होती. त्यानं तिच्याशी संभोगसुख घेतल्यानंतर तो नेहमीप्रमाणे रोज तिला भेटायला जातच होता. पण पहिल्यासारखी बिली मोकळ्या मनानं हसत-खेळत बोलत नव्हती.

त्यानं हे ओळखलं होतं, की बिलीनं कामक्रीडेत जी आक्रमक भूमिका घेतली, ती जर त्यानं तशीच व्हेराला कळवली असती तर अनर्थ झाला असता. व्हेरासुद्धा तशीच वागली असती आणि त्यांचा कट उघडकीस आलाही असता. निदान बिलीला तशी अपेक्षा असणार. 'त्या' दिवसानंतर राझीन तिच्याकडे जेव्हा जेव्हा गेला; तेव्हा बिलीनं त्याचं हसतमुखानं स्वागत केलं होतं. ती दर वेळी लंडनची बातमी विचारी; पण विशेष काही माहिती नाही, हे समजताच ती खिन्न होऊन गप्प राही. त्याच्या हे लक्षात आलं होतं.

पण तिच्या या वागणुकीचा त्यानं फारसा गंभीरपणे विचार केला नाही. एक-दोन दिवसांत बिलीला पुन्हा लंडनला पाठवलं जाईल आणि तिचं पतीबरोबर पुनर्मीलन होईन, अशी खात्रीदायक शक्यता होती. अजून जरी तसा हुकूम आला नव्हता, तरी बिलीचं स्वातंत्र्य निकट आलेलं आहे, यात शंका नव्हती.

तो आता घरी जायला निघणार, एवढ्यात फोनची घंटा वाजली. त्यानं तो उचलला. जनरल पेट्रॉव्हच्या सेक्रेटरीनं निरोप दिला, की त्यांनी ताबडतोब महत्त्वाच्या कामासाठी राझीनला बोलावलं होतं. त्याला वाटलं की बहुधा व्हेरा आणि बिलीच्या अदलाबदलीची कामगिरी त्याच्यावर सोपवली जाणार असेल. त्यानं आरशात पाहून आपला चेहरा आणि कपडे सारखे केले. लगेच तो पेट्रॉव्हच्या कार्यालयात गेला.

त्याच वेळी पेट्रॉव्ह सांकेतिक भाषेतील एक मोठा संदेश वाचून त्याचा अर्थ

लावत होता. नेहमीच्या भाषेत त्याचं रूपांतर झालं त्याच वेळी राझीन तिथे हजर झाला. त्याला समोरच्या खुर्चीत बसायला सांगून पेट्रॉव्ह म्हणाला :

'राझीन, आज रात्री तुला खास विमानानं एक मोठं पॅकेज घेऊन लंडनला जायचं आहे. तुला झोप मिळेल असं वाटत नाही. हे काम तूच केलं पाहिजे, असा वरिष्ठांचा हुकूम आहे.'

'पण मला लंडनमध्ये प्रवेश कसा मिळेल?'

'आपण लंडनबाहेरचा एक विमानतळ खास मुख्य प्रधानांच्या सोयीसाठी आपल्याच व्यवस्थेखाली घेतला आहे. तात्पुरती का होईना, पण ती रशियन भूमीच आहे. आपल्यापैकी एकजण तुला विमानतळावर भेटेल. त्याला तू पॅकेज द्यायचं आणि त्याच विमानानं परत फिरायचं.'

'ताबडतोब?' राझीन आश्चर्यानं म्हणाला.

'होय, ताबडतोब!' पेट्रॉव्ह.

'पण मी म्हणतो; फक्त एक वस्तू नेण्यासाठी दुसऱ्या कोणाला पाठवता येणार नाही का?'

'पंतप्रधान किरचेंको यांचा तुझ्या नावाने हुकूम आला आहे. त्यामुळे आपल्याला त्यात काहीही बदल करता येणार नाही,' पेट्रॉव्ह म्हणाला.

'ठीक आहे!' राझीन उद्गारला.

'छान. मग माझ्या सूचना आता नीट ऐक. तुला घेऊन जाण्यासाठी एका खास लष्करी विमानाची व्यवस्था करण्यात आली आहे. या विमानात तू एकटाच उतारू असशील. विमान अजून तीन तासांनी नुकोव्हो तळावरून सुटेल. दरम्यान तू घरी जाऊन जेवण उरक. नंतर माझी वाट पाहत थांब. मी स्वत: येऊन एक सीलबंद पॅकेज तुला देईन. माझा ड्रायव्हर मला इथे सोडील आणि तुला थेट विमानतळावर नेईल. समजलं?'

'येस् सर!' राझीन शांतपणे म्हणाला. काहीही प्रश्न विचारणं म्हणजे संकटाला आवाहन! 'मी तयार असेन.' तो उभा राहिला.

बाहेर पडताना या अनेपक्षित सफरीबद्दल तो चक्रावला होता. पण हुकूम निमूटपणे पार पाडायचे, याची त्याला सवय झाली होती. यावेळी सुद्धा तसंच वागायचं त्यानं ठरवलं.

सार्वजनिक पार्किंगमध्ये ठेवलेली गाडी घेण्यासाठी तो पायी निघाला. हवा थंड होती. एका हातानं त्यानं आपल्या रेनकोटाची बटणं लावली. गाडीजवळ येताच तो दार उघडून स्वत:च ड्रायव्हिंगला बसला. आपली ब्रीफकेस बाजूच्या सीटवर टाकली. गाडी स्टार्ट करून ती मागे घेत असताना एक भारी पोषाखातला उंच इसम त्याच्याच दिशेला घाईघाईनं येताना दिसला.

त्याच्याकडे दुर्लक्ष करून राझीन निघणार, एवढ्यात तो माणूस बाजूचं दार उघडून गाडीत शिरला आणि ब्रीफकेस सरकवून त्याच्या शेजारी स्थानापन्न झाला.

'तुम्ही ॲलेक्स राझीनच ना?' तो नवागत इंग्रजीत म्हणाला.

राझीननं त्याच्याकडे निरखून पाहिलं आणि तात्काळ ओळखलं. तो अत्यंत विस्मयचकित होऊन म्हणाला, 'राजदूत युंगदल? तुम्ही या वेळी?'

'तुमच्यासाठी मी एक खाजगी आणि गुप्त स्वरूपाचा संदेश आणलेला आहे,' युंगदल हलक्या आवाजात म्हणाले. 'आपण इथून बाहेर पडू या. एखादा बिन रहदारीचा मोकळा रस्ता निवडा. दोघांच्या दृष्टीनं ते हिताचं आहे.'

राझीन क्षणभर घोटाळला. पण उत्सुकतेमुळे त्यानं सहकार्य द्यायचं ठरवलं. त्यानं गाडी बाहेर काढून एक रस्ता पकडला.

आकर्षक पण मध्यमवयीन अमेरिकेच्या राजदूतांकडे पाहून त्यानं विचारलं; 'माझ्यासाठी संदेश?'

'होय. फारच महत्त्वाचा संदेश आहे. मला त्याचा अर्थ समजलेला नाही; पण तुम्हाला समजेल असं सांगण्यात आलं आहे.'

रस्त्यावर फारशी रहदारी नव्हतीच. '२५ ऑक्टोबर' या नावाच्या रस्त्याला गाडी वळली अन् ३०-४० मीटर गेल्यावर एका बांधकामाच्या ठिकाणी थांबली. तिथे प्लायवूडचा आडोसा होता.

राझीन युंगदल यांच्याकडे बघत म्हणाला, 'कोणाकडून निरोप आला आहे?'

'अमेरिकेच्या अध्यक्षांबरोबर जे लोक लंडनला आहेत, त्यांच्यापैकी गे पार्कर नावाच्या गृहस्थांनी हा संदेश पाठवला आहे,' युंगदल म्हणाले.

'मी त्यांना ओळखतो. ते प्रथम अध्यक्षांची भाषणं लिहित असत आणि आता त्यांच्या पत्नीला चरित्रलेखनात मदत करतायत. तेच ना?'

'असतील. मला फक्त एवढंच ठाऊक आहे की, त्यांनी दिलेला निरोप अत्यंत महत्त्वाचा आहे आणि तातडीनं तो तुमच्यापाशी पोचता झाला पाहिजे;' असं म्हणून राजदूतांनी कोटाच्या खिशातून एक लिफाफा बाहेर काढला. तो राझीनजवळ देत ते म्हणाले, 'यात संदेशाचा मजकूर आहे. त्याच कागदावर डाव्या बाजूला माझा खाजगी फोन-नंबर आहे. जरूर लागल्यास केव्हाही मला फोन करा. मी आता इथेच उतरतो. माझ्या मोटारीपर्यंत मी पायीच जाईन.' ते लवकरच अंधारात दिसेनासे झाले.

दहा मिनिटं उलटली तरी राझीन गाडीत त्याच्या जागेवरच बसून होता. गे पार्करकडून आलेला निरोप त्यानं तीन वेळा वाचून काढला.

पहिल्या वाचनात तो नुसताच गोंधळून गेला आणि गडबडला. दुसऱ्यांदा काळजीपूर्वक वाचल्यावर त्याच्या सर्वांगातून भीतीच्या लहरी वाहू लागल्या. तिसऱ्या

वाचनानंतर त्याची कानशिलं गरम झाली आणि कपाळावरच्या शिरा संतापानं ताड्ताड् उडू लागल्या.

एकामागून एक धक्क्यांची मालिकाच सुरू झाली होती. त्यामुळे तो जागच्याजागी खिळून बसला होता. संदिग्ध शब्दांतील निरोपाचा अर्थ त्याच्या डोक्यात खोलवर शिरल्यानंतर, डोळ्यांत रक्त उतरू लागलं. महाप्रयासानं तो मनाला काबूत आणून तर्कशुद्ध विचार करायला लागला.

पार्करनं त्याला कळवलं होतं की, बिली ब्रॅडफोर्डला आज रात्री ठार मारण्यात येणार होतं. व्हेराचं नाव वाचून तो बराच गोंधळला होता. ती आता रशियाला परत येणार नव्हती; कायमची अमेरिकेतच राहणार होती, ही गोष्ट त्याच्या लक्षात आली. शेवटी त्याला कळविण्यात आलं होतं की त्यानं जर बिलीचे प्राण वाचवले तर त्याला अमेरिकेचं नागरिकत्व देण्यात येईल.

या सर्व गोष्टींचा भयानकपणा त्याला हळूहळू जाणवू लागला. वास्तविक बिलीला ठार मारण्याचा बेत प्रथम ठरलेला नव्हता. एवढंच नव्हे तर त्या शक्यतेवर विचारही करण्यात आला नव्हता. मग आताच हा पंतप्रधानांचा हुकूम कसा आला? एक तर तो वेडेपणा तरी होता किंवा निष्ठुरपणाचा कळस होता. जर या खुनाची बातमी थोडीसुद्धा फुटली तर रशिया आणि अमेरिका यांचे संबंध चिघळून त्यातून अणुयुद्ध सुरू होण्याचा धोका होता. दोन्ही बाजूंच्या करोडो लोकांची हत्या होण्याचा संभव होता. की व्हेरालाच पुढे पाच वर्ष अमेरिकन अध्यक्षांची पत्नी म्हणून कायम ठेवण्यासाठी म्हणून बिलीला ठार मारायचं होतं? किंवा यापेक्षाही दुसरा काही विचार आहे?

त्याच्या लक्षात आलं की गे पार्करसारख्या एका सामान्य अमेरिकन व्यक्तीलासुद्धा हे कळलं होतं, की सध्या फर्स्ट लेडी म्हणून वावरणारी स्त्री ही व्हेरा नावाची एक रशियन गुप्तहेर असून अध्यक्षांची खरी पत्नी मॉस्कोमध्ये कैदेत आहे. बिली ब्रॅडफोर्ड ठार होणार असून आजच ती कारवाई होईल, हे सुद्धा पार्करला माहीत झालं होतं. कोणी सांगावं, हे गुपित त्याच्या आणखी काही प्रिय व्यक्तींजवळ तो बोलला असेल.

त्या निरोपामुळे राझीनच्या वैयक्तिक जीवनावरही जबरदस्त परिणाम होणार होता. नियतीनं क्रूर खेळ खेळला होता. त्याची लाडकी व्हेरा कायमची अमेरिकेत आणि तो कायम रशियात राहणार होता. आज रात्री बिलीचा खून झाल्यावर व्हेरा तिकडे अमेरिकेला परतणार होती. त्याची आणि व्हेराचीही कायमची ताटातूट होती! त्या धक्क्यातून तो अद्याप सावरला नव्हता.

त्याला कळून चुकलं की त्याचं आणि व्हेराचं नशीब बिलीवर अवलंबून होतं. जर बिली मेली तर व्हेरा त्याला कायमचा दुरावणार होती. जर बिली जिवंत राहिली तर त्याचं आणि व्हेराचं मीलन घडून ते दोघं अमेरिकेत स्थायिक होण्याची शक्यता होती.

तो त्वरेनं विचार करू लागला. बिली जिवंत राहावी, यासाठी ताबडतोब हालचाल करणं अत्यावश्यक होतं. बिलीला जर तो लंडनला सुखरूप नेऊ शकला तर गे पार्करच्या मदतीनं बिली आणि व्हेराची अदलाबदल शक्य होईल. त्यांचं भावी जीवनही सुखी होईल. पण प्रत्यक्षात हे शक्य होईल का? बिली वाचू शकेल? का नाही वाचणार! शक्यता कमी असली तरी ती होती हे निश्चित!

पेट्रॉव्हनं ही नवी योजना आपल्यापासून का लपवून ठेवली, हे त्याला समजेना. कदाचित त्याला आपल्या आणि व्हेराच्या प्रेमप्रकरणाचा सुगावा लागला असावा.

पेट्रॉव्ह आता लवकरच क्रेमलिनमध्ये जाईल. तो आणि त्याचे साथीदार बिलीला सक्तीने मोटारीतून हलवतील. तिच्या तोंडात बोळे कोंबून हातपाय बांधले जातील. नंतर तिला मॉस्कोजवळच्या जंगलात नेऊन पाठीमागून गोळ्या घालण्यात येतील. कोणालाही तिची ओळख पटू नये इतका तिचा चेहरा विद्रूप करून निनावी थडग्यात तिला पुरण्यात येईल. ती नाहीशी झाली, याचा कोणालाही संशय येणार नाही; कारण लंडनला 'ती' लोकांच्यात वावरत असेल!

अगदी पहिली गोष्ट म्हणजे पेट्रॉव्ह तिथे पोचण्याच्या आत त्याला बिलीची भेट घेणं जरूर होतं. तिला घेऊन मग...!

छे, छे! त्याला आणि बिलीला मॉस्कोमध्ये ओळखण्यात आलं असतं. इतकी घाई करून चालणार नव्हतं. त्यानं मनाला आवरण्याचा प्रयत्न केला. आधी घरी जाऊन त्यांच्या सुटकेची पूर्वतयारी करणं इष्ट होतं. तयारीनिशी मग तो बिलीला घेऊन मॉस्कोत फिरू शकत होता. एक खास विमान त्याच्यासाठी तयार होतं. त्याच्याबरोबर एक पॅकेज दिलं जाणार होतं. तिला घेऊन सुटकेचा प्रयत्न करण्याची युक्ती दरम्यान त्याला सुचू शकणार होती. कदाचित अमेरिकन राजदूत युंगदल यांना तो फोन करू शकला असता. कदाचित... कदाचित...

त्याच्या मनात योजना साकार होऊ लागली. त्याला ती सोपी वाटत असली तरी प्रत्यक्ष कार्यवाहीत आणणं फार अवघड होतं, हे त्यालाही ठाऊक होतं. पाऊल जरा चुकलं तर दोघांचा मृत्यू अटळ होता.

त्यानं निरोपाचा लिफाफा आणि कागद मोटारीबाहेर येऊन जाळून टाकला. त्याची राख बुटानं चिरडून टाकली. युंगदल यांचा फोन नंबर त्यानं नीट लक्षात ठेवला होता.

गाडीत बसून त्यानं ती सुरू केली. आता कृतीची जरुरी होती. विचाराला वेळच नव्हता. कृतीचीच फक्त आवश्यकता होती.

त्याला शत्रू ठाऊक होता.

काळ हाच त्याचा शत्रू होता.

■

१२

बारा मिनिटांनी ॲलेक्स राझीन त्याच्या घरी पोचला. चार खोल्यांचं ते निवासस्थान बघताना त्याचा मनोमन विश्वास बसेना की आज आपण हे घर अखेरचं पाहणार आहोत. त्या जुन्या लाकडी घराला हिरवा रंग दिलेला होता. त्याच्या वडिलांनी त्याला इथेच लहानपणापासून वाढवलं होतं. आजपर्यंत त्याचं आयुष्य सुखात गेलं होतं. हल्ली त्याच्याबरोबर सत्तरीच्या घरातले त्याचे थोरले काका ल्युतोफ हेच फक्त राहत होते.

गाडी पार्क करून तो घाईनं खाली उतरला. मागच्या बाजूला जाऊन त्यानं सामानाची डिकी उघडली. तिथे भरपूर जागा होती. तो लगेच घराकडे गेला. पायऱ्या चढून त्यानं दार उघडलं. नित्याच्या रिवाजाप्रमाणे त्याची वाट पाहणाऱ्या काकांनी राझीनचं स्वागत केलं.

'दहा मिनिटांत जेवण तयार होईल,' ल्युतोफकाका म्हणाले.

राझीन गडबडीनं म्हणाला, 'ते जाऊ दे, काका. आज जेवायला वेळ नाही. मला लगेच लंडनला निघायचं आहे. तुमची मला मदत पाहिजे. बाबांची प्रवासात वापरायची ती मोठी जुनी ट्रंक अजून आहे का?'

'सामानाच्या खोलीत असलीच पाहिजे.'

'मग ती इथे ओढत घेऊन या. माझी मदत लागली तर हाक मारा. तिच्यावरची धूळ झटकून टाका. आपल्याकडे ड्रिल मशीन आहे का? नसलं तर छिन्नी आणि हातोडी चालेल.'

काकांनी मान डोलावली आणि सामानाच्या खोलीकडे ते सावकाश पावलं टाकत निघून गेले.

राझीन आपल्या बेडरूममध्ये गेला. घड्याळाकडे त्याची नजर होतीच. त्यानं

लोकरी अस्तर लावलेलं चामडी जाकिट घालायचं ठरवलं. त्याला मोठमोठे खिसे होते. ते लगेच अंगात चढवून तो टेबलाशी गेला. त्याचा कप्पा उघडून आपलं पिस्तूल आणि गोळ्यांची पेटी ताब्यात घेतली. आठ गोळ्या पिस्तुलात भरल्या. दुसऱ्या कप्प्यातून पिस्तुलाला बसविण्यासाठी सायलेन्सर उचलला. तो जागेवर बसवून त्यानं पिस्तूल जाकिटाच्या दुसऱ्या खिशात टाकलं. एका खिशात आधीच व्होडकाची चपटी लहानशी बाटली होती, ती तशीच राहू दिली.

केजीबी ओळखपत्र आणि पैसे असलेलं पाकिट पॅन्टच्या मागच्या खिशात त्यानं ठेवलं. आपला पासपोर्ट शोधून जवळ घेतला. आता कधीच परत यायचं नसल्यामुळे यापेक्षा आणखी काय घ्यायला पाहिजे होतं? आई-वडिलांचा एकत्र असा लहानसा फोटो कोठेतरी होता, तो घ्यावा अशी त्याची इच्छा होती. पण शोधायला वेळ नव्हता. बिलीसाठी त्याचा त्याग करणं भाग होतं.

नंतर एक पातळशी चादर घेऊन तो बाहेरच्या खोलीत आला. त्याचे काका ट्रंक साफ करत होते. पाच फूट लांबीच्या, पितळी कडया व बिजागिरी असलेल्या त्या ट्रंकेत बिलीला अत्यंत अवघडूनच पडावं लागणार होतं. पण त्याला इलाज नव्हता.

त्यानं ट्रंक उघडून तळाशी चादर अंथरली. काकांच्या हातून छिन्नी आणि हातोडी घेऊन ट्रंकेच्या वरच्या बाजूला भोकं पाडायला सुरुवात केली. पत्रा भलताच बळकट होता. एक एक भोक पाडायला ४-५ वेळा हातोडी मारायला लागत होती. सहा भोकं पाडेपर्यंत राझीन घामाघूम झाला. पण त्याला कामगिरीचं समाधान झालं होतं. बिलीला श्वासोच्छ्वास करण्यासाठी एवढी भोकं आवश्यक होती.

मग पुन्हा आत जाऊन त्यानं एक कोरा कागद आणला. त्यावर लिहायला सुरुवात केली. आपली घरासह सर्व इस्टेट प्रिय काकांना आपण राजीखुषीनं देत असल्याचा मजकूर त्यानं लिहिला. त्यानंतर पाकिटातून रूबल्सच्या नोटा बाहेर काढल्या. काकांच्या हातात त्या नोटा आणि कागद कोंबून तो म्हणाला, 'काका, हे सर्व आजपासून तुमचं झालं आहे. माझं म्हणून जे जे काही आहे ते सगळं- जर माझं काही बरं वाईट झालं तर!'

'नको, नको,' काकांनी निषेध नोंदवला, 'असं काही बोलू नकोस, तुला काहीही होता कामा नये.'

'ते आता बाजूला ठेवा आणि मला मदत करा,' राझीन मोठ्यानं म्हणाला. त्यानं ट्रंकेची एक कडी पकडली. 'ही ट्रंक माझ्या गाडीत मागच्या बाजूला ठेवायची आहे. मी अत्यंत घाईत आहे.'

या वेळी क्रेमलिनच्या कार पार्किंगमध्ये गाड्यांची गर्दी नसल्यामुळे राझीनला सोयिस्कर ठिकाणी आपली मोटार उभी करता आली.

इमारतीमधे शिरताना वाटेतले सगळे रक्षक त्याला ओळखत असूनही त्यानं

प्रत्येक ठिकाणी आपलं केजीबी ओळखपत्र दाखवलं.

बिली राहात असलेल्या ठिकाणी बोरिस नावाचा रक्षक होता. त्याचं कुशल विचारून राझीन म्हणाला, 'आज संध्याकाळी आपल्या पाहुणीला भेटायला कोणी आलं होतं का?'

'कोणीच नाही,' बोरिसनं सांगितलं.

राझीननं सुटकेचा निश्वास टाकला. तो इथे येण्याआधी पेट्रॉव्ह कदाचित पोचेल, अशी त्याला भीती वाटत होती. तसं झालं असतं तर फर्स्ट लेडीचा अवतार समाप्त होणार होता, आणि राझीनच्या सगळ्या आशा धुळीला मिळणार होत्या. जवळच्या किल्लीनं त्यानं दार उघडलं. चेहरा निर्विकार ठेवण्यासाठी त्याला खूप कष्ट पडले होते.

बिली एव्हाना झोपली असेल; तिला उठवून लगेच बाहेर काढावं लागेल, अशी त्याची कल्पना होती. पण ती पूर्ण जागी होती. नाईट गाऊन घालून ती एकटीच टेबलावर पत्ते खेळत होती. दाराचा आवाज ऐकून तिनं मागे वळून पाहिलं. तिला काहीसं आश्चर्य वाटलं.

त्यानं लगेच ओठांवर बोट ठेवून तिला गप्प राहायला सांगितलं. लहान आवाजात रेडिओ चालू होता तो राझीननं मोठा केला. त्यावर संगीत चालू होतं. मग तो बिलीजवळ गेला.

ती म्हणाली, 'या वेळी तू इकडे कसा काय?'

'तुला काही महत्त्वाचं सांगायचं आहे,' तो खालच्या आवाजात म्हणाला.

पत्ते बाजूला ठेवून तिनं उत्सुकतेनं विचारलं, 'काही विशेष बातमी?'

'विशेष बातमी आहे. पण बिली, तुझी अपेक्षा आहे तसली मात्र नाही.'

त्याचा चेहरा न्याहाळत ती म्हणाली, 'मला सांग!'

'मी तुला सांगतो, पण तू घाबरून जाऊ नकोस. मी तुझ्या मदतीसाठीच इथे आलेलो आहे. मग तुझी कल्पना काहीही होवो.'

'ठीक आहे. ते एवढ्यात मला परत पाठवणार नाहीत, हेच तुला सांगायचं आहे का?' तिनं रोखठोक विचारलं.

'त्यापेक्षाही वाईट. फारच वाईट! त्यांनी तुला नाहीशी करायचं ठरवलं आहे.'

'काय?' तिला जणू काही समजलंच नाही. 'मला नाहीशी-'

'तुला नाहीशी करण्याचा त्यांचा विचार आहे,' त्यानं पुन्हा सांगितलं.

अखेरीस तिला बोध झाला. ती भयचकित बनली. 'ओह, नो-नो-'

'तसं काही घडणार नाही,' तिला धीर देत तो म्हणाला, 'पण त्यांची तशी योजना आहे. तुला ते ठार करणार आहेत.'

'मला खरोखर ठार करणार आहेत?' तिचा यावर विश्वासच बसेना.

‘आज रात्रीच! त्यांची सेकंड लेडी कायमची फर्स्ट लेडी राहावी, अशी त्यांची इच्छा आहे.’

‘पण तसं कधीच–’

‘त्यांना वाटतं की ते साध्य होईल.’

‘मी त्यांच्याशी बोलेन. त्यांना समजावून सांगेन–’ तिनं मुद्दा मांडला.

‘त्याचा काही उपयोग नाही. त्यांच्या तावडीत तू सापडलीस तर जगण्याची आशाच सोड. फक्त एकच संधी आहे. मी तुला सुटकेसाठी आत्ता ताबडतोब मदत करणार आहे. आज रात्री खास दूत म्हणून मी लंडनला जात आहे. माझ्यासाठी एक विमान तयार आहे. त्या विमानातून तुला न्यायचा मी प्रयत्न करणार आहे. आपल्याला वेगानं हालचाल केली पाहिजे.’

त्याची अपेक्षा होती की ती लगेच उडी मारूनच उठेल आणि त्याच्या सूचना ऐकेल. पण कडवट चेहऱ्यानं ती राझीनकडे टक लावून बघत होती. मग पुन्हा शांत होऊन तिनं पत्त्यांचा कॅट उचलला. राझीन थक्क होऊन म्हणाला, ‘बिली, माझं बोलणं ऐकू आलं नाही?’

पत्त्यांवर लक्ष केंद्रित करून ती म्हणाली, ‘मी ते ऐकलं. माझा तुझ्यावर विश्वास नाही.’

‘माझ्यावर विश्वास नाही? बिली–’

तिनं वर पाहिलं. ‘नाही, मुळीच नाही. तू मला एकदा फसवलंय्‌स. मला सोडवायचं नाटक करून तू माझा उपयोग केलास. मी पुन्हा तसं घडू देणार नाही. तू केजीबीचा एजन्ट आहेस, हे मला ठाऊक आहे. तू हे नाकारणार आहेस? शक्यच नाही. मी तुझं ओळखपत्र पाहिलेलं आहे.’

राझीन क्षणभर अवाक्‌ उभा राहिला.

‘तू मित्र नाहीस,’ बिली आवेशानं बोलायला लागली, ‘त्यांच्यापैकीच तू एक आहेस. या वेळी तुझी माझ्याकडून काय अपेक्षा आहे याची मला कल्पना नाही. कदाचित तूच मला ठार करणार असशील. कदाचित मला इथून सुखरूप बाहेर नेण्याची त्यांचीच आज्ञा असेल. तुझा डाव काय असेल तो असो; मी त्यात सहभागी होणार नाही. तू खोटारडा आहेस. तुझ्यावर विश्वास ठेवणं शक्य नाही.’

राझीन तिच्यासमोर एक गुडघा टेकवून बसला. तिचे दंड त्यानं एवढ्या जोरात पकडले की बिली कळवळली. ‘माझं ऐक, बिली! मेहेरबानी कर. तू जे जे बोललीस ते सत्य आहे. मी त्यांचा एजंट आहे. मी तुझा उपयोग करून घेतला. मला तशा आज्ञा होत्या, त्याप्रमाणे मी वागलो. पण या वेळी नाही. मी तुझा कशासाठी उपयोग करून घेईन? कोणत्या कारणासाठी?’

बिचकून तिनं त्याच्याकडे पाहिलं. त्याच्या बोलण्यातली तळमळ समजून ती

दोलायमान झाली. 'ते-ते मला काय ठाऊक?' ती अनिश्चित स्वरात म्हणाली.

'बिली, मी अजूनही त्यांच्या बाजूनं असतो तर तुला आत्ता जे काही सांगितलं ते सांगायला धजलो नसतो. त्यांनी आज रात्री तुझा वध करायचं ठरवलं आहे. मी तुझा काय वापर करणार? मृत्यूहून आणखी वाईट मी काय देऊ शकेन? माझा त्यात काय फायदा?'

'तू म्हणतोस हे खरं असेल तर मला मदत करण्याची तकलीफ तुला का? तुझ्या नोकरीवर, तुझ्या जीवनावर त्याचा गंभीर परिणाम नाही का होणार?'

'त्याला काही वैयक्तिक कारणं आहेत,' तो उठून म्हणाला, 'पण ते सांगायला आत्ता वेळ नाही. आपल्याला खरोखर वेगानं हालचाल केली पाहिजे. नाहीतर पळण्याची संधीच मिळणार नाही.'

ती उठून उभी राहिली. 'तू खरं बोलतोय? ते मला खरंच मारणार आहेत?'

'मी शपथेवर सांगतो, त्यांनी तसं ठरवलेलं आहे.'

ती हताश दिसू लागली. 'आणि तू-तू मला मदत करणार आहेस?'

'मी फक्त प्रयत्न करून पाहणार आहे. जनरल पेट्रॉव्ह तुला इथून नेण्यासाठी थोड्याच वेळात येईल. नक्की केव्हा ते मलाही ठाऊक नाही. कदाचित पुढच्या क्षणी येईल, कदाचित उशिरा. आपल्याला इथून निसटलं पाहिजे. माझी गाडी बाहेरच आहे. आता मी सांगतो त्याप्रमाणे वाग.'

'बरं!'

'लवकरात लवकर कपडे अंगावर चढव. तुझा करड्या रंगाचा सूट, ब्लाऊझ, करडे बूट आणि त्याच रंगाचा फर कोट घाल. मी तुला रक्षकांसमोरूनही घेऊन जाऊ शकतो. पण किचनमधून तळघरात जाणाऱ्या रस्त्यानं जाणं अधिक योग्य आहे.'

'त्यांनी तो दरवाजा बंद केला आहे.'

'मला ठाऊक आहे, पण मी तो उघडू शकतो. आता जलदी कर.'

ती बेडरूममध्ये शिरताच तो धावत स्वयंपाकघरात गेला. जमिनीलगतच्या दरवाज्यावरील चटई त्यानं बाजूला फेकली. तो खाली वाकला. त्या लाकडी दाराला आठ खिळे मारून ते बंद करण्यात आलं होतं. आपल्या चामडी जाकिटाच्या खिशात हात घालून त्यानं छिन्नी बाहेर काढली. आणि खिळे उचकटायला सुरुवात केली. ते बरेच आत घुसलेले होते. हे काम सोपं नव्हतं. पाच मिनिटात फक्त दोन खिळे वर आले. तो अधिक वेगानं ते काढू लागला.

त्याला एकाच गोष्टीची चिंता होती. जनरल पेट्रॉव्ह तिथे केव्हा येणार यावर त्यांचं यशस्वी पलायन सर्वस्वी अवलंबून होतं. बिली आणि आपण इथून बाहेर पडल्या पडल्या तो जर आला तर बिलीची अनुपस्थिती पाहून त्याला नक्की आपला संशय येणार. म्हणजे विमानतळावर दोघांनाही अटक होणार! विमान सुटल्यावर तो

इथे आला तर रेडिओ संदेशानं वैमानिकाला तो कळवील आणि विमान मागे घ्यायला सांगेल. दुसऱ्या शक्यतेची त्याला भीती नव्हती; कारण वैमानिकाच्या मानेला पिस्तूल टेकवून भागणार होतं. फक्त पेट्रॉव्हला त्यांच्या पलायलाबद्दल समजण्यापूर्वी विमानानं तळ सोडायला हवा.

शेवटचा खिळा एकदाचा बाहेर आला. एका कडेला बोटं खुपसून त्यानं दार उचललं आणि दुसऱ्या बाजूला टेकवलं. खाली सामानाच्या अंधाऱ्या खोलीत जायला शिडी तशीच होती.

आतापर्यंत बिली कपडे घालून तयार असेल– तिला इकडेच हाक मारावी, असा विचार राझीन करत होता. तेवढ्यात संगीताच्या जोडीला त्याला दुसरा एक आवाज आला. पुढच्या दारात किल्ली फिरत होती. त्या आवाजामुळे तो गोठून गेला. त्याचं हृदय जणू बंद पडलं. तो कान देऊन ऐकू लागला. दरवाजा उघडला आणि लगेच जोरात बंद झाला.

बसल्या जागेवरून राझीनला बाहेरची व्यक्ती दिसत नव्हती. पण तिथे कोणीतरी आलं होतं, हे नक्की. तो चटकन् उभा राहिला आणि फ्रीजच्यामागे दडला. तिथून बाहेरच्या खोलीचा थोडा भाग आणि बेडरूमचं दार दिसत होतं.

त्याच क्षणी जनरल पेट्रॉव्हचा अवाढव्य देह किचनवरून बेडरूमकडे जाताना दिसला. बिली नेमकी त्याच वेळी कपडे करून दाराशी आली होती. तिलाही पुढचं दार उघडल्याचा आवाज आला होता. कोण आलंय् ते बघण्यासाठी ती बेडरूमच्या बाहेर येत होती, एवढ्यात पेट्रॉव्ह तिच्या दृष्टीस पडला. तिनं कितीही संयम ठवायचा प्रयत्न केला तरीही तिची भीती दडू शकली नाही.

कर्कश आवाजातल्या संगीतामुळे पेट्रॉव्ह क्षणभर त्रासला. 'गुड् ईव्हिनिंग, मिसेस ब्रॅडफोर्ड,' तिला आपादमस्तक न्याहाळत तो मोठ्यानं म्हणाला, 'कुठे जायचा बेत आहे? एखाद्या नाटकाला का नृत्याला?'

'न्-नाही,' ती अडखळली, 'मला कंटाळा आला होता म्हणून मी निरनिराळे कपडे घालून बघत होते.'

तिच्या या उत्तरावर बहुधा पेट्रॉव्ह विचार करत असावा. नंतर तो मोकळ्या आवाजात म्हणाला, 'छान योगायोग आहे! मी म्हटलं, सहज इकडे यावं आणि तुम्हाला फिरायला न्यावं.'

बिली मनात घाबरून म्हणाली, 'फिरायला? मला? कुठे?'

'तुम्हाला चकित करायचा माझा बेत आहे. प्रत्यक्षच पाहा ना. तुम्ही इथे फार काळ अडकून पडलात. चला माझ्याबरोबर.'

'मला-मला या वेळी बाहेर पडावंसं वाटत नाही. मी आता झोपणारच होते.'

'झोप काढायला भरपूर वेळ आहे. तुम्ही याल तर बरं!'

'खरोखर माझी इच्छा नाही. जर तुमची हरकत नसेल–'

'माझी हरकत आहे,' तो चढ्या आवाजात म्हणाला, 'तसा आग्रहच आहे असं समजा.'

'तसंच असेल तर मग–'

'आत्ता ताबडतोब!' तो गरजला.

बिली गडबडून म्हणाली, 'माझी पर्स मला घेऊ दे.'

'तुम्हाला पर्सची गरज पडणार नाही,' तो गुरगुरला, 'चला, चला. मला सक्ती करायला लावू नका.'

ती मुकाट्यानं पेट्रॉव्हजवळून मुख्य दाराकडे सावकाश जाऊ लागली. पेट्रॉव्ह काही पावलं मागून जाऊ लागला.

राझीन किचनमधून बघत होता आणि ऐकत होता. निर्वाणीची वेळ अपेक्षेहून लवकर आली होती. तो सर्व शक्यतांचा विचार करत होता. पेट्रॉव्ह फर्स्ट लेडीला मृत्यूच्या खाईत नेत होता. त्याला काहीही करून थांबवणं भाग होतं. याचा अर्थ पर्याय एकच होता. राझीननं जाकिटाच्या उजव्या खिशात हात खुपसला. पेट्रॉव्हला नि:शस्त्र करून खालच्या सामानाच्या खोलीत नेऊन, तिथे तोंडात बोळा कोंबून दोरीनं बांधून ठेवलं पाहिजे. तो सापडेपर्यंत बिली आणि आपण सुरक्षित जागी पोचलं पाहिजे.

राझीनच्या नजरेपासून ती थोडी दूर होऊ लागली. त्यानं झटक्यात सायलेंसरचं पिस्तूल बाहेर काढलं आणि सेफ्टी कॅच मागे ओढला. धावतच तो बाहेरच्या खोलीत आला. पिस्तुलाचा सरळ नेम त्यानं धरला.

'पेट्रॉव्ह!' त्यानं हाक मारली.

केजीबी प्रमुख दचकून जागच्याजागी थांबला. त्यानं मागे वळून राझीनकडे डोळे विस्फारून पाहिलं. राझीन स्थिर नजरेनं उभा होता. 'इकडे ये,' त्यानं आज्ञा दिली.

पेट्रॉव्हसुद्धा लगेच आज्ञाधारकपणे त्याच्याजवळ आला. दोन्ही हात शरणागतीसाठी वर नेत असतानाच पेट्रॉव्हचा उजवा हात विद्युत्वेगानं आपल्या पिस्तुलाच्या पट्ट्याकडे गेला. राझीन नेम धरत असताना त्याचं पिस्तूल बाहेर आलं होतं.

राझीननं प्रथम गोळी झाडली. सायलेंसरमुळे दबलेला आवाज आला. पेट्रॉव्ह वेदनेमुळे ओरडला. त्याचं पिस्तूल हातातून गळून पडलं. त्यानं डावा हात पोटावर दाबून धरला. अडखळत, कण्हत तो गुडघ्यावर कोसळला. एका हातानं तोल सावरत असतानाच तो जमिनीवर पालथा पडला.

बिली आणि राझीन त्याच्या देहाकडे निरखून बघत होते. तो काहीच हालचाल करत नव्हता. गालिच्यावर रक्त सांडलं होतं.

सम्मोहनातून बाहेर पडावं तसा राझीन भानावर आला. पिस्तूल तसंच हातात

ठेवून त्यानं बिलीला किचनमध्ये यायला सांगितलं. ती सुद्धा स्वप्नातून जागृतीत आली आणि बेशुद्ध पेट्रॉव्हच्या बाजूनं आत धावली.

जमिनीतल्या दारापर्यंत गेल्यावर ती राझीनच्या कानात कुजबुजली, 'आता माझा तुझ्यावर विश्वास बसलाय्. पण आपल्याला हे जमेल का?'

'कुणास ठाऊक! पण ते आपण पार पाडू या. इथून सरळ पुढे जाण्यावाचून मला गत्यंतरच नाही.'

राझीन ड्रायव्हिंगला बसला होता. बिली ब्रॅडफोर्ड त्याच्या बाजूला होती. हायवेवरून त्यांची गाडी भर वेगानं नैऋत्येला नुकोव्हो विमानतळाकडे चालली होती.

त्याला बाहेर पडायला अपेक्षेहून काही क्षणांचाच विलंब झाला. ते दोघं इमारतीच्या बाहेर पडल्यावर राझीननं बिलीला हॅट खूप खाली आणि कोटाची कॉलर उंच करायला सांगितली होती. तिचा चेहरा कोणाला ओळखता येणार नाही अशी खात्री झाल्यावर तो मोटारीत बसला. वाटेतल्या पहारेकऱ्यांना एका हातानं ओळखपत्र दाखवत तो दुसऱ्या हातानं गाडी चालवत होता. त्याला कोणीच अडवलं नाही.

फक्त शेवटच्या एका रक्षकानं त्याला थांबवलं. त्याचं ओळखपत्र नीट तपासून झाल्यावर बिलीकडे बघत त्या रक्षकानं विचारलं, 'या बाई कोण?'

'ती एका महत्त्वाच्या खटल्यात साक्षीदार आहे,' राझीन शांतपणे म्हणाला. 'तिचा जबाब घेण्यासाठी जनरल पेट्रॉव्हनं तिला घेऊन यायला सांगितलं आहे.'

'ठीक आहे, सर. तुम्ही जाऊ शकता,' रक्षक म्हणाला.

मग राझीन भरधाव वेगानं निघाला. थोड्या वेळानं तो म्हणाला, 'अजून एक मोठा धोका आहे. पेट्रॉव्हला पाहण्यासाठी लवकरच कुणीतरी येईल. तुझ्या पहाऱ्यावर असलेल्या बोरिसनं मला आत जाताना पाहिलेलं आहे. मी पुढच्या दारानं बाहेर पडलो नाही याचा अर्थ आपण गुप्त दरवाजानं गेलो हे त्यांना समजेल. तसं झाल्यास विमानतळ गाठायच्या आधीच आपल्याला ठार मारण्यात येईल. अर्थात ही शक्यता मला कमी वाटते. आपण विमानतळावर सुखरूप पोहचू अशी मला खात्री आहे. पण तुला धोक्याची कल्पना देऊन ठेवली. आणखी एक गोष्ट आपल्याला करायची आहे.'

'कोणती?' बिली कापऱ्या आवाजात म्हणाली. 'मी काय करू?'

'आता ताबडतोब काहीच करायचं नाही. पण वेळ येताच मी तुला सांगेनच. तीन-चार तास तुला बराच त्रास सहन करावा लागणार आहे.'

मॉस्कोतल्या निरनिराळ्या भागातून तो सफाईनं गाडी चालवत होता. गागारिन

चौक, स्फुटनिक हॉटेल, विद्यापीठ वगैरे भराभर मागे पडत गेलं. शहराच्या बाहेर गेल्यावर मोकळ्या गार वाऱ्यानं त्याला जरा हलकं वाटू लागलं. तरी पण त्याच्या मनातली भीती कमी होईना. आजूबाजूनं जाणाऱ्या प्रत्येक मोटारीकडे, मोटारसायकलवरून गणवेशात जाणाऱ्या रक्षकांकडे तो बारकाईनं लक्ष देत होता. कोणत्याही क्षणी त्याला अडवून एका क्षणात दोघांनाही ठार केलं जाईल, याची जाणीव त्याला सतत होती.

विमानतळ चार किलोमीटर दूर असताना तो मुख्य रस्त्यावरून बाजूच्या एका अंधाऱ्या रस्त्यावर वळला. गाडीचा वेग त्याला कमी करावा लागला. हळूहळू जंगल दिसू लागलं. काही वेळ तसाच जाऊन त्यानं गाडी थांबवली आणि दिवे बंद केले.

बिली चकित झाली आणि घाबरलीसुद्धा. राझीनचा हेतू तिला समजेना. तिच्याकडे बघत राझीन म्हणाला, 'तुला मघाशी सांगितल्याप्रमाणे दोन-तीन तास त्रासात काढावे लागतील. कदाचित थोडंसं खरचटेल, गुदमरल्यासारखं होईल; पण माझ्या योजनेनुसार सगळं व्यवस्थित पार पडलं तर तू आणि मी जिवंत राहू शकू.'

'योजना कसली? मी काय करायचंय्?' बिलीनं विचारलं.

दोघंजण खाली उतरले. त्यानं डिकीचा दरवाजा उघडला. आतली मोठी ट्रंक दाखवत तो म्हणाला, 'या ट्रंकेत तुला काही काळ झोपायचं आहे. तळाशी मी एक चादर टाकली आहे. तुझा जाड कोट आहेच. त्यामुळे तुला हादरे कमी बसतील. तुला श्वास घेता यावा म्हणून मी वर भोकं पाडलेली आहेत. ती पुरेशी होतील असं वाटतं. थोडं घुसमटेल, पण इलाज नाही, तू आत झोपल्यावर मी ट्रंकेला मोठं कुलूप लावणार आहे. तुला हे सोसेल ना?'

'इतके दिवस काय कमी सोसलं? माझी आता वाटेल त्या गोष्टीला तयारी आहे,' बिली म्हणाली.

त्याचा हात पकडून ती आत चढली. तिनं आपला कोट आणि स्कर्ट उचलून वर घेतला. एका कडेला वळून दोन्ही गुडघे हनुवटीच्या बाजूला नेले. त्यानं तिचे कपडे सारखे केले. मग विचारलं, 'कसं काय वाटतं?'

'भयानक. पण शवपेटीपेक्षा खूप सुखावह आहे. किती वेळ असं पडावं लागेल?'

'फार तर एक तास. आपण विमानात शिरल्यावर ते एकदा हवेत उडालं म्हणजे मी तुला बाहेर काढीन. नीट सांभाळून बस. मी आता झाकण बंद करतो. तयार?'

त्यानं झाकण सावकाश खाली घेतलं. पितळी कड्या लावल्या आणि कुलूप ठोकलं.

डिकी बंद करून तो घाईनं गाडीत शिरला. मनावर जबरदस्त ताण व त्वरेनं

पोचण्याची घाई असूनही त्यानं काळजीपूर्वक गाडी वळवली. बिली ब्रॅडफोर्डला फार धक्के बसू नयेत याची त्याला जाणीव होती.

काही मिनिटांतच तो हायवेला लागला. त्यानं गाडीचा वेग वाढवला. एकाच विचारानं त्याला घेरलं होतं. विमानतळावर पेट्रॉव्हचं खास पथक बंदुका सरसावून त्यांच्या स्वागताला सिद्ध असेल काय?

विमानतळावर तसं कोणीच त्यांची वाट बघत नव्हतं. तेव्हाच राझीनला मनमोकळा श्वास घेता आला.

तळावर दोन इमारती होत्या. एक मोठी आणि अद्ययावत तर दुसरी जुनी, दगडी. मोठी इमारत सर्वसामान्य प्रवाशांसाठी होती. राझीन छोट्या इमारतीकडे वळला. 'प्रवेश बंद' पाटीच्या अलीकडे त्यानं आपली गाडी उभी केली. खाली उतरून तो पुढे निघाला.

त्याच वेळी एक लष्करी अधिकारी वेगानं चालत राझीनकडे येऊ लागला. त्याच्या अंगावर केजीबीचा गणवेश होता. राझीन स्तब्ध उभा राहिला. या अधिकाऱ्याच्या हातात कुठलंही शस्त्र नाही, हे पाहून त्याला हायसं वाटलं.

तो कॅप्टन जवळ येऊन म्हणाला, 'आपण ॲलेक्स राझीन का?'

'होय.'

'मी कॅप्टन मेशलॉक. तुम्हाला सर्व प्रकारची मदत करण्याबद्दल मला सूचना मिळाली आहे. पण कृपया प्रथम आपलं ओळखपत्र आणि पासपोर्ट बघू देत.'

राझीननं दोन्ही गोष्टी काढून दिल्या.

ते पाहून कॅप्टनचं समाधान झालं. 'ठीक आहे. एक विमान तुमच्या दिमतीला ठेवलेलं आहे. तुम्ही एकटेच उतारू आहात. अर्थात पायलटसह पाचजणांचा सेवकवर्ग असेल, पण हे लोक पुढच्या बाजूला बंदिस्त केलेल्या भागात असतील. त्यांना तुमच्याशी आणि तुम्हाला त्यांच्याशी बोलण्याची आवश्यकता नाही. तशी आज्ञा आहे. विमान लंडनला निघण्याच्या तयारीतच आहे.' तो राझीनला न्याहाळून म्हणाला, 'तुमच्याजवळ एक पॅकेज असेल असं मला समजलं होतं.'

राझीन आपले दोन्ही रिकामे हात दाखवून हसत म्हणाला, 'ते माझ्या गाडीच्या डिकीत आहे. मी काही त्याला पॅकेज म्हणू शकत नाही. ती प्रवासी ट्रंकच आहे. पंतप्रधान किरचेंको यांच्या ती स्वाधीन करायची आहे.'

'ट्रंक? काहीजण त्याला पॅकेजही म्हणत असतील!'

'मला ती विमानात नेऊन ठेवायला दोन हमालांची आवश्यकता आहे.' त्यानं डिकीचं दार उघडलं.

'मी त्यांना लगेच घेऊन येतो,' असं म्हणत कॅप्टन छोट्या इमारतीकडे निघून गेला.

राझीन ट्रंकेकडे बघत होता. तिच्या पोटात बिली अवघडून बसलेली होती. तिची अवस्था काय झाली असेल, त्याला समजेना. तिच्याशी दोन शब्द बोलावेत असा त्याला मोह झाला, पण तसं करायला तो धजला नाही.

त्यानं आजूबाजूला नजर टाकली. धोक्याचं चिन्ह कुठेच दिसत नव्हतं. कॅप्टन लगेच परत यावा असं त्याला वाटत होतं. त्याच्या इच्छेनुसार तो दोन हमालांसह येताना दिसला.

राझीननं त्यांना ट्रंक दाखवली. 'हे जपून, अत्यंत जपून न्या. दोन्ही बाजूंना पट्ट्या आहेत. आणि हे पाहा, विमानात माझ्या सीटजवळच ही ट्रंक ठेवा. ती सारखी, सदैव माझ्यासमोर ठेवावी, अशी मला आज्ञा आहे.'

डिकी बंद करून त्यानं गाडीच्या किल्ल्या कॅप्टनकडे दिल्या. 'गाडी पार्क करून ठेवू शकाल? अंदाजे आठ तासांनी मी परत येणार आहे.'

'मी तुमची वाट पाहतो,' कॅप्टन म्हणाला. 'आपल्याला आता थेट विमानात जायला हरकत नाही. वाटेत पासपोर्ट वगैरे दाखवण्याची आवश्यकता नाही.'

विमानतळाच्या आवारात शिरल्यावर राझीननं कॅप्टनचा हात पकडला. तो म्हणाला, 'आणखी एक गोष्ट. निघण्यापूर्वी मला फोन करण्याची सूचना आहे. खाजगी फोन मला कुठे मिळेल?'

'चला, मी दाखवतो.'

कॅप्टन त्याला एका लहानशा कार्यालयात घेऊन गेला. टेबलावरचा फोन दाखवून कॅप्टन त्याला म्हणाला, 'तुमचं पॅकेज विमानात नीट ठेवलं आहे, याची मी खात्री करून घेतो. मग तुम्हाला न्यायला परत येतो.'

तो गेल्यावर राझीननं ताबडतोब राजदूत युंगदल यांचा वकिलातीमधला नंबर फिरवला. ऑपरेटर बाईंनी तो लगेच उचलला. त्यानं तिला सांगितलं की युंगदल आपल्या फोनची वाट पाहतायत. त्यांना सांगा की. मि. गे पार्कर यांच्यासंबंधी काम आहे.

चांगली पंधरा सेकंद लोटल्यावर राजदूतांचा झोपाळू आवाज आला. 'कोण अॅलेक्स राझीन?'

'होय. फर्स्ट लेडीसाठी एक संदेश आहे. तो त्यांना समक्ष किंवा त्यांच्या सेक्रेटरीमार्फत दिला तरी चालेल.

'मी कागद आणि पेन्सिल घेऊन तयार आहे.

'संदेश सुरू करतो.' तो सावकाश सांगू लागला, 'मी पॅकेज घेऊन लंडनला निघत आहे. सूर्योदयाच्या सुमारास तिथे पोचेन. तिथल्या वेस्टरिज विमानतळावर

मला भेटा. त्या वेळी करड्या रंगाचा सूट आणि कोट न विसरता घाला. मला वेळेची मर्यादा असल्यामुळे विमानातच माझी भेट घ्या. त्या वेळी मी पुढील सूचना देईन. सही-अॅलेक्स राझीन.' तो थांबला. 'संदेश संपला. सर, आपल्याला समजलं?'

'मला नाही; पण फर्स्ट लेडीला बहुधा समजेल.'

'कृपया पुन्हा वाचून दाखवाल का?'

राजदूतांनी तो परत वाचून दाखवला.

'बरोबर!' राझीन म्हणाला, 'तुम्ही लगेच मिसेस ब्रॅडफोर्डना कळवणार ना?'

'ताबडतोब!'

'थँक यू, सर. मला आता निघालं पाहिजे.'

त्यानं फोन बंद केला. त्याला एव्हाना घामाच्या धारा लागल्या होत्या. रुमाल काढून त्यानं कपाळ आणि वरचा ओठ पुसून काढला. नंतर तो विमानतळाकडे निघाला. कॅप्टन समोरून येतच होता.

त्यानं धावतच कॅप्टनला गाठलं, 'सगळं काही ठीक आहे.' कॅप्टन म्हणाला.

'थँक यू.'

ते उघड्यावर आल्याबरोबर राझीनला थंडी बोचू लागली. कॅप्टन पुढे धावत होता, राझीन त्याच्या मागोमाग. एक मोठं लष्करी जेट विमान निघण्याच्या तयारीत होतं.

राझीन कॅप्टनबरोबर मुद्दाम सोडलेल्या शिडीवरून वर चढला. ट्रंकेकडे बोट दाखवून कॅप्टन म्हणाला, 'हे तुमचं पॅकेज. इथे भरपूर बैठकी आहेत. तुम्हाला हवी ती निवडा. प्रवास सुखाचा होवो. सकाळी आपण भेटूच.' त्यानं हात पुढे केला.

त्याच्याशी हस्तांदोलन करून राझीन म्हणाला, 'मी तुमची भेट घेईनच. आतापर्यंतच्या सहकार्याबद्दल मी आभारी आहे.'

कॅप्टननं कॉकपिटमध्ये डोकावलं. तो काहीतरी बोलला. नंतर मागे वळून खाली निघून गेला. राझीन सोयिस्कर बैठक निवडत असताना विमानातला एक सेवक पुढच्या भागातून बाहेर आला. ज्या दारातून राझीन विमानात शिरला होता, तो दरवाजा त्यानं घट्ट लावून घेतला. नंतर पुन्हा कॉकपिटमध्ये दिसेनासा झाला.

बैठकीच्या जागेत एका बाजूच्या खुर्च्या काढून टाकण्यात आल्या होत्या. बहुधा छत्रीधारी सैनिक याचा वापर करीत असावेत. मधल्या भागात त्याची ट्रंक ठेवलेली होती. थकव्यामुळे राझीननं एक सुस्कारा सोडला. त्यानं कोपऱ्यातली एक खुर्ची निवडली आणि तीवर तो स्थानापन्न झाला. ट्रंकेकडे पाहताना तो मनात म्हणत होता : अमेरिकेची फर्स्ट लेडी यात बसलेली आहे. काय विचित्र योग आहे!

ते दोघं इथपर्यंत येऊन पोचले हा सुद्धा अकल्पित दैवयोगच होता. त्याला पेट्रॉव्हची आठवण झाली. तो जिवंत होता का ठार झाला? जर जिवंत असेल तर

कोणाला सापडला असेल का?

जर तो जिवंत असेल आणि सापडला असेल तर अजूनही जीविताला धोका होता. राझीननं जाकिटाच्या खिशावर हात थोपटला. त्याचं पिस्तूल अजूनही तिथेच होतं.

त्यानं खिडकीतून बाहेर पाहिलं. विमान हलू लागलं होतं.

क्रेमलिनमध्ये पहाट होऊ लागली. केजीबी अध्यक्षांची गडद निळी मोटार रात्रभर एकाच ठिकाणी उभी होती.

गाडीत बसलेले चारजण अजून वाट बघतच होते. पुढच्या बाजूला कॉन्स्टँटिन नावाचा शोफर आणि त्याच्या बाजूला सुकोलोफ नावाचा फोटोग्राफर होता; मागच्या प्रशस्त जागेत जनरल पेट्रॉव्हचे अत्यंत विश्वासू अंगरक्षक कॅप्टन मर्की आणि कॅप्टन आंद्रे हे दोघं होते. एक आरामशीर जागा रिकामी होती.

मर्की तोंड सुजवून बसला होता. तो अस्वस्थपणे बाहेर बघत होता. 'बाहेर उजाडू लागलंय,' तो गुरगुरत म्हणाला, 'हे काही ठीक नाही. आपलं वेळापत्रक पार बिघडलंय. रात्रीच ते सगळं वास्तविक उरकायचं होतं.'

'त्यामुळे काय फरक पडणार?' आंद्रे म्हणाला.

मर्कीच्या दृष्टीनं फरक होता. कार्यक्रम आखला की तो प्रत्यक्षात यायलाच पाहिजे. लोक जर शिस्तबद्ध वागले नाहीत तर सगळ्या जगात गोंधळ माजून जाईल. योजनेबरहुकूम वागलं नाही तर घोटाळे होतील, उद्दिष्ट गाठता येणार नाही. पेट्रॉव्हचा तोच गुणधर्म वाखाणण्यासारखा होता. त्याच्या नेहमी आखीव योजना असत. त्यानुसार त्याची कृती असायची. ठरल्याप्रमाणे तो गोष्टी घडवून आणायचा.

आपल्या बॉसचा गेल्या रात्रीचा गलथानपणा कॅप्टन मर्कीला कळू शकत नव्हता.

त्यांची योजना निश्चित ठरली होती. प्रत्येकाला काम वाटून दिलं होतं. मर्की आणि आंद्रे यांनाच त्याची पूर्णपणे आगाऊ कल्पना होती. मॉस्कोहून पाच किलोमीटर अंतरावर असलेल्या पाईन वृक्षांच्या जंगलात बिली ब्रॅडफोर्डला घेऊन जायचं होतं. तिथेच एक जुनी दफनभूमी होती. शोफर आणि फोटोग्राफर या दोघांनी तिथे गाडीतच बसायचं होतं. बिलीला भूल देऊन बेशुद्ध अवस्थेत गाडीमध्ये मागच्या बाजूला पायाशी पालथं टाकून नेण्यात येणार होतं. जंगलात पोहोचल्यावर मर्की तिच्या हृदयावर नेम धरून गोळी घालणार होता. तिच्यासाठी एक थडगं खणून तयार होतं. ती मेल्यावर फोटोग्राफरला बोलावून तिच्या अचेतन देहाची छायाचित्रं घ्यायची होती. छातीवर गोळीची निशाणी दिसेल असा फोटो मुद्दाम काढायचा होता. ते झाल्यावर फोटोग्राफर पुन्हा गाडीत जाणार होता. त्यानंतर बिलीच्या चेहऱ्यावर ॲसिड ओतून

तो ओळखू न येण्याइतपत विद्रूप करून तिला खड्ड्यात पुरलं जाणार होतं. ही कामगिरी उरकून ते लगेच केजीबीच्या मुख्य कार्यालयात परतणार होते. तयार फोटोच्या प्रती जनरल पेट्रॉव्हच्या ताब्यात आल्यावर तो मग त्या पाकिटात घालून ॲलेक्स राझीनच्या स्वाधीन करणार होता.

ही अशी योजना होती– पण अद्याप अंमलात न आलेली!

मर्की सिगारेट पेटवून क्षुब्ध आवाजात म्हणाला, 'तीन तास उलटून गेले. जवळ जवळ दिवस उगवला. जनरल असं कधीच करणार नाहीत. मला वाटतं आत जाऊन काय ते बघून यावं.'

'बघ बुवा!' आंद्रे म्हणाला, 'आपल्याला थांबण्याची आज्ञा आहे. कदाचित ते बाईंना अखेरचं शय्यासुख देत असतील.'

मर्की गाडीतून उतरला. 'मी धोका पत्कारायला तयार आहे,' असं म्हणून तो बिलीच्या घराकडे चालू लागला. दहा मिनिटांत तो जागेवर पोचला.

बोरिस दाराशी पहारा देत होता.

'कसं काय, बोरिस?'

'ठीक आहे, सर.'

'या वेळी आत कोण कोण आहेत?' मर्कीनं विचारलं.

'सर, बाई अर्थातच आहेत. नंतर मि. राझीन—'

'मि. राझीन?'

'ते साधारण चार तास आतच असतील. जनरल पेट्रोव्ह त्यांच्यानंतर आले. तेही आतच आहेत.'

'अद्याप त्यातलं कोणीही बाहेर पडलं नाही? सगळे अजूनही आतच आहेत?'

'यस् सर.'

'ठीक आहे. मला जनरलना काही सूचना द्यायच्या आहेत. तू दार उघडतोस का?'

बोरिसनं किल्ली काढून दार उघडलं.

दार उघडल्याबरोबर जनरलचा अवजड देह जमिनीवर अस्ताव्यस्त पडलेला मर्कीला दिसला. नेहमी पोलादाप्रमाणे कठीण असणारा त्याचा चेहरादेखील पालटला. कर्कश संगीताच्या आवाजावर आपला आवाज चढवून तो ओरडला, 'बोरिस!'

तो पुढे धावला आणि आपल्या प्रमुखाजवळ गुडघे टेकवून बसला. तोपर्यंत बोरिस पळतच खोलीत आला. मर्कीनं पेट्रॉव्हला पाठीवर वळवलं. 'त्यांना गोळी घातली आहे–' तो जनरलची नाडी तपासू लागला. ती मंद लागत होती. 'ते अजून जिवंत आहेत. ताबडतोब ॲम्ब्युलन्स बोलाव! धोक्याची घंटा वाजव! पळ, पळ!'

तो रक्षक विद्युत्वेगानं खोलीबाहेर धावला.

धक्का ओसरल्यावर मर्की उठून उभा राहिला. त्यानं आपलं पिस्तूल बाहेर

काढलं. तो इकडेतिकडे शोध घेऊ लागला. त्या जागेत आणखी दोन जण होते, ते कुठे गेले?

तो जलद बेडरूमकडे गेला; सावधगिरीनं आत प्रवेश केला. ती खोली रिकामी होती. बाथरूम मोकळीच होती. त्यानं किचनमध्ये डोकावलं. तिथेही कोणीच नव्हतं. ॲलेक्स राझीन आणि त्यांचा कैदी, अमेरिकेची फर्स्ट लेडी गायब होती. काय झालं असावं याबद्दल मर्कीला शंकाच उरली नाही. पण ते दोघं इथून निसटले कसे?

त्याच क्षणी त्याला किचनमधला गुप्त दरवाजा आठवला. गेल्या खेपेला तिथूनच पलायनाचा प्रयत्न झाला होता. तो पुन्हा किचनमधे गेला. जमिनीलगतचं दार बंदच होतं, पण खिळे उचकटल्याचं त्याच्या लगेच ध्यानात आलं. ते दार उचलून त्यानं बाजूला ठेवलं. खिशातून लहानशी बॅटरी काढून त्यानं तळघरात प्रकाश टाकला. सामानाची रिकामी खोलीच फक्त दिसत होती.

इथूनच दोन्ही व्यक्ती संगनमतानं पळाल्या याची मर्कीला खात्री झाली. केजीबीचा चांगला खंदा, विश्वासू उच्च अधिकारी राझीन या फंदात का पडला असावा? त्याला सी. आय्. ए. नं विकत घेतलं असेल का? का तो डबल एजंट होता? कदाचित त्याला फर्स्ट लेडीच्या हत्येविषयी समजलं असावं; म्हणून तिला वाचवण्याचा त्यानं प्रयत्न केला असावा. पण राझीनला एवढं समजू नये की अमेरिकच्या फर्स्ट लेडीला रशियातूनच काय पण मॉस्कोमधूनही बाहेर पडणं अशक्य आहे? राझीनची वागणूक त्याच्या लक्षात येईना.

तो पुन्हा बाहेरच्या खोलीत आला, तेव्हा पेट्रॉव्हच्या आजूबाजूला वैद्यकीय सेवकवर्ग दिसला. एक डॉक्टर, दोन नर्सेस आणि दोन रुग्णवाहक. जनरलला तिथून उचलून नेईपर्यंत मर्की तिथेच थांबला. डॉक्टर जाताना म्हणाले, 'क्रेमलिन रुग्णालयात नेल्यावरच त्यांच्या प्रकृतीचं गांभीर्य समजू शकेल.' ॲम्ब्युलन्स निघून गेली.

कॅप्टन मर्की बाहेर आल्यावर तिथे बरेच केजीबी आणि पोलिस अधिकारी जमा झालेले दिसले. त्यांनी मर्कीवर प्रश्नांचा भडिमार सुरू केला. तो सर्व काही व्यवस्थित आठवून, विचारपूर्वक उत्तरं देऊ लागला.

त्यानंतर त्याच्यासह सर्वजण केजीबी मुख्यालयात गेले. मर्कीला अधिक प्रश्न विचारण्यात येऊ लागले. रात्रीच्या योजनेबद्दल जनरल पेट्रॉव्ह आणि ॲलेक्स राझीन यांनाच सविस्तर माहिती होती, असं त्यानं सांगितलं. ते दोघं किंवा स्वत: पंतप्रधानच पुढील कार्यवाहीबद्दल हुकूम देऊ शकत होते.

हे समजल्यावर उच्च अधिकारी क्रेमलिन रुग्णालयात रवाना झाले. डॉक्टरांनी नुकतीच पेट्रॉव्हची तपासणी करून त्याला रक्त द्यायला सुरुवात केली होती. मर्की अत्यंत अस्वस्थपणे सारखा येरझारा घालत होता. सुमारे एका तासानं मुख्य सर्जन पेट्रॉव्हवर छोटीशी शस्त्रक्रिया उरकून बाहेर आला.

'अनपेक्षित बिघाड झाला नाही तर जनरल वाचण्याची शक्यता खूपच आहे,' तो म्हणाला. 'तुम्हाला त्यांच्याकडून माहिती हवी आहे, मला ठाऊकय्! तथापि दोन किंवा तीन दिवस त्यांच्याकडून काही समजण्याची अपेक्षा ठेवू नका. त्यांच्या प्रकृतिसंबंधी तुम्हाला रोज, खाजगीरीत्या कल्पना दिली जाईल.'

रुग्णालयातून बाहेर पडल्यावर कॅप्टन मर्कीनं शोफरला आपली गाडी ताबडतोब केजीबीच्या कार्यालयात न्यायला सांगितली.

मॉस्को ते लंडन हा विमान-प्रवास साडेतीन तासांचा होता. दोन उतारूंसह जेट विमान या वेळी उत्तर समुद्रावरून उडत होतं. नियोजित ठिकाण एक तासावर आलं होतं.

विमान आकाशात गेल्यावर क्षणाचाही विलंब न लावता राझीननं ट्रंक उघडली होती. बिली मुटकुळं करून कशीबशी पडली होती. तिनं डोळे मिटून घेतले होते. तिच्या चेहऱ्यावर वेदना जाणवत होत्या. ती बहुधा अर्धवट बेशुद्धीत असावी.

तिच्या काखेत हात घालून त्यानं तिला अलगद वर उचललं आणि आपल्या शेजारच्या बैठकीवर सरळ बसवलं. ती गलितगात्र होऊन गुंगीमुळे अवाक् बनली होती.

अर्ध्या तासानं तिनं डोळे कसेबसे किलकिले केले.

'तू बरी आहेस ना?' त्यानं काळजीच्या सुरात विचारलं.

'काही... सांगता येत... नाही.'

'कुठे दुखतंय् का?'

'सगळं अंगच दुखतंय्!'

'मी थोडं मालिश करू का?'

तिनं अशक्तपणे मान डोलावली.

त्यानं बिलीचे खांदे हलकेच दाबायला सुरुवात केली. नंतर पाठ, मांडी आणि पाय दाबले, त्याचे हे उपचार संपायच्या आतच ती गाढ झोपी गेली होती.

तिला नीट बसवून तो धूम्रपान करू लागला. त्यानं झाल्या गोष्टींची मनात उजळणी केली. नजिकच्या भविष्याबद्दल विचार करत असतानाच त्याला डुलकी लागली.

जाग येताच त्याच्या ध्यानात आलं की दोन तास उलटून गेले होते. ती सुद्धा जागी असून समोरच बघत होती.

'कसं काय वाटतं?' त्याला काळजी होती.

'खूपच बरं. आपण कुठे आहोत?'

'लंडनहून सुमारे एक तासाच्या अंतरावर.'

'आपण सुरक्षित आहोत?'

'असं मला वाटतं.'

'थँक गॉड!' तिनं आपलं डोकं बाजूला वळवून त्याच्या गालाला स्पर्श केला. 'थँक यू. तुझे माझ्यावर अनंत उपकार आहेत.'

'तुला या प्रकरणात गुंतवलं, त्याबद्दलसुद्धा?' तो कडवटपणे म्हणाला.

'मला भयंकर धोक्यातून बाहेर काढल्याबद्दल मी तुझी ऋणी आहे. पण तू मुळात असं केलंसच का?'

'ती फार मोठी कथा आहे, बिली. आपण तळावर उतरण्याआधी मी तुला सगळं सांगेन. पण मला वाटतं तुला थोडी मद्याची गरज आहे.'

तिनं होकार दिला.

त्यानं आपल्या जाकिटाच्या खिशातून व्होडकाची चपटी बाटली बाहेर काढली. तिचं बूच उघडून बाटली बिलीच्या हातात दिली. एक मोठा घोट घेतल्यावर तिला ठसका लागला, म्हणून ती स्वस्थ बसली. दुसऱ्या घोटानंतर तिला खूपच तरतरी आली. 'माझी झोप आता पार उडाली' ती म्हणाली.

त्यानंही दोन घोट लगावले आणि बाटली बाजूला ठेवली.

त्याच्याकडे बघत ती म्हणाली, 'आता मला सांग.'

'तुला काय सांगू?'

'तू असं का केलंस? आपण इथे कसे आहोत? तू म्हणालास की ती फार मोठी कथा आहे.'

तो हसला. 'मी थोडक्यात सांगायचा प्रयत्न करतो. तुला सगळा तपशील ठाऊक असणं आवश्यक आहे. कारण तू आणि मी अत्यंत बिकट आणि मुळातच धोकादायक अशा परिस्थितीत सापडलेलो आहोत. काही काही गोष्टी तुला ठाऊकच आहेत. बाकीच्या मी तुला सांगतो.'

मग त्यानं जनरल पेट्रॉव्हला कीव्हच्या नाट्यगृहात व्हेरा व्हाविलोवाचा शोध अचानक कसा लागला, इथपासून सांगायला सुरुवात केली. 'अमेरिकेच्या फर्स्ट लेडीसारखी ही नटी दिसते, असं लक्षात आल्यावर त्याच्या डोक्यात योजना पक्की झाली. तीन वर्षांच्या कठीण परिश्रमांनंतर बिली ब्रॅडफोर्डची प्रतिकृती निर्माण करण्यात त्यांना यश आलं होतं. राझीनला अमेरिका आणि उत्तम इंग्रजी भाषा ज्ञात असल्यामुळे व्हेराला अमेरिकन बनवण्याची मुख्य जबाबदारी त्याच्यावर येऊन पडली होती. अमेरिकेची खास गुपितं त्यांच्या आतल्या गोटातून जाणून घेता येतील, हाच पेट्रॉव्हचा साधारण उद्देश होता. त्या वेळी नेमकी विशिष्ट अशी कामगिरी समोर नव्हती.

'त्याच वेळी माझं व्हेरावर आणि तिचं माझ्यावर मनापासून प्रेम जडलं. तुझ्या बदली तिला वॉशिंग्टनला पाठवण्याची कल्पना मला अजिबात पसंत नव्हती. पण

तसं करणं भागच होतं. त्यानंतर तिच्या यशाची आणि सुरक्षिततेची जबाबदारी ओघानंच माझ्यावर आली. माझ्यासाठी तिचा बचाव करणं अत्यावश्यक होतं,' राझीन सांगत होता.

त्यानंतर बिलीची देखभाल त्याच्यावरच सोपवण्यात आली होती. नंतरचा इतिहास त्यानं थोडक्यात तिला सांगितला. व्हेरापुढील सर्वांत महत्त्वाचा प्रश्न होता, तो म्हणजे अध्यक्षांना शय्यासुख कसं द्यायचं!

'ती माहिती मी तुझ्याकडून मिळवण्यात यशस्वी झालो. पण तू माझी दिशाभूल करायचा प्रयत्न केलास, तो माझ्या ध्यानात आला. त्यामुळे व्हेराला मी तुझ्या बिछान्यातल्या वागणुकीबद्दल कृतीची सूचना दिली आणि माझा तो अंदाज बरोबर ठरला.'

'मला तीच भीती होती,' बिली म्हणाली.

'माझी ती ड्यूटीच होती,' राझीन म्हणाला. 'पण आज मी ड्यूटी विसरलेलो आहे. त्यांची आज्ञा यापुढे पाळायची नाही असं मी ठरवलं. कसं कोण जाणे, पण तुझा लेखनिक गे पार्कर यानं तू मॉस्कोला आहेस हे हुडकून काढलं. आज रात्री तुला ठार करण्यात येईल हे सुद्धा त्याला समजलं. त्यानं मॉस्कोतल्या तुमच्या राजदूतामार्फत मला ही वार्ता कळवली. मी तसं घडू देणार नाही असा पार्करनं अंदाज बांधला आणि तो बरोबर होता. ज्या लोकांच्या आज्ञा आजवर मी डोळे झाकून पार पाडत होतो ते लोक हैवान आहेत, असं माझ्या लक्षात आलं. तुझा जीव वाचवण्यासाठी माझे प्राण मी पणाला लावले. त्यात दोन उद्देश होते. पहिला स्वार्थी होता. जर तुझा खून झाला असता तर व्हेरा मला कायमची अंतरणार होती. दुसरा हेतू मात्र चांगला होता. तुझ्याबद्दल मला जिव्हाळा निर्माण झाला होता. तुला ठार करणं हे शुद्ध रानटी कृत्य होतं. त्यात भाग घेण्याची मला इच्छा नव्हती. तुझा बचाव करून मला माझा मान राखता येणार होता. शिवाय माझ्या आवडत्या स्त्रीची प्राप्ती मला व्हायची होती. अशी ही एकंदर हकिगत आहे.'

त्याचा हा कबुलीजबाब चालू असताना ती भारल्यासारखी ऐकत होती. तिला त्याच्याबद्दल संताप आणि प्रेम अशा भावना आलटून पालटून निर्माण होत होत्या. त्याच्यात झालेला बदल आणि त्यानं पत्करलेला धोका पाहून तिनं त्याला क्षमा केली. 'पण काय रे, तू मला बाहेर काढण्यासाठी पेट्रॉव्हला गोळी घातलीस. आता तुझं काय होणार?' तिनं विचारलं.

'माझं काय होणार? बिली, ते सर्वस्वी तुझ्यावर अवलंबून आहे.'

'माझ्यावर? मी तुझ्यासाठी काय करू? तुला काय हवंय्?'

'माझं आणि व्हेराचं जीवन!' तो म्हणाला, 'या विमानात व्हेरा आपल्याला भेटायला येईल. मी तशी व्यवस्था केलेली आहे. तुला पाहून ती अतिशय अस्वस्थ

होईल, घाबरेलसुद्धा; पण मी तिला शांत करेन. तू आणि व्हेरा यांची पुन्हा अदलाबदल होईल. ते करणं सोपं जावं म्हणून मी तुझ्यासारखेच कपडे तिला घालून येण्याची सूचना केलेली आहे. नंतर, पहिली गोष्ट म्हणजे तू आम्हाला सुरक्षित स्थळी दडवलं पाहिजेस. विमानाच्या बाहेर पडायला तुझी मदत लागेल. फर्स्ट लेडी आणि तिचे सहकारी यांना कोणीच अडवणार नाही.'

'वेस्टएंड मधील एक जागा मला ठाऊक आहे. तिथे एक विधुर आणि त्याचा मुलगा राहतो.'

'आम्हाला अमेरिकन पासपोर्ट मिळवून दिले पाहिजेस. यापूर्वीच तू मला तसं आश्वासन दिलं आहेस. व्हेरालाही पासपोर्ट लागेल. नावं अर्थातच बदलायला लागतील.'

'ती व्यवस्था होऊ शकेल.'

'नंतर, इंग्लंडमध्ये आमच्यावर सुरक्षित हॉस्पिटलमध्ये प्लॅस्टिक सर्जरीची व्यवस्था व्हावी. आमचे चेहरे ताबडतोब बदलले पाहिजेत. व्हेरा यापुढे तुझ्यासारखी दिसता कामा नये. आणि मी सुद्धा अॅलेक्स राझीन वाटू नये. तसं झालं तरच आम्ही केजीबीच्या पंज्यातून निसटू.'

'तशी व्यवस्था ताबडतोब केली जाईल.'

'अमेरिकेत आम्हाला कायमचं निवासस्थान मिळालं म्हणजे मला शिक्षकाची किंवा बातमीदाराची नोकरी मिळवून देण्यात तुझी मदत लागेल. व्हेराला स्टेजवर पुन्हा प्रवेश मिळावा.'

'मला हे निश्चित जमू शकेल.'

'अखेरची एकच गोष्ट,' राझीन म्हणाला, 'तुला जो काही त्रास झाला त्याबद्दल उघडपणे किंवा खाजगीरीत्या कुणाजवळ कधीही बोलू नकोस. त्यातला एक शब्दही बाहेर जाता कामा नये. कारण तसं झालं तर अमेरिका आणि रशिया यांच्यात-यांच्यातली मैत्री आणि शांतता नष्ट होईल.'

बिलीच्या सर्व काही पूर्णपणे लक्षात आलं होतं. 'अॅलेक्स, या सगळ्याचा बदला घेण्याची मला कितीही प्रबळ इच्छा होत असली तरी मी डोकं शांत ठेवेन. तू काळजी करू नकोस. मी यातलं अवाक्षरही कुठे बोलणार नाही.'

तो हलकेच हसला. 'मग माझे श्रम सार्थकी लागले.' तो खिडकीबाहेर बघत म्हणाला, 'आता उजाडू लागलंय्.' खुर्चीत मागे रेलून तो भुवया उंचावून उद्गारला, 'तिकडे मॉस्कोत काय चाललंय् कुणास ठाऊक?'

क्रेमलिनजवळचं केजीबी हेडक्वार्टर. कॅप्टन मर्की पेट्रॉव्हच्या टेबलापाशी बसला होता. आदल्या दिवशी जनरल पेट्रॉव्हनं काढलेल्या नोट्स, कामांची यादी,

सांकेतिक भाषा उकलून मिळालेला पंतप्रधानांचा संदेश- हे सर्व काही टेबलावर काढलेलं होतं. कॅप्टन आंद्रे आणि 'सेकंड लेडी योजने'तील तीन केजीबी अधिकारी तिथे उपस्थित होते.

कागदपत्रं वाचून मर्कीला बराचसा उलगडा झाला होता. काही शंका होत्या, पण अगदीच कमी.

श्रीमती ब्रॅडफोर्डना नाहीसं करून त्यांच्या प्रेताचे फोटो राझीन लंडनला नेणार होता. त्याला कुठून तरी या गोष्टीचा सुगावा लागला आणि काही कारणासाठी त्यानं बिली ब्रॅडफोर्डला सुटकेसाठी मदत करायचं ठरवलं. मर्कीने एवढा अंदाज केल्यावर नुकोव्हो विमानतळावर फोन लावला. कॅप्टन मेशलॉककडून त्याला समजलं की राझीन सुमारे तीन तासांपूर्वीच लंडनला विमानानं रवाना झाला.

'मि. राझीन यांच्याबरोबर कोणी बाई होत्या का?' मर्कीनं त्याला विचारलं.

'नाही. त्यांच्याजवळ फक्त एकच मोठी ट्रंक होती,' मेशलॉकनं उत्तर दिलं.

अच्छा! मोठी ट्रंक! याचा अर्थ स्पष्ट होता. थोड्याच अवधीत खरी फर्स्ट लेडी लंडनला पोचणार. व्हेरा तिथेच होती. दोघी एकत्र भेटणं म्हणजे केजीबीच्या कटाचा धुव्वा उडणार होता. त्याची परिणती कशात होईल, याचं भीषण भविष्य कोण सांगणार?

मान हलवून मर्कीनं आपल्या सहकाऱ्यांकडे पाहिलं. 'काय घडलं ते आपल्याला बहुतेक समजलेलं आहे. त्यावर उपाय कोणता हाच खरा प्रश्न आहे. कारण विमान परत फिरवणं अशक्य आहे. एकतर त्यात पुरेसं इंधन नाही; आणि राझीनजवळ पिस्तूल आहे.'

'त्यामुळे एकच गोष्ट आपल्या हातात आहे. आपण ताबडतोब पंतप्रधान किरचेन्को यांच्या कानावर ही गोष्ट घातली पाहिजे. ते घटनास्थळी हजर आहेत. तेच फक्त आपल्याला यातून वाचवू शकतील.'

पहाटेच पार्कर नोराला घेऊन ब्रेकफास्टला निघत होता. व्हेरा अचानक बाहेर जाण्याची तयारी करू लागली तर तत्पूर्वी सज्ज राहाणं दोघांना आवश्यक होतं.

तेवढ्यात अध्यक्षांचा फोन वाजला. त्यांच्या सेक्रेटरीनं तो तत्परतेनं घेतला.

पार्करनं नोराला थांबवलं. तो हळूच तिला म्हणाला, 'हा कदाचित आपला फोन असू शकेल.'

सेक्रेटरी बोलत होती : 'हॅलो, मि. युंगदल... त्या अद्याप उठलेल्या नाहीत पण नोरा इथेच आहे. तिला देऊ? पार्कर? तेही इथेच आहेत.' ती नोराला म्हणाली, 'मॉस्कोहून राजदूत युंगदल तुझ्याशी बोलू इच्छितात.'

नोरा पार्करकडे पाहून अर्थपूर्ण हसली. तिनं फोन घेतला. 'हॅलो, सर. मी नोरा

बोलतेय्. मिसेस् ब्रॅडफोर्डना मी उठवू का?'

'नको, तू असलीस तरी चालेल. पहिली गोष्ट : पार्करला सांग की, त्याच्या सूचनेप्रमाणे मी सर्व काही केलं. ॲलेक्स राझीनला मी शोधून काढलं आणि त्याला संदेश दिला. मी स्वत:च जाऊन दिला. नंतर मी. राझीन यांच्याकडून फर्स्ट लेडीसाठी एक निरोप आलेला आहे.'

'मी तिला उठल्याबरोबर अवश्य सांगेन.'

'मी तो लिहिलेला आहे. तू नीट उतरवून घे. तयार आहेस?'

'एक सेकंद.' नोरानं कागदाचं पॅड आणि पेन्सिल पुढे ओढून म्हटलं, 'आता सांगा.'

'ठीक आहे,' राजदूत म्हणाले, 'निरोप असा आहे : मी पॅकेज घेऊन लंडनला निघत आहे. सूर्योदयाच्या सुमारास तिथे पोहोचेन. तिथल्या वेस्टरिज विमानतळावर मला भेटा. त्या वेळी करड्या रंगाचा सूट आणि कोट न विसरता घाला. मला वेळेची मर्यादा असल्यामुळे विमानातच माझी भेट घ्या. त्या वेळी मी पुढील सूचना देईन सही-ॲलेक्स राझीन. निरोप संपला.'

'मी मिसेस् ब्रॅडफोर्डना हा निरोप लवकरात लवकर पोचता करीन.'

'मिसेस् ब्रॅडफोर्डना माझा नमस्कार सांग.'

'थँक यू, सर.'

फोन खाली ठेवून नोरा बाहेरच्या खोलीत आली. ती पार्करला म्हणाली, 'राझीन निघालेला आहे. तो बिलीला विमानतळावर भेटू इच्छितो.'

पार्कर चिंताक्रांत झाला. 'रशियन नागरिकाला फर्स्ट लेडी विमानतळावर भेटायला जाणार, हे तुला आता समजलं आहे. ते फर्स्ट लेडीला मानवणार नाही. बरं, मला तो निरोप बघू.'

निरोपाचा कागद त्याच्या हातात देऊन नोरा म्हणाली, 'मला यातलं काहीच समजलं नाही, असं मी तिला दाखवीन.'

पार्करनं निरोप वाचला. तो पुन्हा एकदा वाचल्यावर पार्कर भयचकित झाला. 'राझीनं पॅकेजसह येत आहे. बिलीच्या मृतदेहाचे फोटो घेऊन येण्याची कामगिरी त्याच्यावर सोपवणार होते. बिलीसंबधी यात काहीच उल्लेख नाही.'

'बिलीचा तो उल्लेख कसा करेल? हा बिलीसाठी निरोप आहे काय?'

कागद नोराकडे देऊन तो म्हणाला, 'याचा अर्थ राझीन तिला वाचवू शकला नाही काय?'

'मला खरंच याचा अर्थ समजलेला नाही. पण पार्कर, राजदूतांजवळ राझीन किती स्पष्ट शब्दांत निरोप देईल?'

'मग व्हेराला तो का भेटणार आहे?'

'मला काय ठाऊक?' नोरा म्हणाली.

'नक्कीच तो बिलीला वाचवू शकलेला नाही. तिच्या देहाची छायाचित्रं त्याच्याजवळ असणार. व्हेराला तो सांगणार असेल की आजपासून तीच कायमची फर्स्ट लेडी बनलेली आहे.'

'हे असलं काही सारखं बोलत बसू नकोस. आपल्याला नेमकं काय ते ठाऊक नाही. मला वाटतं बिलीला उठवून हा निरोप तिला द्यावा. ती अजूनही आपली फर्स्ट लेडी आहे. तू इथेच आहेस ना?'

'नाही,' तो म्हणाला.

'मग कुठे जाणार आहेस?'

'वेस्टरिज विमानतळावर!' तो हलक्या आवाजात म्हणाला. 'बिली जिवंत आहे का ठार झाली, हे मला शोधून काढलंच पाहिजे. कोणत्या फर्स्ट लेडीशी आपले संबंध राहणार आहेत, हे समजलंच पाहिजे.'

पंतप्रधान किरचेंको हॉटेलात परतले, तेव्हा ते अत्यंत खुशीत होते.

लंडनमधल्या रशियन वकिलातीत ब्रेकफास्ट छान पार पडला होता. आतापर्यंत त्यांच्या शिष्टमंडळानं प्रत्येक बैठकीत निर्णयाची चालढकल केली होती. पण उद्या अखेरच्या दिवशी बोएन्देच्या अनाक्रमण कराराबाबत निश्चित भूमिका स्पष्ट करणं भाग होतं.

ती एवढीशी बटिक, व्हेरा व्हाविलोवा! तिनं आपल्याला आपल्या तालावर नाचवलं! तिला मिळालेली बहुमोल माहिती तिनं मोठ्या युक्तीनं राखून ठेवली होती. अर्थात पंतप्रधान ते समजू शकत होते. तिला सुरक्षितता हवी होती, ही अपेक्षा रास्त होती आणि तिला ती लाभणार होती. एव्हाना ब्रॅडफोर्डबाई जगातून नाहीशा झाल्या असतील! तासाभरात राझीन फोटोंच्या पुराव्यासह इथे हजर होईल. व्हेराला ते एकदा दाखवले की आपल्याला हवी ती माहिती ताबडतोब कळू शकेल. जर ती माहिती आपल्याला अनुकूल असेल तर उद्या अमेरिकेला साफ आडवे करू!

ते जिना चढून आपल्या जागेत आले. कदाचित राझीन अपेक्षेहून लवकर आला असावा; आणि व्हेरा तयार असेल. नाहीतर जनरल चुकोव्हस्कीनं आपल्याला वकिलातीमध्ये फोन करून इथे का बोलावून घेतलं? फोनवर काहीच सांगता येणार नाही. इतकं महत्त्वाचं काम आहे, असं तो म्हणाला होता.

चुकोव्हस्की त्यांचीच वाट बघत उभा होता. व्हेरा कुठेच दिसत नव्हती. पंतप्रधान गोंधळून आपल्या खुर्चीवर जाऊन बसले. 'ठीक आहे, आता बोल. इतकी महत्त्वाची गोष्ट काय आहे?'

चुकोव्हस्की काहीच बोलला नाही; फक्त खिशातून एक कागद काढून त्यानं

उलगडला. पंतप्रधानांच्या हातात देऊन तो म्हणाला, 'मॉस्कोहून थोड्याच वेळापूर्वी तार आली आहे. सांकेतिक भाषा उलगडून ही बातमी मिळाली आहे.'

पंतप्रधानांनी कागद वाचायला सुरुवात केली. ते हळू आवाजात तारेचे मोजके शब्द वाचू लागले. 'पेट्रॉव्ह गोळीने जखमी... राझीन फर्स्ट लेडीबरोबर पळाला... ठरलेल्या विमानातून लंडनला रवाना...'किरचेंको यांचा चेहरा संतापानं फुलत गेला. तारेचा कागद त्यांनी मुठीत चुरगळून टाकला. डोळे गरगर फिरवत ते रशियनमध्ये शिव्या देऊ लागले. 'हे कसं काय घडलं...' ते ओरडले.

चुकोव्हस्की भेदरून म्हणाला, 'मी, मला ठाऊक नाही सर. या तारेतला मजकूर मला फक्त माहीत झाला आहे. राझीनला हत्येसंबंधी कळलं असावं. त्याच्या डोळ्यांत धूळ फेकणं शक्य नाही. त्यानंच पेट्रोव्हला जखमी करून फर्स्ट लेडीबरोबर पलायन केलेलं दिसतं. त्याच्याबरोबर विमानात मिसेस् ब्रॅडफोर्ड आहेत. त्यांना तो जिवंत घेऊन येत आहे.'

'किती अवघड परिस्थिती निर्माण झाली आहे!' पंतप्रधानांनी टेबलावर मूठ जोरात आपटली. 'त्यामुळे आपला सर्वनाश होऊ शकेल. व्हेराचं सोंग उघडकीस येईल. तिच्याकडून गुप्त माहिती तर केव्हाच मिळणार नाही-आणि जर अमेरिकन लोकांना हे समजलं तर अशक्य होईल!' ताडकन् उभं राहून ते म्हणाले, 'आपण काहीतरी केलं पाहिजे.'

ते विचार करत म्हणाले, 'विमान परत मॉस्कोला धाडणं शक्य नसलं तरी दुसरा बंदोबस्त अद्याप आपल्या हातात आहे.' घड्याळाकडे पाहून ते पुढे म्हणाले, 'लवकरच ते विमानतळावर उतरतील. झालं ते गेलं. फर्स्ट लेडीला आपण मॉस्कोत मारू शकलो नाही; पण तिला आपण इथे खतम करू शकतो.' त्यांनी टेबलावर हात मारला. 'बस्! तसंच करायचं. आपण ते इथे साधलंच पाहिजे.' त्यांनी पुन्हा घड्याळाकडे नजर टाकली. 'वेळ फार उरलेला नाही. तथापि आपल्याला ते अजूनही जमू शकेल. या कामगिरीसाठी आपला सर्वात उत्तम माणूस कोण?'

'बेगिनोव्ह, सर! शंकाच नाही.'

'त्याला ताबडतोब माझ्याकडे आणा!'

■

१३

वेस्टरिज विमानतळ. मुख्य इमारतीच्या खिडकीत उभं राहून पार्कर निरीक्षण करत होता. अर्धा तास उलटून गेल्यावर मात्र तो अस्वस्थ बनला.

श्री. युंगदल यांचा निरोप समजल्यावर तो आपल्या भाड्याच्या मोटारीतून वेगानं विमानतळाकडे आला होता. वाटेत विशेष रहदारी नव्हती. गेटजवळ दोन ब्रिटिश पहारेकरी होते. त्यांनी पार्करचं ओळखपत्र मागितलं. अमेरिकन अध्यक्षांच्या खास लोकांना ओळखपत्र दिलेली होती– त्यामुळे काहीच अडचण आली नाही.

त्यानं आत प्रवेश केला. अध्यक्षांच्या 'पत्नी'ला-व्हेराला सुद्धा असाच प्रवेश मिळवावा लागेल, हे त्यानं ओळखलं. तळावर जाणाऱ्या दाराशी दोन सशस्त्र रशियन रक्षक होते. त्यांनी पार्करला अडवलं. पुढे कोणालाही जाता येणार नाही आणि खिडकीपाशी थांबावं लागेल, असं त्यांनी सांगितलं. आज्ञाधारकपणे तो मागे वळला.

इमारतीला लागूनच पंचवीस फुटांवर विमानाची धावपट्टी होती. विमान साधारण कुठे उभे राहील, याचा त्यानं अंदाज घेतला. आपल्याला व्यवस्थित दिसू शकेल, अशी खिडकी त्यानं निवडली. गेला अर्धा तास तो तिथेच उभा होता. लांबवर एक हेलिकॉप्टर दिसत होतं. निळ्या पोषाखातला एक कर्मचारी तिथे त्याची काहीतरी दुरुस्ती करत होता.

आता सकाळचा प्रकाश चांगलाच पडू लागला होता. तरीही विमानाचा पत्ता नव्हता. आपल्या शरीराचा भार एकेका पायावर देत तो कंटाळून गेला. इथे येऊन नेमका काय उपयोग होणार, हे त्याला समजेना. एवढं निश्चित होतं की व्हेरा ॲलेक्स राझीनला भेटायला काही मिनिटांपुरती का होईना, पण येणार! ती अध्यक्षांना काय कारण सांगून येणार, हे मात्र कळण्यासारखं नव्हतं. तेवढ्यात त्याला आठवलं की अध्यक्षांना सर्दी झाली होती, त्यामुळे व्हेरा वेगळ्या खोलीत झोपली होती. नोरानंच तसं सांगितलं होतं.

इथे येण्यात आपला एकच उद्देश होता, हे त्याच्या लक्षात आलं. राझीन बिलीच्या प्रेताचे फोटो घेऊन आलाय्, का तिला जिवंत सोडवून आणलंय् हे त्याला जाणून घ्यायचं होतं. बिली जिवंत असू शकेल, हे व्हेराला ठाऊकच नव्हतं. अध्यक्षांची पत्नी म्हणून कायम राहण्याची स्वप्नं ती बघत असणार! राझीनला ती कुठेतरी आसरा देईल, अशी त्याची कल्पना होती. एवढी सत्ता तिला नक्कीच होती. अमेरिकेची फर्स्ट लेडी म्हणून!

विचारात गढल्यामुळे आकाशात आलेलं विमान प्रथम त्याला दिसलं नाही. पण ते खाली उतरायला लागल्यावर जेटच्या कर्णकर्कश आवाजानं तो भानावर आला. विमान धावपट्टीवरून वेगानं तळाकडे येत होतं.

व्हेरा आली आहे का नाही, हे बघण्यासाठी पार्करनं प्रवेशद्वारापाशी पाहिलं. त्याच वेळी ती जलदीनं आत शिरताना त्याला दिसली. तिनं संदेशातील सूचनेप्रमाणे ते 'प्रसिद्ध' कपडे अंगावर घातले होते. कोटाची कॉलर चेहरा झाकला जावा एवढी वर केलेली होती. एका सडपातळ माणसानं तिला अदबीनं आत आणलं. पार्करनं ओळखलं- तो फ्रेड विलीस होता. रशियाचा व्हाईट हाऊसमधील हस्तक!

विलीस व्हेराशी काहीतरी बोलला आणि एकदम वळून बाहेरच्या बाजूला असलेल्या त्यांच्या ऑस्टिन मोटारीकडे गेला. व्हेरा मात्र तळाकडे जाऊ लागली होती.

व्हेराकडे तो पाहत असतानाच धावपट्टीवरून येणारं विमान हळूहळू हेलिकॉप्टरजवळ येऊन थांबलं. आता ते चांगलंच मोठं दिसत होतं. दोन माणसं त्या विमानाजवळ हलता जिना सरकवताना दिसली.

त्यावेळी व्हेरा रशियन रक्षकांजवळ पोचली होती. त्यांनी तिला न अडवता उलट अभिवादन केलं. पार्करला फारच आश्चर्य वाटलं.

जिना लावून झाला होता. व्हेरा पायऱ्यांशी खाली उभी होती. विमानाचा दरवाजा उघडू लागल्यावर ती जिना चढू लागली.

पुढे काय होणार, या विचारात पार्करनं श्वास रोखला.

गेली ४५ मिनिटं हेलिकॉप्टर दुरुस्त करणाऱ्या तंत्रज्ञाची फक्त पाठच पार्करला दिसत होती. नव्यानं आलेल्या विमानाकडेही त्या माणसाची पाठच होती. त्यामुळे त्याला शिडी जेटला लावल्याचं समजलं नव्हतं. व्हेरा वर चढून गेली, हे सुद्धा त्यानं पाहिलं नव्हतं.

त्यानं दुसरीकडे कुठे नजरच वळवली नव्हती, कारण आपल्याला कोणी पाहू नये, अशीच त्याची इच्छा होती.

आता विमानातले उतारू खाली उतरणार याची खात्री झाल्यावरच तो मागे

वळला. त्याच वेळी एका खिडकीतून एक उंच इसम आपल्याकडे बघतोय् हे त्याला दिसलं. दोन रक्षकही त्यानं पाहिले. आणखी वळल्यावर जिना आणणारी दोन माणसं दूर जाताना दिसली.

हेलिकॉप्टर दुरुस्तीचं काम त्यानं थांबवलं होतं. बाजूला दुरुस्तीच्या उपकरणांची मोठी गाडी होती. ती ढकलत तो इसम हेलिकॉप्टरपासून दूर नेऊ लागला. जेट विमानाच्या समोरच्या बाजूला त्यानं गाडी आणली. तिथे आल्यावर त्यानं जिन्याकडे पाहिलं. जमिनीवर, जिन्यात किंवा विमानाच्या दारात कोणीही दिसत नव्हतं.

तो माणूस म्हणजे बेगिनोव्ह होता.

आपण अगदी योग्य वेळी आलो, याची त्याला खात्री झाली. अगदी सावकाश, मुंगीच्या वेगानं तो आपली गाडी विमानाच्या तोंडापासून ढकलत राहिला. अगदी सहजपणे त्यानं गाडीवर ठेवलेल्या एक खोक्यात हात घातला. झाकण उघडं ठेवून ते खोकं वरच्या बाजूला ठेवलं. नंतर आपले हात चोळले.

जिन्याकडे त्यानं पुन्हा नजर टाकली. दार कधी उघडतं, याची तो वाट पाहू लागला.

विमानाच्या दारातून व्हेरा घाईनं आत शिरली. तिची अपेक्षा होती की राझीन तिला समोरच दिसेल. तो तर नाहीच पण सेवकवर्गांपैकीसुद्धा कोणीच तिथे नव्हतं.

तेवढ्यात तिनं पावलांचा आवाज ऐकला. केबिनचं दार उघडून बाहेर आलेल्या ॲलेक्स राझीनकडे पाहून तिच्या जिवात जीव आला. त्या आनंदाच्या धक्क्यामुळे तिच्या पायातलं त्राणच गेलं. प्रदीर्घ काळानंतर आपण पुन्हा भेटतोय् असं तिला वाटलं. तोच उमदा, भरदार देहयष्टीचा पुरुष! त्याला पाहून तिचे डोळे निवळले. पण तो काहीसा गंभीर का दिसत होता?

हात पसरून ती राझीनकडे धावली 'ओह्, ॲलेक्स!'

त्याच्या बाहुपाशात जाऊन तिनं त्याला घट्ट आलिंगन दिलं. सुटकेच्या भावनेमुळे तिला रडावसं वाटू लागलं.

'व्हेरा!' तो कुजबुजला, 'तू मला फार फार आवडतेस.'

त्यांचे ओठ एकत्र जुळले. पण तिचा आवेग ओसरण्याच्या आत तिला जाणवलं की तिचे खांदे पकडून तो तिला दूर करत होता. ती गोंधळून दूर झाली.

'मला तुझ्याशी थोडं बोलायचं आहे,' राझीन म्हणत होता.

'ॲलेक्स,' ती लगेच म्हणाली, 'तू इथे आलास, सुरक्षितपणे आलास. आता सगळी व्यवस्था होईल. मी जातीनं योजना आखणार आहे.' ती थोडं थांबली. 'ते फोटो तू आणले आहेस ना? ते आधी पाहिले पाहिजेत, म्हणजे—'

'फोटो नाहीतच,' त्यानं स्पष्ट सांगितलं. 'तुला दुसरंच काही दाखवायचं आहे.' अर्धवट मागे वळून त्यानं अंधाऱ्या जागेकडे बोट दाखवलं.

तिथून कोणीतरी पुढे येत होतं.

एक बाई समोर आली.

व्हेरानं डोळे विस्फारले, आ वासला. तिच्या तोंडातून न कळत अस्फुट किंचाळी बाहेर पडली.

तिच्यापुढे उभी असलेली स्त्री खुद्द बिली ब्रॅडफोर्ड होती.

व्हेरा बघतच राहिली. तिचीच दुसरी प्रतिकृती समोर उभी होती. डोळे, नाक, ओठ, हनुवटी, छाती, अगदी फर कोटसुद्धा तोच. क्षणभर तिला वाटलं की मोठ्या आरशात आपलं प्रतिबिंबच आपण बघतोय् ... पण वास्तवातली हाडामासाची स्त्री दिसतीय्, असं लगेच तिच्या लक्षात आलं. आपणच दुसरी बनावट बाई आहोत, हे तिला तीव्रतेनं आठवलं.

त्या दृश्याचा अर्थ तिला समजल्यावर भीतीनं ती राझीनकडे पाहू लागली. तो म्हणाला, 'तुम्ही दोघी एकमेकींना ओळखता!'

गोठून गेलेली व्हेरा थरथरत्या आवाजात म्हणाली, 'ॲलेक्स, मी-मला काहीच समजत नाही.'

'मला असं कारणं भाग होतं,' ॲलेक्स म्हणाला, 'दुसरा इलाजच नव्हता. तुझ्यासाठीच मी ते केलं आहे-आपल्यासाठी; माझ्यावर विश्वास ठेव.'

भीतीची जागा आता संतापानं घेतली होती. व्हेरा बरसली : 'नाही! महामूर्ख माणसा! हे करण्याची काहीच गरज नव्हती. आपण पूर्ण सुरक्षित राहाणार होतो. पण आता-तू माझा घात केला आहेस, आपल्या देशाला दगा दिला आहेस. सर्वनाश झालेला आहे.'

'थांब!' राझीन तिचे खांदे जोरात पकडून म्हणाला, 'हाच योग्य मार्ग होता. आपण काही खुनी, मारेकरी नव्हे.'

'तू माझाच खून केलेला आहेस,' व्हेरा खचलेल्या स्वरात म्हणाली.

बिली या वेळी प्रथमच बोलली. 'तुम्ही दोघंही सुरक्षित राहाल, असं वचन मी देते, ॲलेक्सला दोष देऊ नकोस. तो विवेकी माणूस आहे. मी ठार होऊन शिवाय तुला कायमचं मुकायचं ही गोष्ट त्याला सहन होण्यासारखी नव्हती. माझे कितीही हाल झाले असले तरी मी ॲलेक्सच्या ऋणात आहे. त्याची परतफेड म्हणून मी तुम्हा दोघांना मदत करीन. आम्ही तशी योजना आखली आहे—'

व्हेराचा स्वत:वरील ताबा सुटला होता. 'नाही, नाही. कसलाही उपयोग होण्यासारखा नाही.'

बिली पुढे झाली. व्हेराचा दंड पकडून ती म्हणाली, 'मी तुला शब्द देते. मी

मदत करू शकते आणि करीनच. फर्स्ट लेडी म्हणून—'

'फर्स्ट लेडी!' भयग्रस्त होऊन व्हेरा मान हलवत म्हणाली.

'मी हाल सोसले पण बचावले, तसेच तुझे हाल झाले तरी तू वाचशील,' बिली म्हणाली.

संमोहित झाल्याप्रमाणे व्हेराची नजर बिलीच्या डोळ्यांवरून हलत नव्हती. तिच्या आश्वासनावर व्हेरा विचार करत होती. ती हळूहळू भानावर येऊ लागली. या समोरच्या बाईची काय दशा झाली असेल, हे तिला जाणवलं. त्याला पर्यायानं आपणच कारणीभूत होतो! ती हलकेच म्हणाली, 'मला, मला माफ कर. तुझ्या हालअपेष्टांबद्दल मला खरंच वाईट वाटतं—'

'मी समजू शकते,' बिली म्हणाली, 'मी तुम्हाला क्षमा केली आहे. अॅलेक्सनं आज जे केलं तसं करणं भागच होतं. तुझ्यासाठी, माझ्यासाठी. पुढे सर्व काही ठीक होणार आहे.'

'खरंच?'

'त्याची सुरुवात झालीच आहे,' बिली म्हणाली. ती या वेळी हसत होती. 'आणि एक सांगू? टीकाकाराच्या कठोर दृष्टीनं पाहिलं तरी तुझी ही भूमिका इतिहासात एकमेवाद्वितीय ठरली आहे. तू सर्वश्रेष्ठ कलाकार आहेस.'

हे ऐकताना व्हेराचा संताप आणि भीती ओसरू लागली. समोरच्या बाईबद्दल तिला आदर वाटू लागला.

बिली तिलाच पुढे म्हणत होती, 'तुला आता जीवनातला महत्त्वाचा भाग पार पाडायचा आहे. एका गोष्टीबद्दल मी तुझे आभार मानते. तुम्हाला कदाचित विचित्र वाटेल-पण माझ्या यजमानांना चांगल्या प्रकारे फसवल्याबद्दल, माझी प्रतिमा कायम ठेवल्याबद्दल आणि त्यांची काळजी घेतल्याबद्दल तुला धन्यवाद. त्यामुळे आज मी पुन्हा माझी जागा घेऊ शकत आहे. अॅलेक्सलाही त्याच्या सभ्य वागणुकीबद्दल मन:पूर्वक धन्यवाद!'

राझीन या वेळी बोलू शकला. 'ठीक आहे. आता आपण घाई केली पाहिजे. अजून खूप गोष्टी उरकायच्या आहेत.' दोघींच्यामध्ये उभं राहून त्यांच्या खांद्यावर हात ठेवत तो म्हणाला, 'आपण विमानातून बाहेर पडणार आहोत. उगीच वाच्यता आणि अफवा नकोत म्हणून कोटाची कॉलर वर करून चेहरे झाका. आपण त्वरित निघू या. तुझी गाडी असलेच, व्हेरा?'

व्हेरानं होकार दिला. विलीस गाडी चालवणार होता. तो वाटच पाहात होता. दोघीजणी येतील अशी त्याला कल्पना नव्हती. पण स्वत:ची परिस्थिती लक्षात घेऊन तो याबद्दल काहीच बोलू धजणार नव्हता.

'आपण दोघं आपल्या मार्गाला लागलो की बिली तिची फर्स्ट लेडीची भूमिका बजावू लागेल,' राझीन म्हणाला, 'तेव्हा तुमच्यापैकी कोणाला प्रथम बाहेर पडायचंय्?'

गे पार्कर खिडकीतून एखाद्या पुतळ्यासारखा निश्चलपणे बाहेर बघत होता. त्याची नजर विमानाच्या दारावर खिळली होती. जर दोन 'बिली' तिथून उतरल्या तर रशियनांचा पराभव झाला होता.

एवढ्यात कोटाच्या मोठ्या कॉलरनं चेहरा बराच झाकलेली एक सुडौल बांध्याची स्त्री दरवाज्याशी उभी दिसली. क्षणभर तिथेच थांबून ती आकर्षकपणे जिन्याच्या पायऱ्या उतरू लागली. मागोमाग एक रुंद खांद्याचा, काळसर सूट घातलेला देखणा तरुण जिन्यावरून खाली येऊ लागला. तो राझीन होता, हे पार्करला लगेच समजलं. त्यानं आपली दृष्टी दाराकडे लावली. विमानातून आणखी तिसरी व्यक्ती उतरणार काय?

त्याच अपेक्षेनं तो इतका वेळ उभा होता. आपल्या हृदयाचे ठोके वेगानं पडत असल्याची जाणीव त्याला झाली.

खाली उतरणाऱ्या त्या सुंदर स्त्रीकडे आणि तिच्या पाठोपाठ येणाऱ्या पुरुषाकडे बेगिनोव्हसुद्धा बारीक लक्ष ठेवून होता. सामानाची गाडी त्याच्याजवळच होती.

ती बाई शेवटची पायरी उतरली. राझीनसुद्धा झर्कन् खाली आला. त्यानं आपल्या बरोबरीनं चालावं, अशी तिची इच्छा नव्हती.

त्याच वेळी बेगिनोव्ह गाडीवरच्या एका खोक्यात हात घालत होता. हलक्या वजनाचा एक लहानसा बॉम्ब त्यात ठेवलेला होता. तो त्यानं उचलला. या बॉम्बचं एक प्रात्यक्षिक त्याला आठवत होतं. मॉस्कोपासून तीस किलामीटरवर, एका झेक कैद्यावर त्याचा प्रयोग करण्यात आला होता. त्याच्या पायाशी बॉम्बस्फोट होताच प्रचंड आवाज होऊन धुरळा हवेत उडाला होता. तो खाली बसल्यावर बिचारा कैदी हवेत विलीन झाला होता. त्याचा मिळालेला मोठ्यात मोठा अवशेष म्हणजे दोन इंच लांबीची त्वचा-बस्स्!

त्याची वेळ झाली होती.

त्यानं अंगठ्यानं बॉम्ब उडवण्याची कळ दाबली. फक्त आठ सेकंदातच स्फोट होणार होता. बेगिनोव्हनं खांद्याच्यावर हात उचलून त्या जोडीच्या दिशेनं बॉम्ब जोरात भिरकावला. बोटांमधून तो निसटला आणि वक्र मार्गानं लक्ष्याकडे जाऊ लागला— तेवढ्यात त्याला विमानाच्या दाराशी हालचाल दिसली. दुसरी एक बाई बाहेर येत होती. जिन्यावर ती पाऊल टाकण्याच्या तयारीतच होती.

जमिनीवर उतरलेल्या बाईत आणि वरच्या बाईत विलक्षण साम्य होतं, हे त्याच्या लगेच लक्षात आलं. केस सारखे, डोळे, अंगावरचे कपडे, सर्व काही एकसारखं होतं. क्षणभर तो ताठ झाला, गोंधळून गेला.

त्याचे सहा सेकंद डोक्यात मोजून झाले होते. अंतर्गत प्रेरणेनं तो मागे सरकला आणि गाडीच्या आड जमिनीवर आडवा झाला.

सात...आठ...आणि बॉम्बस्फोटाचा कानठळ्या बसवणारा आवाज दणाणला.

त्याच्या खालची जमीन हादरली आणि धुरामुळे श्वास कोंडला. हवेतून त्याच्या अंगावर लहान लहान ठिकऱ्या पडू लागल्या.

तो बळ एकवटून गुडघ्यावर बसला. क्षणभर त्याला काहीच दिसेना. कान बधीर झाले होते. त्यानं जमिनीवरून सरपटत जायला सुरुवात केली. पूर्वीच ठरलेल्या मार्गानं पळून जाण्यासाठी तो जलदीनं जाऊ लागला. रशियानं तात्पुरती उभारलेली विमान-दुरुस्तीची शेड जवळच होती. त्यानं ती गाठली. मोडका दरवाजा उघडून तो आत शिरला; पण निघून जाण्यापूर्वी त्याला आपली कामगिरी बघायची होती. कामगिरी फत्ते झाल्याचा अहवाल त्याला द्यायचा होता.

मघाचे दाट धुराचे लोट आता विरले होते. काहीतरी जळताना दिसत होतं. जेट विमानाच्या काही भागाला नुकसान पोचलं होतं. जिना उतरू इच्छिणारी दुसरी बाई मागच्या बाजूला विमानातच फेकली गेली होती. फर कोट घातलेली तरुणी व तिच्या बरोबर असलेला राझीन जिथून चालत जात होते, तिथे आता कोणीच दिसत नव्हतं. ती जोडी धुराबरोबर पार हवेतच वितळून गेली होती. पृथ्वीवर त्यांचं 'नामोनिशान'सुद्धा राहिलं नाही.

जेवढं बघणं आवश्यक होतं ते बेगिनोव्हनं पाहिलं होतं. तो स्वत:शी हलकेच हसला. पण ते हसू लगेच मावळलं. ती दुसरी बाई! मूळ योजनेत तिच्याबद्दल काहीच सूचना मिळालेली नव्हती. काहीतरी चुकल्याची त्याला जाणीव झाली. त्यानं आपलं काम बिनचूकपणे पार पाडलं होतं. पण काहीतरी घोटाळा झाला होता हे निश्चित!

तो धडपडत शेडच्या मागच्या बाजूला गेला. तिथल्या दारातून तो सुरक्षित स्थळी पलायन करणार होता.

पार्कर जखमी स्थितीत जमिनीवर कोसळला होता. त्या भयंकर स्फोटामुळे तो ज्या खिडकीत उभा होता तिचे तुकडे तुकडे झाले होते. तो पाठीवर पडला. काचेच्या तुकड्यांमुळे त्याच्या उजव्या गालाला आणि मानेला जखमा होऊन त्यातून रक्त ठिबकत होतं. त्या अनपेक्षित प्रकारामुळे तो हतबुद्ध बनला.

उठून बसत त्यानं जे काही दिसलं, त्यावर विचार सुरू केला.

पहिली गोष्ट त्याला आठवली की स्फोटापूर्वी दोन बायका तिथे होत्या. त्याबद्दल शंकाच नव्हती. एक जिना उतरून खाली आली होती आणि दुसरी वर दारात उभी होती. त्या दोघीही दिसायला सारख्याच होत्या. याचा अर्थ बिलीला

वाचवण्यात राझीन यशस्वी झाला होता. मॉस्कोहून तोही इथपर्यंत आला होता. म्हणजे विमानात व्हेरा आणि बिली यांची समोरासमोर गाठ पडली म्हणायची!

पुन्हा उभं राहून पार्करनं विमानतळाचं निरीक्षण केलं. दोन रशियन रक्षक अजून खालीच होते. एक जमिनीवर आडवा पडलेला आणि दुसरा उठून बसत होता. मुख्य दाराशी दोन ब्रिटिश अधिकारी आता आपल्या जागेवर दिसत नव्हते. एक जण धावपट्टीकडे पळाला होता. आणि दुसरा फोन करत होता. मागच्या बाजूला फ्रेड विलीस गाडीतून उतरून अपघाताच्या जागेकडे धावत होता.

पार्करचे पाय दुखू लागले होते. प्रयासानं चालत तो खिंडार पडलेल्या खिडकीच्या जागी जाऊन उभा राहिला. काही क्षण तिथेच घुटमळून तो विमानतळाच्या काँक्रिटवर त्याच जागेतून बाहेर उतरला. तिथेच थांबून तो जेट विमानाकडे पाहू लागला.

काही रशियन सेवक दबकत त्या जागेवर जात होते. एक अधिकारी तुटून गेलेल्या विमानाच्या शिडीकडे बघत होता. एक जण इंग्रजीत मोठ्यानं म्हणत होता, 'हल्लेखोराला लगेच शोधलं पाहिजे.'

या सगळ्यांकडे दुर्लक्ष करून पार्कर एकाच ठिकाणी डोळे बारीक करून बघू लागला. स्फोट झालेल्या जागी चांगला मोठा खड्डा पडला होता. त्यानं अर्धवट मोडतोड झालेल्या विमानाच्या दाराकडे पाहिलं. तिथे एक बाई अवघडून उभी होती. त्यानं तिला ओळखलं. तिथे फर्स्ट लेडी असहाय्यपणे खाली बघत उभी होती. म्हणजे ती सहीसलामत वाचली होती. जमिनीवर नेणारी शिडी गायब झाल्यामुळे ती बचावली होती. आता तिच्यामागे आणखी दोन-तीन लोक दिसू लागले. ते रशियन विमानातले कर्मचारी असणार.

पार्करला हायसं वाटलं. फर्स्ट लेडीला काहीच इजा पोहोचली नव्हती. या वेळी कृतीची गरज होती. तिला मदतीची आवश्यकता होती.

आपला हातरुमाल नाक आणि तोंडावर बांधून तो धुरामधून विमानाकडे धावला. वाटेत खड्ड्यापाशी दिसलेल्या फरकोटाच्या लहानश्या तुकड्याकडे आणि तुटलेल्या मानवी कानाकडे त्यानं प्रयासपूर्वक डोळेझाक केली.

तो थेट विमानापाशी गेला. हात हलवून बिलीचं लक्ष वेधण्याचा प्रयत्न त्यानं केला. 'बिली, इकडे पहा!' तो ओरडला, 'मी आलोय्.'

तिला त्याचा आवाज ऐकू आला, म्हणून तिनं खाली वाकून पाहिलं.

पार्करनं हात वर केला. 'उडी मार! हे काही फार खोल नाही. मागचे लोक तुला मदत करतील. तू नुसती लोंबकाळ. मी तुला अलगद झेलतो!'

एक शब्दही न बोलता तिनं मागे पाहिलं. दोघांच्या हातात आपला एक एक हात तिनं दिल्यावर त्या दोघांनी तिला दारातून खाली सोडलं. तिचे पाय हवेत तरंगत होते. पार्करचे हात उंचावल्यावर तिच्या पायांच्या घोट्यांपर्यंत पोचत होते.

'सोडा आता!' तो ओरडला.

ती खाली आली. पार्करनं तिच्या पोटाच्या खालच्या बाजूला हात आवळून घट्ट पकडलं. त्या धक्क्याबरोबर त्याचा तोल गेला आणि तो भुईसपाट झाला. ती त्याच्या अंगावर कोसळली.

त्यानं डोकं हलवून तिला बाजूला ठेवलं. स्वत: उभं राहून त्यानं तिला उठायला हात दिला.

'तू ठीक आहेस ना?' त्यानं काळजीच्या सुरात विचारलं.

तिनं मूकपणे मान डोलावली.

दूरवर त्याला एका सायरनचा आवाज आला. मागोमाग दुसरा आणि तिसरा आवाज झाला.

तिचा हात पकडून तो म्हणाला, 'तुला इथून ताबडतोब बाहेर सटकलं पाहिजे.'

धुराचा फायदा घेऊन तो फर्स्ट लेडीला हात देऊन त्या उद्ध्वस्त खिडकीकडे पळाला. त्यातून ती हातावर जोर देऊन वर चढली. तोही मागोमाग वर आला. मुख्य दाराकडे त्यानं बोट दाखवलं.

त्याच वेळी एकजण तिच्या नावानं हाका मारत असलेला त्याला दिसला.

'मिसेस ब्रॅडफोर्ड!' विलीस ओरडत होता. 'धावा!'

ती विलीसच्या दिशेला वेगानं धावू लागली.

पार्करनं पाहिलं— प्रोटोकॉल प्रमुख विलीस तिच्या दंडाला धरून घाईघाईनं गाडीकडे चालला होता. मध्येच मागे वळून तिनं पार्करकडे पाहिलं आणि आभारासाठी हात हलवला.

विलीसनं तिला गाडीत बसवलं आणि तो स्वत: ड्रायव्हिंगला बसला. त्यांची गाडी निघून जात असताना पार्कर स्तब्ध उभा होता.

त्याच क्षणी त्याला इतका वेळ विसर पडलेली एक गोष्ट आठवली.

त्या दोघीजणी होत्या.

आता फक्त एकच राहिली होती.

'काय?' पंतप्रधान किरचेन्को खुर्चीतून ताडकन् उठत गरजले. त्यांच्यासमोर केजीबीचा एजंट बेगिनोव्ह उभा होता. त्याच्याकडे जात ते मोठ्यानं म्हणाले, 'तुझ्या म्हणण्याप्रमाणे तिथे दोघीजणी होत्या-दोघी? आणि त्या सारख्या दिसत होत्या?'

एक आवंढा गिळून बेगिनोव्ह खालच्या आवाजात म्हणाला, 'होय.' त्याचा चेहरा पडला होता. 'त्या दोघी होत्या. एक जमिनीवर आणि एक विमानाच्या दारात. ती उतरण्याच्या तयारीत होती. त्या अगदी जुळ्या बहिणींसारख्या दिसत होत्या.'

'तुझी तशी खात्री आहे?' पंतप्रधानांनी विचारलं.

'मला-मी दुसरीला फक्त एकदाच पाहिलं. पण कॉम्रेड, मला खात्री वाटते.'

पंतप्रधान जागच्याजागी थबकले. 'तू जमिनीवरच्या फर्स्ट लेडीला उडवलंस?'

'आणि तिच्याबरोबरच्या माणसाला.'

'राझीन!' पंतप्रधान रागानं म्हणाले, 'छान केलंस! फर्स्ट लेडी पूर्णपणे नष्ट झाली ना?'

'पूर्णपणे. त्या बॉंबमुळे माणसाचे हजारो तुकडे होतात. जे काही उरतं त्यावरून काहीच शोधणं शक्य असत नाही.'

'आणि त्याच वेळी तुला दुसरी बाई शिडीजवळ येताना दिसली. ती हुबेहूब पहिल्या बाईसारखीच दिसत होती?'

'होय. ती फर्स्ट लेडीसारखीच दिसत होती.'

पंतप्रधान कपाळावर आठ्या चढवून म्हणाले, 'ठीक! त्या वरच्या बाईचं काय झालं? ती सुद्धा ठार झाली का?'

'नाही,' बेगिनोव्ह म्हणाला, 'निसटण्यापूर्वीच मी विमानाकडे पाहिलं होतं. ती मागच्या बाजूला धडपडली, पण मेली नाही. जमिनीवरची मात्र ठार झाली.'

पंतप्रधान जणू स्वत:शीच बोलू लागले, 'याचा अर्थ व्हेरा, ती हडळ विमानावर गेली होती. तिनं आणि ब्रॅंडफोर्डबाईनं एकमेकींना पाहिलं. त्यातली एक गेली आहे आणि दुसरी जिवंत!' नंतर बेगिनोव्हच्या जवळ जाऊन ते म्हणाले, 'ठीक आहे. तुझं काम तू चोख केलं आहेस. आता तू जाऊ शकतोस.'

त्यांना तो माणूस आता तिथे नको होता. तो निघून जाताच ते सावकाश आपल्या खुर्चीवर येऊन बसले. आपले डोळे शून्यात लावून ते विचार करू लागले. जनरल चुकोव्हस्की त्यांच्याजवळच होता. काही वेळानं पंतप्रधान म्हणाले, 'हे ऐकून तुला काय वाटतं?'

'खूपच वाईट वाटतं!'

'आपण त्यांच्या बाईला मारलं की आपल्या?' ते म्हणाले. त्यांना काहीशी गंमत वाटत असावी.

'आपल्याला ते लवकरच समजेल,' जनरल म्हणाला. 'जर आपली व्हेरा ठार झाली असेल तर साहजिकच फर्स्ट लेडी आपल्याकडे येणार नाही; पण जर बिली मेली असेल तर व्हेरा निश्चित येईल आणि सर्व काही ठीक होईल.'

पंतप्रधान पुन्हा उभे राहिले. मान हलवत ते म्हणाले, 'जनरल. तुझा अंदाज साफ चुकीचा आहे. कोणीच इथे येणार नाही. व्हेरा जर मेली असेल तर प्रश्नच नाही. पण जर ती जिवंत असेल तरीही येणारच नाही. नक्कीच येणार नाही, कारण तिला गरजच नाही. आता ती फर्स्ट लेडीच झालेली आहे. आपण कधीच सिद्ध करू

शकत नाही की ती बिली नाही. आपण तिच्याशी कधीच संपर्क साधू शकणार नाही. कारण ती खरी बिली ब्रॅडफोर्ड असण्याची शक्यता संभवते.'

'या व्हेराला विमानावर कोणी जायला सांगितलं?' ते पुढे म्हणाले, 'त्यामुळेच आपला सर्वनाश झाला. एक अमेरिकन वाक्प्रचार आहे-तुम्ही काही जिंकता, काही हरता! या वेळी आपण हरलो. बोएन्देच्या बाबतीत अमेरिका आपली दिशाभूल करतेय् का, ते समजायला मार्ग नाही. आपण त्यांची परीक्षा घेण्याचा धोका पत्करू शकत नाही. या वेळी आपण पड खाल्ली पाहिजे. पुढच्या संधीची वाट आपण बघू. तूर्त अनाक्रमणाच्या करारावर स्वाक्षरी करणं भाग आहे. जगाच्या दृष्टीनं आपण शांतताप्रेमी ठरू. अजून दहा, वीस किंवा पन्नास वर्षांनी दुसरी एखादी संधी येईल. आताहून चांगली व्हेरा निर्माण होईल. तथापि आपल्या व्हेरालाही धन्यवाद! आपण तिला गमावलेलं आहे.'

ते टेबलाशी जाऊन बसले. 'मी अध्यक्षांना फोन लावतो. त्यांना सांगतो की आमचा निर्णय झाला आहे. तुमच्या वकिलातीमध्ये आज दुपारी तातडीची बैठक बोलवा.' त्यांनी फोनसाठी बटन दाबलं. जनरलकडे बघत ते मिश्किलपणे म्हणाले, 'आज रात्री अध्यक्षांबरोबर कोण झोपणार आहे, हा प्रश्नच आहे!'

दुसऱ्या दिवशी अमेरिकन वायुदलाचं विमान अॅटलांटिक समुद्रावरून वॉशिंग्टनच्या दिशेला वेगानं झेपावत होतं.

पार्कर आणि नोरा आरामशीर खुर्च्यांवर एकमेकांशेजारी बसले होते. पार्करच्या हातात त्या दिवशीच्या 'लंडन टेलेग्राफ'चं पहिलं पान होतं. वृत्तपत्राच्या नावाच्याही डोक्यावर ठळक टाइपात शिखर परिषदेसंबंधी मथळा होता. दोन्ही देशांच्या नेत्यांनी किती संयम राखून, जागतिक शांततेसाठी अविश्रांत मेहनत घेतली याचं वर्णन बातमीत विस्तारानं केलं होतं. रशिया-अमेरिका यांच्यातील सामंजस्य जगाला खूपच हिताचं आहे, अशी भलावण त्यात होती. अनाक्रमण करारामुळे परस्पर सहकार्याचं नवं युग सुरू होत असल्याची ग्वाही त्यात दिली होती.

एका छोट्या हेडलाईनखाली 'वेस्टरिज' विमानतळावरील रहस्यमय अपघाताचं वृत्त दिलं होतं. उजव्या गटाच्या एका हल्लेखोरानं बॉम्ब फेकून रशियन लष्करी विमानाचीही नासधूस केली, त्यात एक हवाई सुंदरी आणि वैमानिक ठार झाला अशी बातमी होती.

शेवटी पार्करनं वृत्तपत्र बाजूला ठेवलं. नोरासह तो विमानात चालू असलेला आनंदोत्सव पाहू लागला. अध्यक्ष ब्रॅडफोर्ड आणि फर्स्ट लेडी आपल्या खास खोलीतून बाहेर येऊन परिषदेतील विजय साजरा करण्यासाठी सहकाऱ्यांच्यात सामील झाले होते. अध्यक्ष एका हातात मद्याचा पेला आणि दुसरा हात फर्स्ट लेडीच्या

गळ्याभोवती टाकून समाधानानं हसत होते. रशियावर मात केल्यामुळे आपण पुढच्या निवडणुकीत पुन्हा विजयी होणार, हा आत्मविश्वास त्यांच्या चेहऱ्यावर दिसत होता.

फर्स्ट लेडी इकडे तिकडे बघत होती. नोरा आणि पार्कर दिसताच अध्यक्षांपासून दूर होत ती त्यांच्याकडे निघाली. पार्कर उठून उभा राहत होता, पण तेवढ्यात तिनं त्याला बळंच खाली बसवलं. 'तुम्हा दोघांचे मला खास आभार मानायचे आहेत. मी ऐकतेय् ते खरं आहे का? तुम्ही दोघं म्हणे विवाहबद्ध होणार आहात?'

नोरा प्रसन्नपणे हसली. ती म्हणाली, 'होय! थँक यू, बिली. मी तुला लवकरच ही गोष्ट सांगणार होते.'

'माझी हीच इच्छा आहे की मी आणि अँड्र्यू जसे सुखी झालो आहोत तसेच तुम्ही सुखी व्हा.'

'मग आणखी आम्हाला काय पाहिजे!' पार्कर म्हणाला.

'हे बघ, तिला लगेच मुलाबाळांच्या जंजाळात अडकवू नकोस!' बिली कृतककोपानं म्हणाली. 'आगामी निवडणुकीत मला नोराची आवश्यकता आहे. आणि तुझीही गरज आहेच. मी तुमचं अभिनंदन करते. तुम्हाला माझ्या हार्दिक शुभेच्छा.'

एवढं बोलून ती पुन्हा अध्यक्षांकडे निघून गेली.

पार्कर तिच्या पाठमोऱ्या आकृतीकडे बघत होता. त्यानं वृत्तपत्र परत उचललं. त्यातल्या विमानतळावरील अपघाताच्या बातमीवर बोट ठेवलं. नोरा त्याच्याकडे बघत होती.

'काय?' तिनं विचारलं.

पार्करच्या चेहऱ्यावरचं हास्य लुप्त झालं होतं. 'आपल्याला यातली खरी कोण हे शोधायचा मार्ग मिळालाच पाहिजे.'

'कसा?' नोरा म्हणाली, 'काल रात्री आपण सगळ्या शक्यतांचा विचार केलाच की. तिचे खाजगी डॉक्टर लोळागोळा होऊन रुग्णालयात पडलेत. कॅलिफोर्नियातला तिचा कुत्रा एका आठवड्यापूर्वी अचानक गाडीखाली येऊन ठार झाला. व्हेरानं प्लॅस्टिक सर्जरी केली असेल, तशीच बिलीनंही पूर्वी गुप्तपणे केलेली आहे. त्यामुळे आपण अंधारातच राहणार. हो! तिचं आत्मचरित्र लिहिताना तू नवीन काही शोधून काढलंस, तर गोष्ट वेगळी!'

'त्यातूनही काही निष्पन्न होईल याची शक्यता कमी!'

'मग आपल्याला कधीच ते समजणार नाही?'

'मला काय वाटतं सांगू?' पार्कर म्हणाला, 'सत्य काय ते कोणालाच समजू शकणार नाही. फक्त एका व्यक्तीला ठाऊक आहे.' तो जरा थांबला.

'तिचं तिलाच, बस्स्!

■